AF751761

ஆகாய மலர்கள்

ஆகாய மலர்கள்

வித்யா சுப்ரமணியம்

Pustaka
EBooks | Audiobooks | Paperback

முதற்பதிப்பு: 2023
First Edition: 2023

Aahaya Malargal

ஆகாய மலர்கள்

Vidya Subramaniam

வித்யா சுப்ரமணியம்

ISBN: 978-93-95598-07-1

காப்புரிமை @ ஆசிரியர்

இந்தப் புத்தகத்தின் எந்த ஒரு பகுதியையும் பதிப்பாளரின் எழுத்துபூர்வமான முன் அனுமதி பெறாமல் மறுபிரசுரம் செய்வதோ, அச்சு மற்றும் மின்னணு ஊடகங்களில் மறுபதிப்பு செய்வதோ காப்புரிமை சட்டப்படி தடை செய்யப்பட்டதாகும். புத்தக விமர்சனத்திற்கு மட்டுமே இந்தப் புத்தகத்திலிருந்து மேற்கோள் காட்ட அனுமதிக்கப்படுகிறது.

Pustaka
EBooks | Audiobooks | Paperback

Pustaka Digital Media Pvt. Ltd.
#7-002, Mantri Residency,
Bannerghatta Main Road, Bengaluru - 560 076
Karnataka, India
+91 7418555884

ஆகாய மலர்கள்

முன்னுரை

அன்புள்ள வித்யா சுப்ரமணியம் அவர்களுக்கு,

‘ஆகாய மலர்கள்’ என்கிற இந்த புதினத்தின் தலைப்பிலேயே வீசும், பனித்துளிகள் தாங்கிய மலர்களின் நறுமணத்தை நுகர, இதழ்களைப் புரட்டினேன். உடன் என்னை ஏற்றிய ‘காலச்சக்கரம்’, எந்தவித சப்தமுமின்றி பின்நோக்கி வேகமாக நகர்ந்து 1970’களில் என்னைக் கொண்டு இறக்கிவிட்டுச் சென்றது.

எழுபதுகளில், குடும்ப உறவு என்பது மெல்லிய நூலினால் பின்னப்பட்டது. ஆயினும் அன்பு என்னும் இறுக்கமான முடிச்சினால் இணைக்கப்பட்டதால், எளிதில் விடுவித்துக்கொண்டு வெளியில் வர இயலாத ஒன்றாக இருந்தது. இந்த முடிச்சின் சக்தியை மையமாகக்கொண்டு தாமரை, ரோஜா, பாரிஜாதம் போன்ற மலர்கள் கொண்டு வேய்ந்த கதைதான், ‘ஆகாய மலர்கள்.’

நடுத்தர குடும்பத்தின் தூணாக அரசு வேலை செய்யும் அப்பா, வெறும் சொற்ப சம்பளத்தில் குடும்பமே கோவிலாக, அதைத்தாண்டி வெளியில் ஏதும் சிந்திக்கத்தெரியாத அம்மா. இவர்களுடன் ‘இயல்பான, வித்யாசமான, அசாதாரணமான’ என மூன்று பெண் மலர்கள்.

பெண்கள், எழுபதுகளின் வாக்கில்தான் தன்னுடைய கூட்டை விட்டு ஒரு பறவை குஞ்சு தலை நீட்டி எட்டிப்பார்ப்பது போல, வெளியுலக சுதந்திரக்காற்றை சுவாசிக்க துவங்கியிருந்தார்கள். ஆசிரிய, மருத்துவப்பணி தாண்டி அடுத்த துறைகளில் கால் பதிக்க ஆரம்பித்த நேரம் அது.

அவர்களில் ஒருத்தியான ‘சரளாவின் உள்ளத்தின் தூய்மையான காதலுக்கும், உயிரான குடும்பத்திற்கும்’

இடையே நடக்கும் போராட்டத்தில் அவள் சிக்கித்தவிக்கும் உணர்வுகளை வார்த்தைகளால் சித்திரமாக தீட்டியிருக்கிறீர்கள்.

காதல் என்பது இயல்பாக மலர்வது. ஆனால் அதன் காரணமாக எடுக்கவேண்டிய முடிவுகளோ மலைப்பைத் தருவன. அதுவும் உறவுகளைத் தாண்டி, அந்த காலகட்டத்தில் கூடவே வாழும் சமுதாயத்தை எதிர்நோக்கும் சிக்கல்கள் அசாத்தியம். அதைத் திறம்படச் சொல்லியிருக்கிறீர்கள்.

'தன் அப்பாவின் நெற்றியில் கைவைத்துப் பார்த்தாள். நெருப்பாய் சுட்டது. இது சாதாரண ஜுரமில்லை, அவமானச் சூடு. வெளியே தலைகாட்ட இயலாத நிலை' - நிலைமையை கண்ணாடிபோல காட்டும் இப்படிப்பட்ட வாக்கியங்கள் கதைக்கு மெருகூட்டுகின்றன.

"தாய்வழிச் சொந்தம் ஆயிரம் இருந்தும்,

தலைவனின் அன்பில் விளைவது தானே

உறவென்னும் சாம்ராஜ்ஜியம்"

என்பார் கவிஞர் வாலி. வாழ்வதற்காக ஓடிப்போவதற்கும், பிடித்தவருடன் வாழப்போவதற்கான 'ஒற்றுமையின் வேற்றுமையை' காலம்தான் மாற்றியமைத்துள்ளது. எப்படி வாழ்கிறோம் என்பது முக்கியம் என்பதைவிட, எந்தக் காலக்கட்டத்தில் வாழ்கிறோம் என்பதுதான் முக்கியமானது. காரணம் பல நிகழ்வுகளின் 'சரி / தவறுகளை' காலமே தீர்மானிக்கிறது. அப்படிப்பட்ட சூழ்நிலையை நீங்கள், கதை நீரோட்டத்தில் கையாண்டவிதம் அருமை.

இறை மலரான அகிலாவின் அகத்தூய்மை, ஆழமான பக்தி, ஸ்திதப்ரக்ஞனாக, உலகத்திலிருந்துகொண்டே உலகப் பற்றின்றி 'கண்ணன் என் காதலன்' என எந்நேரமும் உருகும் 'அகிலா' வித்தியாசமான ஆனால், நெஞ்சுக்கு நெருக்கமான பாத்திரம். பாரிஜாத மலரொன்று பட்டாடை உடுத்தி மிதந்து செல்வதுபோல, துளசிச்செடி ஒன்று பெண்ணாய் அவதரித்து

விட்டாற்போல, கோபமின்றி பிறரை நிந்திக்காமல் புலன் வழியில் மனதைச் செலுத்தாமல் அகவழியில் பயணித்து ஒரு ஜீவன் முக்தனின் வாழ்க்கையை உதாரணமாகக்கொண்ட அகிலா மனதை அள்ளிக்கொண்டு போகிறாள்.

"நிலா மலர்ந்த இரவினில் தென்றல்
உலாவும் நதிக்கரையில்
நீல நிறத்து பாலகன் ஒருவன்
குழல் ஊதி நின்றான்!
காலமெல்லாம் அவன் காதலை எண்ணி
உருகுமே என் உள்ளம்!"

என்ற அமரர் கல்கியின் வரிகளுக்கேற்ப, நட்சத்திரத்தை கண்ணால் பார்த்து மகிழாமல், கையில் பிடிக்க ஆசைப்படும் அகிலாவின் பாத்திரப்படைப்பு முற்றிலும் வித்யாசமானது. 'இப்படியும் ஒருவரா...?' என்ற கேள்விக்கு, 'ஆம், இப்படியும் ஒருவர்' இருக்கிறார் என்று அடக்கமாக உங்கள் எழுத்து சொல்வதுதான் பேரழகு...!

இவர்களுடன், குடும்பநிலை உணர்ந்து, யதார்த்தத்தின் மறுவடிவமாக, கடினமான நேரங்களில் கைகொடுக்கும் மூத்த மலராக பானுமதி.

நீங்கள் வார்த்தை இழைகளால் இவர்களை வைத்து தொடுத்தெடுத்த மலர்மாலையில், நான் ரசித்த வரிகளில் சிலவற்றை இங்கே சொல்லியே ஆகவேண்டும்.

'ஒரு தனிமனிதனுக்கு கொடுக்கும் மரியாதை, கௌரவம் எல்லாமே மேலோட்டமான முகமூடிதான். அது கொடுக்கும் மரியாதையிலேயே நம் கவனம் எப்பொழுதும் இருக்கும்படி பார்த்துக்கொள்கிறது. இது ஒரு ஏமாறுதல் என்று புரியாமலேயே மனிதன், அந்த போலி கௌரவத்திற்கு அடிமையாகிப் போகிறான். என்றேனும் ஒருநாள் அந்த மரியாதையும், கௌரவமும் பறிக்கப்படும்பொழுது, தன் சுயத்தை

இழந்துவிட்ட உறுத்தல் அவனுக்கு ஏற்படுகிறது. உண்மையில் தான் எதையும் இழந்துவிடவில்லை என்பதை அவன் அறிய மறுக்கிறான்.'

'தன்னை வடிவமைத்துக் கொள்ளத்தான் ஒவ்வொரு மனிதனும், தன் சுயத்தை தொலைத்துக் கொண்டிருக்கிறான்.'

'குழந்தைகள் நம் மூலம் பிறக்கிறதே தவிர, நம்முடையவை அல்ல.'

'அமிர்தத்தை கையில் வைத்துக்கொண்டு பாற்கடலைக் கடைவதற்கு அலைகிறாள் என் பெண்.'

'புகையாய்த் தோன்றிய முகமற்ற ஒரு உருவத்தோடு, காதல் இருந்தது, ஊடலும் கூடலும் இருந்தது. அந்த கற்பனை சுகம், என்று நிஜமாகப் போகிறது என்று மனசு ஏங்கத்தான் செய்கிறது.'

'பிரேம சாகரத்தில் தத்தளித்துக் கொண்டிருக்கும் என்னை மானிடவலையில் சிக்க வைத்துவிடாதே...!'

'எல்லோரும் ஒருநாள் சாகப்போகிறோம் எதுக்கு கோபமும், துவேஷமும்?'

இப்படி நிறைய சொல்லலாம்.

வில்லன்களே கதைநாயகனாக உருவாக்கப்படும் இன்றைய காலகட்டத்தில், கதை மாந்தர்கள் எல்லோரும் நேர்மறை எண்ணத்துடன் இருப்பது மனதிற்கு பெரிய ஆறுதல். மூத்த மருமகனாக இருந்தாலும் மகனாக இறங்கி உதவிசெய்யும் ராஜாராமன், கோபத்திலும் நியாயம் காட்டும் பானுவின் மாமியார், நான் என்ன நினைக்க? தெய்வம் என்ன நினைக்கிறதோ, அதுதான் நடக்கும் என்று கூறும் நல்ல மனம் படைத்த முதலியார், 'பெண் என்பவள் தன் முடிவைத் தானே எடுப்பவளாக இருக்கவேண்டும்' என்று கருதும் ரகுராமன், யதார்த்தவாதியாக ரகுராமனின் தந்தை, மற்ற எல்லாப் பாத்திரங்களையும் ஒருநொடியில் தன்

தன்மையினால் பின்னுக்குத் தள்ளக்கூடிய 'சுந்தரம்', என பாத்திரப் படைப்புகள் சிறப்பானவை.

கைலாயத்தையும், திருவரங்கத்தையும் ஒருசேர அனுபவிக்க வைத்த, 'ஆசை முகம் மறந்தாயோ?' நாவல்தான், எனக்கு வித்யா சுப்ரமணியம் அவர்களை முதலில் அறிமுகப்படுத்தியது. அவர்களின் அனைத்துப் படைப்புகளும் என்னைக் கவர்ந்தவைதான். சில விஷயங்கள் ஏன் என்றே தெரியாமல் பனிமூட்டமாக நம் நினைவுகளில் இருந்து கொண்டேயிருக்கும் அல்லவா... இந்த புதினத்தைப் பொறுத்தவரை, கதையின் முக்கியப் பாத்திரமான 'அகிலா' நம் நெஞ்சத்தடத்தில் இருந்து கொண்டிருப்பாள் என்பது நிஜம்!

எழுத்தில் எப்பொழுதும் வித்தியாசம் காட்டும் அன்புள்ளம் கொண்ட வித்யா அவர்களுக்கு, வாழ்வில் என்றும் வெற்றிகள் கிட்டட்டும் என்று இறைவனை இறைஞ்சுகிறேன்.

வாழ்த்துக்களுடன்,
லலிதா சுரேஷ்குமார்

❋❋❋

1

சத்திரத்து வாசலில் நின்றிருந்தார் நடராஜன். ஆட்கள் யாருமின்றி சத்திரம் ஹாவென்று இருந்தது. நாளை இப்படி இருக்காது. கல்யாண வீட்டின் சந்தோஷமும், பேச்சும் சிரிப்பும், பாத்திர ஓசைகளும், பட்டுப்புடவை சரசரப்புகளுமாய் அமர்க்களப்படும். இன்னும் சற்றுநேரத்தில் மளிகை சாமான்களும், அரிசி மூட்டையும் வந்திறங்கும். அதை இறக்கி, உள்ளே போட்டு பத்திரப்படுத்தத்தான் அவர் வந்திருக்கிறார்.

நடராஜன் உள்ளே நுழைந்து, சத்திரத்தை மெல்ல வலம் வந்தார். கல்யாணத்தை முன்னிட்டு சத்திரம் சுத்தப்படுத்தப்பட்டிருந்தது. தரை அலம்பி விடப்பட்டிருந்ததால் சில்லென்று இருந்தது. சரியாகக் காயாமல் இன்னும் ஆங்காங்கே ஈரக்குளம் கட்டியிருந்தது. காலடித்தடங்கள் சில இடங்களில் பழுப்பாய்க் காய்ந்து போயிருந்தது. சின்ன சத்திரம்தான். ஆனால் வசதியாகவும் இருந்தது. இதுபோதும். இவ்வளவுதான் அவரால் முடியும். ஒரு சர்க்கார் குமாஸ்தாவுக்கு மூன்று பெண்கள் என்பது மிகவும் செலவுக்குரிய விஷயம். என்ன செய்ய? சாவித்திரிக்கு பிள்ளை வேண்டுமென்று ஆசை. ஆனால் பிறக்கவில்லை. மூன்றும் பெண்ணாகவே பிறந்துவிட்டது. அடுத்த முயற்சிக்கு இருவருக்கும் துணிச்சல் இல்லை. கண்ணீரோடு கர்ப்ப வாசலை இழுத்து மூடினாள் சாவித்திரி.

மூன்று பெண்களும் வளர வளர வயிறு நெருப்பைக் கட்டிக்கொண்டது. எப்படி...? எப்படி கரையேற்றப் போகிறோம்? என்ற கவலை சூழ்ந்தது. சர்க்கார் கொடுக்கும் சம்பளம் போதாமல் பகுதி நேர வேலையாக வக்கீல் ஒருவரிடம் தட்டச்சராகவும் உழைக்க வேண்டியிருந்தது. யார் யாரோ திரும்பிப் பார்ப்பதற்குள் எப்படி எப்படியோ முன்னேறி விடுகிறார்கள். வீடும் வாசலும் காரும் பங்களாவும் நகையும்

நட்டும் மிகக் குறுகிய காலத்திற்குள் எப்படி அவர்களிடம் சேர்கிறதோ தெரியவில்லை. அப்படியே அதற்கொரு குறுக்குவழி இருந்தாலும், அவரால் அது முடியாது. அவர் வளர்ந்த விதம் அப்படி. வளர்க்கப்பட்ட விதம் அப்படி.

ஆசாரம் என்பது செயல்களில் மட்டுமல்ல, சிந்தையிலும் இருக்க வேண்டும் என்று நினைப்பவர். அப்படியே இத்தனை காலம் வாழ்ந்தாயிற்று. மரியாதையும், கௌரவமும் காசு பார்த்து வருவதில்லை என்பதற்கு உதாரணமாய் வாழ்பவர். காசில்லாவிட்டாலும் செல்லுமிடத்தில் எல்லாம் மரியாதைக்குப் பஞ்சமில்லை. ஆனால் வெறும் மரியாதை மட்டும் பெண்ணின் கல்யாணத்திற்கு உதவாது என்பதைப் பல சந்தர்ப்பங்கள் அவருக்கு உணர்த்தியபோது அவர் கொஞ்சம் துவண்டுதான் போனார். மூத்தவள் பானுமதிக்கு வரன் பார்க்க ஆரம்பித்ததும்தான் உலகம் புரிய ஆரம்பித்தது அவருக்கு.

பானுமதிக்கு அழகுக்குக் குறைவில்லை. மாநிறம், களையான முகம். கலகலப்பான சுபாவம். பி.ஏ டிகிரி வாங்கும் வரைதான் படிக்க வைக்க முடிந்தது, அவள் சமைத்தால் மணமிருக்கும். காரிய சுத்தமிருக்கும். ஆனால் இதுமட்டும் அவளைப் பெண் பார்த்து சென்றவர்களுக்குப் போதவில்லை. அவர்கள் கேட்ட தங்கம், வெள்ளி, ரொக்கப் பணம் இதர சீர்வரிசைகள் எல்லாமே அவர் சக்திக்கு மீறியதாயிருந்தது. நடராஜன் எதுவும் வற்புறுத்திக் கேட்காத வரனாய்த் தேடினார். தன்னால் முடிந்ததை ஆசையோடு செய்ய விரும்பினார். கேட்பவனை எதுவுமே திருப்திப்படுத்தாது. கேட்காதவனுக்கு முடிவதைவிட அதிகம் செய்ய மனது ஆசைப்படும்.

ஏழு இடம் தட்டிப் போயிற்று.

"எட்டாவதாய் கிருஷ்ணன் வருவான் பானு" அவர் அவளை சமாதானப் படுத்துவதுபோல் சொல்லி சிரித்தார்.

"ரொம்பக் கஷ்டமப்பா" பானு சிரித்தாள்.

"ஏம்மா?"

"கூடவே ஆயிரம் கோபிகையும் அவனோட வந்தா என் கதி என்னாறது?" பானு அமைதியாய் சொல்ல வீடே சிரித்தது.

எட்டாவது கிருஷ்ணன் என்று சொன்னாலும் வந்தது ராமன்தான். ராஜாராமன் அழகாயிருந்தான். பானுவைப் போலவே கலகலப்பாயிருந்தான். கம்பெனி ஒன்றில் உத்தியோகம். மிக நல்ல சம்பளம் இல்லாவிட்டாலும் மோசமில்லை. முடிந்ததைச் செய்யுங்கள், பெண்ணை எனக்கு பிடித்திருக்கிறது என்றான்.

மற்ற இரண்டு பெண்களும் சந்தோஷமாக அக்காவைக் கட்டிப்பிடித்துக் கொண்டார்கள். நடராஜன் முகூர்த்தநாள் பார்த்தார்.

நாளை கல்யாணம். இன்று பிற்பகல் முதல் சத்திரம் களை கட்டிவிடும்.

வாசலில் மூன்று சக்கர டெம்போ ஒன்று வந்து நின்ற சப்தம் கேட்டு நடராஜன் வாசலுக்கு வந்தார்.

அரிசி மூட்டையும், மளிகை சாமான்களையும் இருவர் இறக்கி வைக்க, நடராசன் அவற்றை சரிபார்த்து சாமான் உள்ளில் வைக்கச் சொல்லி கதவைப் பூட்டி, சாவியை பத்திரப்படுத்தினார்.

அடுத்தாற்போல் விறகு வண்டி வர, அதையும் சமையற்கட்டுக்கு அருகில் திறந்த வெளியில் அடுக்கச் சொன்னார். வாசற்பக்கம், வளையல்களின் சப்தமும், சிரிப்போசையும் கேட்டது. நடராஜன் பின்கட்டிலிருந்து முன்பக்கம் வந்தார். கையில் அரிசிமாவுக் கரைசலோடு தன் தோழிகள் இருவருடன் வந்து கொண்டிருந்தாள் கடைசி பெண் அகிலா.

பெற்ற பெண்தான் என்றாலும், அகிலாவைப் பார்க்கும் போதெல்லாம் துளசிச்செடி ஒன்று பெண்ணாய் அவதரித்து விட்டாற்போல்தான் ஒரு தெய்வீகம் தெரியும் அவருக்கு. மற்ற

இரண்டு பேரைப்போல் அல்ல அவள். ஏதோ ஒரு அம்பிகை கோவிலிலிருந்து தப்பித்து வந்து அவருக்குப் பெண்ணாய்ப் பிறந்தாற்போலிருக்கும். அது உண்மை என்றால், எதற்கு இந்த ஏழை வீட்டில் என்பதுதான் புரியவில்லை. எந்த ஜென்மாவில் எந்த அம்பிகையிடம் நீ எனக்கு மகளாய்ப் பிறக்க வேண்டும் என்று வேண்டிக்கொண்டேன்? என்றுதான் யோசிப்பார். அவளைப் பார்க்கும் போதெல்லாம் சிலிர்ப்பு வரும். சிலநேரம் தன் மகள் என்பதையும் மறந்து கரம் கூப்பத்தோன்றும்.

அகிலா மஞ்சள் பட்டுப் பாவாடையும், மயில் கழுத்து நிறத்தில் தாவணியும் அணிந்து தங்கச்சிலை மாதிரி நடந்து வந்தாள். கண்களில் ஒளி. முகத்தில் மந்தஹாசச் சிரிப்பு. நடராஜன் பெண்ணைக் கவலையோடு பார்த்தார். "இந்த அம்பிகையைக் கரை சேர்க்கும் சக்தியை எனக்குக் கொடு தெய்வமே" உள்ளே வேண்டினார்.

"உங்களை டிபன் சாப்ட வரச்சொன்னாப்பா". வீணையின் நாதம் போன்ற குரலில் சொன்னாள் அவள்.

"ஜமக்காளமும், சாப்பாட்டு மேசைகளும், மடக்கு சேர்களும், கொண்டு வருவான். இறக்கி வெக்கச் சொல்றயா?"

"ம்"

"எண்ணிக்கைல ஒரு கண் இருக்கட்டும். கோலம் போடற சுவாரசியத்துல மறந்துடப்போறேள்"

"பாத்துக்கறோம்ப்பா"

நடராஜன் வீட்டுக்குக் கிளம்பினார். இரண்டு தெரு தள்ளிதான் வீடு இருந்தது. நாலு பிராமணக் குடும்பங்கள் கொண்ட வாடகை வீடு. நாச்சியப்ப முதலிதான் வீட்டுக்கு சொந்தக்காரர். பதினாறு வருடமாய் அங்குதான் வாசம். அந்த வீட்டிற்கு வரும்போது அகிலா ஒரு வயது குழந்தை. கைக்குழந்தையோடு வீடு கேட்டு அவர் வந்தபோது முதலில் குழந்தையைத்தான் பார்த்தார் முதலியார். குழந்தையைப்

பார்த்து அவர் வாவென்று கை நீட்ட, கொள்ளைச் சிரிப்போடு அவரிடம் தாவினாள் அகிலா. மார்போடு அணைத்தவாறு கண்ணை மூடிக்கொண்டார்.

"ஐயரே... என் ஆயுசுல இப்டி ஒரு தெய்வீகக் குழந்தையைப் பாத்ததில்ல நான். வீட்டுக்குப் போனதும் மொதல்ல சுத்திப் போடுங்க குழந்தைக்கு"

"வீடு..." நடராஜன் இழுக்க

"என்ன சந்தேகம் பார் உங்க அப்பாருக்கு" முதலியார் குழந்தையிடம் சொன்னபடி அவரைப் பார்த்தார்.

"இந்த குழந்தைய வேற வீட்டுக்கு போக விட்ருவேனா? ஒண்ணு செய்யும் குழந்தை இங்கயே இருக்கட்டும். இன்னிக்கே நல்ல நாள்தான். போய் சாமான்களை எல்லாம் அள்ளிப் போட்டுக்கிட்டு வந்திடும். இன்னிக்கே பாலைக் காய்ச்சிடுங்க. இந்தாங்க சாவி"

"வாடகை... எவ்ளோன்னு..."

முதலியார் பெரிதாகச் சிரித்தார்.

வீட்டை சும்மாவா தருவேன்? குடக்கூலிக்குதான். இதப்பாரும் ஐயரே, இது மைலாப்பூர். வீடு வசதியார்க்கான்னு பாரும். நா எப்பவாச்சும்தான் அங்க வருவேன். மத்தபடி என் பிக்கல் பிடுங்கல் எதுவும் அங்க இருக்காது. மத்த குடித்தனக்காரங்களும் உங்களவங்கதான். தங்கமானவங்க. அவங்க வரிசையா வந்து இந்த டீபாய் மேல பணத்தை வெச்சாங்கன்னா அன்னிக்கு தேதி ஒண்ணுன்னு அர்த்தம். நா வாடகையும் அடிக்கடி ஏத்தமாட்டேன். போங்க போய் வேலையைப் பாருங்க. உங்க சக்திக்குள்ளதான் வாடகை இருக்கும். தைரியமாப் போங்க. முதலியார் குழந்தையோடு கொஞ்ச ஆரம்பித்து விட்டார்.

நடராஜன் வீட்டுக்குச் சென்று மனைவியிடம் விஷயத்தைச் சொல்ல அவள் முகம் மலர்ந்தது. ஒரு பையில் ஸ்டவ்வும்,

இரண்டு பாத்திரங்களும் தம்ளர்களும், சர்க்கரை டப்பாவும், மற்றொரு பையில் சாமி படமும், விளக்கும், சின்ன பாட்டிலில் எண்ணையும், ஊதுபத்தியும், வத்திப் பொட்டியும் எடுத்துப் போட்டுக்கொண்டு உடனே கிளம்பினாள்

புது வீட்டுக்கு வந்து வீட்டைத் திறந்தார்கள். எடுத்தவுடன் ஒரு வராண்டா, பிறகு ஒரு கூடம், அதை ஒட்டி ஒரு பக்கம் படுக்கையறை ஒன்றும். இந்தப் பக்கம் சமையலறையும் இருந்தது. நாலு வீட்டுக்கும் நடுவில் பெரிதாய் முற்றம். அங்கே கார்ப்பொரேஷன் அடி பம்ப்பும், போர் பம்ப் ஒன்றுமிருந்தது. பின்பக்கம் நாலு வீட்டுக்கும் பொதுவாக இரண்டு கழிவறைகளும், இரண்டு குளியலறைகளுமாக படுசுத்தமாக இருந்தது.

"வாடகை அதிகம் கேட்டா என்ன பண்றது? நம்மால முடியுமா? நீங்க அதை கண்டிஷனா கேட்டுண்டு வந்திருக்கணும்" சாவித்திரி பயந்தாள்

"பார்ப்போம். அவரைப் பார்த்தா அப்டி கேக்கறாப்பல தெரியல." அவளுக்கு சமாதானம் சொல்லிவிட்டாலும் கூட ஏதோ ஒரு பயத்தோடுதான் குடித்தனம் வந்தார் அங்கே...

❋❋❋

2

ஒன்றாம் தேதி நடராஜன் உத்தேசமாக நூற்றி ஐம்பது ரூபாயை எடுத்துக்கொண்டு முதலியார் வீட்டுக்குப் போனார். மற்ற மூன்று குடித்தனக்காரர்களும் தங்கள் வாடகையைக் கொடுத்துவிட்டுப் போனதும், கடைசி ஆளாக தனது குடக்கூலியை டீபாயின்மீது வைத்துவிட்டு முதலியைக் கவலையோடு பார்த்தார்.

"எவ்ளோ தரணும்னு தெரியல. நீங்களும் சொல்லல. எனக்கு ஒண்ணும் புரியல"

முதலியார் பணத்தையும் அவரையும் மாறிமாறிப் பார்த்தார்.

"அப்டின்னா நூத்தம்பதுக்கு தகும்னு தோணுது இல்லையா?"

"அய்யோ அப்டி இல்ல இன்னும் வேணும்னாகூட..."

"இந்தாரும்..." முதலியார் ஐம்பது ரூபாயை எடுத்து அவரிடமே நீட்டினார்.

"நூறு போதும் போங்க."

நடராஜன் நம்பமுடியாமல் பார்த்தார்.

"மத்தவங்களும் நூறுதான் தராங்க. அதேதான் உங்களுக்கும்"

"ரொம்ப நன்றி முதலியார்"

"எதுக்கு...? நா என்ன சும்மாவா விட்டிருக்கேன். அதுசரி, எங்கே அந்த குட்டிய கண்லயே காட்ட மாட்டேன்றீங்களே?"

"யாரு அகிலாவையா?"

"ஆமா. கொண்டு வந்து விடுங்க. கொஞ்ச நாழி இருக்கட்டும். எம்பொண்டாட்டிக்கு பொட்டைபிள்ளைன்னா கொள்ளை ஆசை. ஆனா பொறக்கலையே"

"அப்டின்னா எல்லாமே பிள்ளையா உங்களுக்கு?"

"ஒண்ணே ஒண்ணு கண்ணே கண்ணுன்னு ஒரு பிள்ளை மட்டும்தான். அஞ்சு வயசாகுது. டேய் கண்ணா சுந்தரம்..." முதலியார் உட்புறம் திரும்பி குரல் கொடுக்க, அரை நிஜார் அணிந்த குழந்தையொன்று ஓடிவந்தது.

பையன் நிறத்துக்கு அப்பாவைக் கொண்டிருந்தான். நல்ல கருப்பு. ஆனால் முகம் களையாயிருந்தது. நோஞ்சான் உடம்பென்றாலும் துருதுருவென்றிருந்தான். கண்களில் மெல்லிய கூச்சமும் தயக்கமும் இருந்தது.

"என்ன படிக்கற கொழந்தே?"

"ஒண்ணாவது"

"நல்லா படிக்கணும் சரியா?"

அது வெட்கத்தோடு தலையாட்டியது.

"நம்ம குடும்பத்துல யாரும் பெரிய படிப்பாளியில்ல. இவன் படிப்பானா தெரியாது. படிச்சாலும் சந்தோஷம். இல்லாட்டி ஏதாவது கடை வெச்சு கொடுத்துட வேண்டியதுதான். இருக்கற சொத்தை நாலா பெருக்கற வித்தையக் கத்துக்கிட்டா போதும்."

"அதுக்கும் கொஞ்சம் படிப்பு வேணுமே. இப்பதானே முதல் வகுப்பு. படிக்கமாட்டான்னு நீங்களா ஏன் நினைக்கறீங்க? நல்லா வருவான்னு நினைங்க"

"நா என்ன நினைக்க? தெய்வம் என்ன நினைக்குதோ அதும்படிதானே எல்லாம் நடக்கும். இவன் படிச்சா வேணாம்னா சொல்லப் போறேன்?"

"வாஸ்தவம். அப்ப நா புறப்படறேன்"

"குழந்தையைக் கொடுத்தனுப்புங்க மறக்காம"

"ஆகட்டும்" அவர் கிளம்பினார்.

பள்ளியில் சேர்க்கும்வரை பாதிநாள் அகிலா முதலியின் வீட்டில்தான் இருந்தாள். அங்கேயே சாப்பாடு, மதியத் தூக்கம் என்று அவளது பொழுது கழிந்தது. பாதிநாள் இரவுகூட அவள் தூங்கின பிறகுதான் கொண்டு வருவார்கள்.

அங்கிருந்து குழந்தையைக் கொண்டுவரும் போதெல்லாம் முதலியார் வியந்து போவார். "இந்த சின்ன வயசுலயே என்ன சமத்து அய்யரே உம்ம குழந்தை! என்ன ஒரு நிதானம்! என்ன தீர்மானம்! ஆச்சர்யமா இருக்கு ஓய்! இது குழந்தையா இல்ல அம்பாளோட அவதாரமான்னு தெரியலையே!"

முதலியாரின் வியப்பு பெற்றவர்களையும் தொற்றிக்கொள்ளும். முதலியாருக்கு மட்டுமல்ல. மற்ற குடித்தனக்காரர்களுக்கும் அகிலா செல்லக் குழந்தையானாள்.

அகிலாவுக்கு ஏழு வயதாகும்போது முதலியார் தன் பிள்ளை சுந்தரத்தை பெங்களூரில் ஒரு பள்ளியில் சேர்த்துவிட்டதால் பாதிநாள் பெங்களூரிலும் மீதிநாள் இங்கும் இருப்பார். சென்னையில் இருக்கும்போதெல்லாம் அவரே வீட்டுக்கு வந்துவிடுவார் அகிலாவைக் காண.

ஒரு கட்டத்தில் பெங்களூரிலேயே முழுக்க தங்கியிருக்க வேண்டிய நிர்ப்பந்தம் ஏற்பட, தானிருந்த பெரிய வீட்டை வங்கி ஒன்றிற்கு வாடகைக்கு விட்டார். நடராஜன் குடியிருந்த வீட்டின் மாடியில், தான் வரும்போது தங்குவதற்கு வசதியாக ஒரு அறை கட்டிக்கொண்டார். அந்த அறையின் சாவியை நடராஜனிடம் ஒப்படைத்திருந்தார்.

ஆயிற்று. பதினாறு வருடங்களாகிவிட்டது. இதுவரை இரண்டு முறைதான் வாடகையைக் கூட்டியிருக்கிறார். இன்னும் கூடுதலாய் அவர் கேட்டாலும் குடித்தனக்காரர்கள் கொடுக்கத் தயாராகவே இருந்தாலும், முதலியார் அதிகம் ஆசைப்படவில்லை. இதுபோல் மனிதர்களைக் காண்பது அபூர்வம்.

பானுமதியின் கல்யாணம் நிச்சயமானபோது அவர் சென்னையில்தான் இருந்தார்.

"பையன் நல்லா இருக்கான் நடராஜன். செலவு முன்ன பின்ன ஆச்சுன்னாலும் முடிச்சுடும்." என்று தைரியம் கொடுத்தார்.

நடராஜன் இரவு முழுக்க உட்கார்ந்து செலவுக்கணக்கு போட்டுப் பார்த்தார். எப்படிப் பார்த்தாலும் பட்ஜெட்டில் முப்பதாயிரத்திற்கு துண்டு விழுந்தது. என்ன செய்வதெனப் புரியாது திகைத்தார்.

ரெண்டுநாள் கழித்து வாடகைப்பணம் கொடுப்பதற்காக முதலியாரின் அறைக்குச் சென்றவரை ஏற இறங்கப் பார்த்தார் முதலியார்.

"எங்க உங்க தோளிலிருக்கும் துண்டைக் காணும்? ஒருவேளை அதுதான் பட்ஜெட்ல போய் விழுந்திடுச்சோ?"

நடராஜன் திடுக்கிட்டாற்போல் அவரைப் பார்த்தார்.

"நீங்க சொல்லாட்டி தெரியாதாக்கும்? அதுசரி அந்த பட்ஜெட் துண்டோட விலை எவ்ளோ இருக்கும்?"

"அது..."

"சும்மா சொல்லும்"

"எவ்ளோ சிக்கனமா கணக்குப் போட்டாலும் முப்பதாயிரம் கையக் கடிக்குது"

"அவ்ளோதானே?" என்று சிரித்தார் முதலியார்.

"அதுசரி உங்களுக்கு இது தூசிதான். எனக்குதான் இந்தத் தூசி கண்ணுல. விழுந்து பார்வைய மறைக்குது"

"நா வேணா எடுத்துவிடவா?"

நடராஜன் திகைப்போடு அவரைப் பார்க்க, அவர் செக்புக் எடுத்து முப்பதாயிரத்திற்கு எழுதி காசோலையை அவரிடம் நீட்டினார்.

நடராஜன் மலைத்துப் போனார். மளுக்கென்று கண்களில் நீர் நிறைந்தது. தொண்டையடைத்துக் கொண்டு வார்த்தைகள் வெளிவர மறுத்தது. முதலியாரின் கரங்களைப் பற்றிக்கொண்டவரின் கைகள் நடுங்கின.

"வேணாம் ஒண்ணும் சொல்லவேணாம். போய் ஜாம் ஜாம்னு கல்யாணத்தை நடத்துங்க. இந்தப் பணம் சும்மா இல்ல. கடன்தான். வட்டியில்லாக் கடன். எப்போ முடியுதோ அப்போ திருப்பித்தந்தா போதும். கெடுவெல்லாம் கிடையாது. உம்ம பொண்ணு கல்யாணத்துக்கு என்னால முடிஞ்ச ஒத்தாசை" முதலியார் அவர் தோளில் பரிவோடு தட்டிக்கொடுத்து அனுப்பினார்.

கல்யாண காரியங்கள் மளமளவென்று ஆரம்பித்தது. முதலியாருக்குதான் முதல் அழைப்பு அனுப்பப்பட்டது. கண்டிப்பாக வந்துவிடுவதாக அவரிடமிருந்து தபால் வந்தது.

நடராஜன் வீட்டிற்குள் நுழைந்தார். வீடு முழுக்க உறவு ஜனம். எல்லோரும் சத்திரத்திற்கு புறப்படும் பரபரப்பில் இருந்தார்கள். அடுக்களையில் இட்லிக்கடை அமர்க்களப்பட்டுக் கொண்டிருந்தது. தரை முழுக்க பூக்கள் உதிர்ந்திருந்தன.

பானுமதி கல்யாணக் களையோடு அம்மாவுக்கு உதவிக் கொண்டிருந்தாள். சுற்றிலும் உறவுகள் வாய்க்கு வாய் அவளைக் கிண்டலடித்து சிரித்துக் கொண்டிருந்தார்கள்.

பானுவுக்கு அடுத்தவளான சரளா அப்பாவுக்கு சுடச்சுட இட்டிலியும் சட்டினியும் எடுத்து வந்தாள்.

முதல் வாய் இட்டிலியை விள்ளும்போதே, முதலியார் வந்தாச்சு என்று யாரோ கூறுவது கேட்க, அவர் அவசரமாய் தட்டை வைத்துவிட்டு எழுந்து வாசப்பக்கம் வந்தார்.

"வாங்கோ முதலியார்" அவரை வரவேற்றார். "வீட்டுல யாரும் வரலையா?"

"அங்க கொஞ்சம் அசௌகர்யம். நா மட்டும்தான் வந்தேன்."

"சுந்தரம் எப்டி இருக்கான்?"

"நல்லார்க்கான். கஷ்டப்பட்டு பி.ஏ. பாஸ் பண்ணிட்டான். கடை வெச்சுக் கொடுத்துட்டேன். டிவிலேர்ந்து ஆரம்பிச்சு எல்லா சாமானும் விக்கற கடை. நல்லா போகுது. ஆனா பாருங்க, கஸ்டமர்கிட்ட பேசக்கூட கூச்சப்படறான். இவனுக்குத் துணையா யாராச்சும் இருந்துக்கிட்டே இருக்க வேண்டியிருக்கு" முதலியார் சிரித்தார்.

"சரி வாங்க... டிபன் சாப்டலாம்"

"மொதல்ல குளிக்கணும். அப்பறம்தான் எல்லாம்..." முதலியார் கைப்பையை வைத்துவிட்டுப் பின்பக்கம் போனார்.

❋❋❋

3

பானுமதியும் ராஜாராமனும் கன்னூஞ்சல் ஆடிக் கொண்டிருந்தார்கள். ஊஞ்சலைச் சுற்றிலும் பாட்டும் சிரிப்பும் அமர்க்களப்பட்டுக்கொண்டிருந்தது. மாமிகள் பச்சைப்பிடி சுற்றி நாலாபுறமும் வீசிக் கொண்டிருந்தார்கள்.

முதலியார் மண்டபத்தின் ஒரு ஓரமாக அமர்ந்து வேடிக்கை பார்த்துக்கொண்டிருந்தார். பாரிஜாத மலரொன்று பட்டாடை உடுத்தி மிதந்து செல்வதுபோல் நடமாடிக் கொண்டிருந்த அகிலாவோடே அவர் கண்களும் சென்றுகொண்டிருந்தது. அவளைக் காணக்காண உள்ளே பிரம்மிப்பு கூடிக்கொண்டு போயிற்று. ஏதோ ஒரு தேவலோகப் பெண் சாபமேற்று பூமியில் பெண்ணாய்ப் பிறந்திருக்கிறதோ என்று தோன்றியது. அவளது அமைதியும், புன்சிரிப்பும், அத்தனை பேரோடும் அவள் பேசிய பாங்கும், உபசரித்த விதமும், ஓடியாடி செய்த காரியங்களும், பார்க்கப் பார்க்க, யாருக்குக் கொடுத்து வைத்திருக்கிறதோ என்று வியக்கவைத்தது. இப்படியொரு பெண் தனக்கு பிறந்திருக்கக் கூடாதா என்று ஏங்கவைத்தது.

அதுசரி பிறக்காவிட்டால் என்ன? இத்தனை காலம் பெண்ணாய்த்தானே நினைத்து பாசம் காட்டிக்கொண்டிருந்தேன். அப்படியே இருந்துவிட்டு போகட்டும்.

யாரோ கெட்டிமேளம் என்று குரல் கொடுக்க, மேளமும் நாயனமும் உச்சஸ்தாயியில் ஒலிக்க, முதலியார் கையிலிருந்த உதிரி புஷ்பங்களை மணமக்களை நோக்கி வீசியெறிந்து ஆசீர்வதித்தார். முகூர்த்தம் முடிந்த கையோடு அவசரமாகச் செல்லவேண்டிய கூட்டம், பந்தியில் இடம் பிடிக்க சாப்பாட்டுக்கூடம் நோக்கி நகர்ந்தது.

முதலியார் மணமேடை நோக்கிச் சென்றார். பானுமதியும், ராஜாராமனும், சப்தபதி முடித்து பெரியவர்கள் காலில் சலிக்காமல் விழுந்து ஆசி பெற்று கொண்டிருந்தார்கள்.

"என்ன நடராஜன் மாப்பிள்ளை வந்தாரா?" முதலியார் அவர் கையைக் குலுக்கியபடி கேட்க, நடராஜன் அவர் கரங்களை இழுத்து கண்ணில் ஒற்றிக்கொண்டார்.

"உங்க புண்ணியத்துல ஒரு கஷ்டமும் இல்லாம மாப்பிள்ளை வந்துட்டார் முதலியார்"

"அடடே நா என்னத்த செய்துட்டேன்? கடன் நடராஜன், வெறும் கடன்! இதுக்குப்போய்...?"

"அதுகூட யார் இப்டி தூக்கிக் கொடுப்பா முதலியார் எந்த பிணையும் இல்லாம? முப்பது ரூபா கொடுக்கவே தயங்கற லோகத்துல முப்பதாயிரத்த அசாதாரணமா தூக்கிக்கொடுத்தேளே. என் பூர்வஜன்ம புண்ணியம் உங்க வீட்டுல குடிவந்தது" நடராஜன் பெண் மாப்பிள்ளையை அழைத்து முதலியார் காலில் விழுந்து ஆசிபெறச் செய்தார். முதலியார் ஆயிரத்தோரு ரூபாய் வைத்த கவரை பானுவின் கையில் கொடுத்து அவள் தலையில் கைவைத்து ஆசீர்வதித்தார்.

"அகிலா முதலியார் மாமாவ சாப்ட கூட்டிண்டு போய் பக்கத்துலயே நின்னு கவனிச்சுக்கோம்மா" அந்தப்பக்கம் வந்த அகிலாவுடன் அவரை அனுப்பினார். அன்று மாலையே முதலியார் ஊருக்குப் புறப்பட்டுவிட்டார். ஒரு அட்டைப்பெட்டி நிறைய சீர் பட்சணங்களும், பழ வகையறாக்களும், தாம்பூலமும், கட்டிக்கொடுத்து அவரை வழியனுப்பி வைத்தார். அவர் போனபிறகு, அவரிடம் வாங்கிய கடன் விஸ்வரூபமெடுத்து பயமுறுத்தியது. எப்படி அடைக்கப்போகிறேன்?

ராஜாராமன் அக்னி வலம் வந்து அம்மி மிதித்து, பொரியிட்டு இதர சடங்குகளை செய்து கொண்டிருந்தான். சாரதாவின் மன்னி பானுமதியின் காலில் மெட்டி போட்டு விட்டாள். ராஜாராமன் அவள் பாதம் பற்றியபோது யாரோ "கற்பகவல்லி நின் பொற்பதங்கள் பிடித்தே நற்கதி அருள்வாயம்மா" என்று பாட ஒரே சிரிப்பு சத்தம். பானுவின் முகம் வெட்கத்தில் சிவந்தது.

கல்யாணம் என்பது மகிழ்ச்சியான விஷயம். உள்ளும் புறமும் மகிழ்ச்சி நிறைந்த முகங்களை காண்பது அதீத சுகம் நிறைந்தது. அதையும் மீறி நடராஜனின் மனதில் மட்டும் முள்ளொன்று குத்திக் கொண்டிருந்தது. கடன்பட்ட நெஞ்சம் கலங்கியது. கடனடைக்க வழி யோசித்து. கும்மிருட்டில் தடுமாறித் தவித்தது.

கட்டுசாதக் கூடைகள் தயாராகி கூடத்தில் கொண்டுவந்து வைக்கப்பட்டது. அப்பாவின் காலில் விழுந்து விடைபெற்றபோது பானுமதி உடைந்து அழுதாள்.

"என்னை ஏம்ப்பா பொண்ணாப் பெத்த...? உங்களை எல்லாம் விட்டுட்டு நா எப்டி இருப்பேன்?" அவள் அழ நடராஜனும் உடைந்து அழுதார். ஒரு பக்கம் சந்தோஷம், மறுபக்கம், பிரிவுத்துயர்! இந்த நிலை பெண்ணைப் பெற்ற ஒவ்வொரு தகப்பனுக்கும் ஏற்படும். பானுமதி புருஷன் கையை விட்டுவிட்டு அப்பாவைக் கட்டிக்கொண்டு அவர் தோளில் முகம் புதைத்து குலுங்கினாள்.

மற்றவர்களுக்கும் அழுகை வந்தது. ராஜாராமன் அவர் தோளில் ஆறுதலாய் கை வைத்தான்.

"மாமா என்ன இது நீங்க இப்டி உணர்ச்சிவசப்படலாமா? பானு, பைத்தியமே அப்பாவை விட்டுட்டு கடல் தாண்டியா போகப்போற? நினைச்சா பிறந்த வீட்டுக்கு போயிட்டு வர துாரத்துலதான இருக்கப்போற. நீ உங்காத்துக்கு போயிட்டு வர, யார் தடை சொல்லப்போறோம்?"

"அதானே நன்னார்க்கு போங்கோ நடராஜன், சின்னக் குழந்தையாட்டமா அழுதுண்டு. பொண்ணை சிரிச்சுண்டு அனுப்பி வைங்கோ. இதுக்காகத்தானே இத்தனை பாடும்." மற்றவர்களும் ஆறுதல் சொல்ல நடராஜன் கண்ணை துடைத்துக்கொண்டு சிரித்தார். மாப்பிள்ளையை கூச்சத்தோடு பார்த்தார். சாரி. இத்தனை நாள் கூடவே இருந்த பெண்ணைப் பிரியறது கொஞ்சம் கஷ்டமார்ந்துது. அதான்..."

"புரியறது மாமா. நானும் பானுமதியும் அடிக்கடி வருவோம் உங்களைப் பார்க்க"

"ராகு காலத்துக்கு முந்தி புறப்படணும். வண்டி ரெடி" பிள்ளை வீட்டு சொந்தம் ஒன்று சொல்ல அவர்கள் கிளம்பினார்கள். வாசலுக்கு வந்து கையசைத்து விடை கொடுத்தார்கள். சரளாவும், அகிலாவும், அப்பாவுக்கு இருபுறமும் நின்றுகொள்ள, வாத்சல்யத்தோடு அவர்களை அணைத்துக்கொண்டார் அவர்.

பானு இல்லாத வீடு வெறிச்சிட்டது. அந்த வெறுமை எல்லோரையும் மௌனமாக்கியிருந்தது. முதல் பிரிவு இது. பழக்கப்படாத பிரிவு. இதுதான் யதார்த்தம் என்றாலும் சட்டென ஏற்க இயலாதிருந்தது.

பானு மூத்தவள் என்றாலும், சரளாவோடு எதற்கெடுத்தாலும் ஒற்றைக்கு நிற்பாள். ஹேர்ப்பின்னிலிருந்து புடவை வரை எல்லாவற்றிற்கும் தர்க்கம்தான். கடைசியில் தங்கைக்கு விட்டுக்கொடுப்பதும் அவள்தான். அப்பறம் எதுக்குடி இவ்ளோ சண்டை? முதல்லயே விட்டுக் கொடுத்திருக்கலாமோல்யோ? அம்மா சிடுசிடுப்பாள்.

"இதுலதாம்மா ஒரு த்ரில்லே இருக்கு. நன்னா குஸ்தி போடணும். அப்பறம் இந்தா வெச்சுக்கோன்னு குடுத்துடணும்." பானு சிரிப்பாள்

"நல்ல பொண்ணு போ...!" அம்மா சலித்துக்கொள்வாள். அக்கா விட்டுக்கொடுத்து விடுவாள் என்பது சரளாவுக்கும் நன்கு தெரிந்தாலும், ஒவ்வொரு முறையும் சண்டை அனல் பறக்கும். சமயங்களில் நாலைந்து நாட்கள் பேசிக்கொள்ளக்கூட மாட்டார்கள். அக்னி நட்சத்திரம் பிரபுவும், கார்த்திக்கும் போல இடியிடிக்க, மின்னல் வெட்ட ஒருவரையொருவர் பார்த்துக்கொள்வார்கள்.

ஐந்தாம் நாள் மழை கொட்டும். பாசமழை! அக்கா பொழிவாள். தங்கை நனைவாள். சுற்றியுள்ளவர்களுக்குதான்

அசடு வழியும். எனவே யாரும் அவர்களது சண்டையில் தலையிடுவதில்லை. வேடிக்கை பார்ப்பதோடு சரி. அதுவும் அகிலா புன்சிரிப்போடு வேடிக்கை பார்ப்பாள்.

கடைசிப்பெண் என்றாலும் அகிலாவின் சுபாவம் தனி. புடவையானாலும், நகையானாலும், வேறு எதுவானாலும் சரி, மற்ற இருவரும், சண்டை போட்டு சமாதானமாகி ஆளுக்கொன்று எடுத்துக்கொண்ட பின்பு, மிஞ்சியிருப்பதை புன்னகை மாறாமல் எடுத்துக்கொள்வாள். "முதலாவதா பிறந்திருக்க வேண்டியது மூணாவதா பொறந்துடுத்து" சிலநேரம் அம்மா சொல்லும் வசனம் இது.

"ஏண்டி அகிலா, நீயும் சண்டை போடவேண்டியதுதானே. எதுக்கு அவா வேணாம்னு தூக்கிப் போட்டதை எடுத்துக்கற?" அம்மாவே சிலநேரம் தூண்டிவிடுவாள்.

அகிலா அதற்கும் சிரிப்பாள். மானம் மறைக்கப்போற ஆடை எந்த நிறத்துல இருந்தாலும் எனக்கு சம்மதமே என்பது போலிருக்கும் அவள் சிரிப்பு.

அப்பா வாஞ்சையோடு அவள் தலையைத் தடவிக்கொடுப்பார். "உனக்கு மட்டும் எப்டி கொழந்த இப்டி ஒரு பொறுமையும் சிரிப்பும்?" சிலநேரம் பெண்ணிடம் கேட்பார் அவர். "நோக்கு இன்னொரு பாவாடை தாவணி வாங்கித் தரவாம்மா?"

"வேணாம்ப்பா"

"ஏண்டா?"

"ஆசையிருக்கறவாளுக்குதான் தேவைகள் இருக்கும். எனக்கு பெரிசா எந்த ஆசையுமில்லப்பா."

"இந்த வயசுல உனக்கு மட்டும் ஏம்மா எந்த ஆசையுமில்லன்ற?"

"தெரியலப்பா"

நடராஜன் அவளை விழிவிரியப் பார்ப்பார். ஆசாபாசங்கள் துறந்த ஏதோ ஒரு தெய்வபிறவியின் ஆன்மாதான் பல

ஜன்மங்கள் கடந்து, பல உடல்கள் கடந்து இன்று இவளுக்குள் புகுந்து சாத்வீகமாய் நடமாடிக் கொண்டிருக்கிறதோ? என்று தோன்றும். அப்படித் தோன்றிய கணமே, இந்த தேவதையை நான் உரிய இடத்தில் ஒப்புவிப்பேனா? என்ற கவலையும் பயமும் தலைதூக்கும்.

❋❋❋

4

சரளா இடதுகை திருப்பி மணி பார்த்தாள். மணி சரியாக ஒன்று. இன்ஸ்டிடியூட் இன்னும் சற்று நேரத்தில் காலியாகிவிடும். இது சாப்பாட்டு நேரம். காலைப் பகுதியின் கடைசி பேட்ச்சில் இன்னும் ஒருசிலர் மட்டும் டைப் செய்துகொண்டிருந்தார்கள்.

சரளாவுக்கு பசித்தது. எல்லோரும் போனபிறகுதான் நிம்மதியாக டிபன் பாக்ஸைத் திறக்க முடியும். மிளகாய்ப்பொடி தடவின இட்டிலியை நினைத்ததுமே பசி கூடிற்று.

"ஹலோ, ஸ்டுடென்ட்ஸ் ப்ளீஸ்! டைம் முடிஞ்சு போச்சு, நாளைக்கு பார்த்துக்கலாம் கிளம்புங்க" சொல்லிவிட்டாள்.

அவர்கள் ஒவ்வொருவராய் தட்டச்சு இயந்திரத்திலிருந்த பேப்பரை உருட்டி எடுத்து தங்கள் கோப்புகளில் வைத்துவிட்டு வெளியேறினார்கள்.

சரளா கதவை சார்த்தினாள். படபடவென்று ஓயாமல் தட்டச்சு சப்தம் கேட்டுக் கொண்டிருக்கும் இடம் சட்டென அமைதியாயிற்று. இனி மூன்று மணிக்குதான் மாணவர்கள் வருவார்கள். அதுவரை நிம்மதியாய் இருக்கலாம். நிதானமாக சாப்பிடலாம். குட்டி தூக்கம் போடலாம். இல்லாவிட்டால் ஏதேனும் நல்ல நாவல் படிக்கலாம்.

சரளா கைகழுவிவிட்டு வந்து டிபன் பாக்ஸ் திறந்தாள். மிளகாய்ப்பொடி வாசம் கும்மென்று பரவியது. கைப்பையிலிருந்து முதல் நாள் லைப்ரரியிலிருந்து எடுத்து வந்த சுஜாதாவின் சுவாரசியமான நாவல் ஒன்றை எடுத்தாள். அதைப் படித்தபடி, இட்டிலியை துளித்துளியாய் விண்டு சுவைத்து சாப்பிட்டாள்.

கடைசி வாய் சாப்பிட்டு முடித்தபோது யாரோ கதவைத் தட்டினார்கள். சரளா டிபன் பாக்சிலேயே அவசரமாய் கைகழுவி விட்டு எழுந்து சென்று கதவு திறந்தாள்.

வெளியில் நின்றிருந்த இளைஞனுக்கு இருபத்தி ஐந்து வயதிருக்கக் கூடும். மாநிற தோற்றம் சில்வர் பிரேமிட்ட கண்ணாடியில் கம்பீரமாய் இருந்தான்.

"யெஸ்"

"நான் இந்த இன்ஸ்டிடியூட்டில் சேர வந்திருக்கேன்".

"நீங்களா?" சரளா அவனை வியப்போடு பார்த்தாள்.

"ஏன் கூடாதா?"

"இல்ல... உங்களைப் பார்த்தா..."

"வயசாய்டுச்சுன்றீங்களா எனக்கு?"

சரளா பதில் சொல்லாமல் புன்னகைத்தாள்.

"பரவால்ல, நீங்க சிரிச்சாலும் நா டைப்பிங் கத்துக்கத்தான் வேணும்"

"அய்யோ நா..."

"மாஸ்டர் இல்லையா?"

"நான்தான் இங்க டியூட்டர். இதோட சொந்தக்காரர் பெசன்ட் நகர்ல இருக்கார். மாசம் ஒண்ணு ரெண்டு தரம்தான் வருவார்."

"அப்போ எனக்கு ஒரு நேரம் ஒதுக்கிக்கொடுங்க"

"இப்போதைக்கு எந்த நேரமும் காலியால்ல. இன்னும் ரெண்டு மாசத்துல பரீட்சை முடிஞ்சப்பறம் நிறைய காலியிடம் ஏற்படும். அப்போ வந்தா உங்க விருப்பப்படி ஒரு நேரத்தை ஒதுக்கமுடியும்."

"இல்ல கொஞ்சம் முயற்சி பண்ணுங்களேன்"

"கஷ்டம். காலை ஆறு மணிலேர்ந்து ராத்தி எட்டு வரை ஒரு மிஷின்கூட ஃப்ரீயா இருக்காதே."

"மத்தியானம் ரெண்டு மணிகூட ஓகேதான் எனக்கு"

"அது முடியாது. ஒரு மணிலேர்ந்து மூணு மணிவரை லஞ்ச் டைம்."

"ரெண்டு மணி நேரமாவா சாப்டுவீங்க? ஓ நோ! ரொம்ப தப்பு. அட்லீஸ்ட் ஒரு மணிநேரம் இதுல எனக்கு ஒதுக்கலாமே."

"கண்டிப்பா முடியாது"

"அப்போ நா உங்க முதலாளிகிட்டயே பேசிக்கறேன்."

அவன் அவளிடம்கூடக் கேட்காமல், டேபிளின் மீதிருந்து முதலாளியின் விசிட்டிங் கார்ட் ஒன்றை எடுத்துக்கொண்டு வெளியேற, சரளா எரித்து விடுவதுபோல் எரிச்சலுடன் அவனைப் பார்த்தாள்.

அவன் நிதானமாகப் படியிறங்கிச் சென்றான். கீழே கார் கிளம்பும் ஓசை கேட்டதும், சரளா பால்கனிக்கு வந்து எட்டிப் பார்த்தாள். அவன் கண்ணாடிக் கதவு இறக்கி சற்றே எட்டிப்பார்த்து குறும்பாய் சிரித்தபடி கையசைக்க, முகத்தைத் திருப்பிக்கொண்டு உள்ளே வந்தாள். என்ன ஒரு பணக்காரத் திமிர்! பல்லைக் கடித்துக் கொண்டாள்.

அவன் முதலாளியுடன் பேசுவதற்கு முன்பு, தானே முதலாளிக்கு ஃ போன் செய்தாள்.

"என்னம்மா சரளா?"

"சார் யாரோ ஒரு பணக்காரன் கார்ல வந்து இங்க சேரணும்னு டைம் கேட்டான். எந்த நேரமும் காலி இல்லன்னு சொன்னேன். லஞ்ச் டைம்ல வரட்டுமான்னு கேட்டான். முடியாதுன்னுட்டேன். உங்ககிட்ட பேசிக்கறேன்னுட்டு போய்ட்டான்."

"சரி நா பேசிக்கறேன்"

"சார் நீங்க கண்டிப்பா ஒத்துக்கக்கூடாது சார். ரெண்டு மாசம் கழிச்சு பரீட்சை முடிஞ்சதும் சேர்த்துக்கறோம்னு சொல்லிடுங்க"

அவர் சிரித்தபடி போனை வைத்தார்.

சரளா உம்மென்ற முகத்தோடு உட்கார்ந்தாள். லஞ்ச் டைம் மூட் போய்விட்டது. சோபாவில் கண்மூடிப் படுத்தாள். மூடின விழிகளுக்குள் சில்வர் பிரேம் சிரிக்க, எரிச்சலோடு மீண்டும் எழுந்து அமர்ந்தாள்.

கல்லூரியில் சேர்ந்த கையோடு அவள் அந்த இன்ஸ்டிடியூட்டில்தான் தட்டச்சும் சுருக்கெழுத்தும் பயின்றாள். ஆறே மாதத்தில் இரண்டிலும் கீழ்நிலை தேர்வு பாஸ் பண்ணினாள். அதற்கடுத்த ஆறாம் மாதம் டைப்பிங் ஹையரும், ஷார்ட்ஹாண்ட் இன்டரும் பாஸ் செய்தாள். அதற்கடுத்த வருடம் தமிழிலும், கீழ்நிலை, மேல்நிலை இரண்டிலும் தேர்ச்சி பெற்றாள்.

கல்லூரி படிப்பு முடிந்த பிறகு வேலை வேட்டைக்கு இறங்கிய போதுதான் தன்னைவிட பெரிய புலிகளே அங்கே வேலையின்றி அலைவதை உணர்ந்தாள். மனசுக்குள் பயமேற்பட்டது. அப்போதுதான் மாஸ்டர் அவளை அழைத்தார். “நல்ல வேலை கிடைக்கிறவரை நீயே இன்ஸ்டிடியூட்டை பார்த்துக்கறயா?. பயப்படாத... நல்ல சம்பளமும் தரேன். என்னால தினமும் இங்க வந்துட்டு போக முடியல. அங்க என் பிள்ளையோட பிசினஸை வேற பாத்துக்க வேண்டியிருக்கு. என்ன சொல்ற?”

சரளா யோசித்தாள். காலை ஆறுமணி முதல் இரவு ஒன்பது மணிவரை டைப்பிங் சத்தத்தில் கழிக்கவேண்டும். வீட்டில் என்ன சொல்வார்கள் என்று தெரியவில்லை.

“நீ எட்டுலேர்ந்து எட்டு வரை பார்த்துக்கோ போதும் சரளா. மத்தியானம் ஒண்ணுலேர்ந்து மூணு மணிவரை ரெஸ்ட். வீட்டுக்கு போயிட்டு மூணு மணிக்கு வந்தா போதும். முதல் ரெண்டு பேட்ச் நன்னா பிராக்டிஸ் ஆன பசங்களுக்கு குடுத்துடலாம். புதுசா சேர்றவாளுக்குதான் உன் உதவி தேவைப்படும்.”

"நா அப்பாட்ட பேசிட்டு சொல்லட்டா சார்?"

"கண்டிப்பா"

அப்பா சந்தோஷமாய் சம்மதித்தார். "நீ தாராளமா ஒத்துக்கோ. நீ இல்லாத டைம்ல நா போய் பாத்துக்கறேன். அந்தக் கவலையும் அவருக்கு வேண்டாம்."

அப்பா தைரியம் கொடுக்க அவள் மாஸ்டரிடம் அவர் சொன்னதை சொல்ல, அவருக்கு ரெட்டிப்பு சந்தோஷம். சரளா எதிர்பார்த்த தொகையைவிட கொஞ்சம் அதிகமாகவே சம்பளம் கொடுத்தார். சகல சுதந்திரமும் கொடுத்திருந்தார். சொந்த வீடு போலாயிற்று பயிற்சி நிலையம். அப்பாவுக்கு பத்து மணிக்குதான் ஆபீஸ். அதனால் காலை ஆறு மணியிலிருந்து ஒன்பது மணி வரை அவர் பார்த்துக் கொள்வார். சரளா ஒன்பது மணிக்கு வந்தபின் அவர் கிளம்புவார். வீட்டுக்குச் சென்று குளித்து டிபன் சாப்பிட்டு அலுவலகம் கிளம்புவார். வீட்டிலிருந்து நடக்கிற தூரம்தான் என்பதால் இரவு ஒன்பதானால்கூட பயமில்லை. சிலநேரம் அப்பா எட்டு மணிக்கு வந்து அவளை வீட்டுக்கு அனுப்பிவிட்டு தான் பார்த்துக் கொள்வார். வேலைக்கு போகிறோம் என்ற அலுப்போ சலிப்போ இன்றி மகிழ்வோடு பணியாற்ற முடிந்தது. வருகைப் பதிவேடு, மண்ணாங்கட்டி என்று எதுவுமில்லை. உற்சாகமாக சொல்லிக்கொடுத்தாள் அவள். ராணி மாதிரி இருந்தாள் அங்கு.

அவள் ஒரு நல்ல பயிற்சியாளர் என்பதை தேர்வு முடிவுகள் நிரூபித்தன. நூறு சதவிகித தேர்ச்சி. இரண்டாம் வகுப்பு தேர்ச்சி என்பது மிகவும் குறைந்து எல்லோருமே முதல் வகுப்பில் தேர்ச்சி பெற்றார்கள். அவளால் அந்த பயிற்சி நிலையத்தின் மதிப்பு கூடியது. அங்கு வந்து சேர மாணவர்கள் துடித்தனர். இன்னும் அதிக மெஷின் வாங்கிப்போட்டார் முதலாளி. அவளுக்கு ஊதியத்தை ஏற்றி, நிறைய வசதிகள் செய்து கொடுத்தார். தனியறை, டாய்லெட் வசதி, ஓய்வெடுக்க சோபாசெட் என்று எல்லா வசதியும் செய்துகொடுத்தார்.

அதிலிருந்து மதியம் வீட்டுக்குக்கூட செல்ல விரும்பவில்லை அவள். இந்த வேலையே சொர்க்கமாயிற்று. என்பதால் வேறு வேலை பற்றி அவள் யோசிக்கவுமில்லை.

இதைவிட நல்ல வேலை சகல சுதந்திரங்களுடன் கிடைத்துவிடாது என்பது புரிந்தது. மாஸ்டரிடம் முதலாளி என்ற பயம் நீங்கி ஒரு தகப்பன் ஸ்தானத்தில் வைத்து உரிமையோடு பேசமுடிந்தது.

நிச்சயம் அந்த பணக்காரனுக்கு நாளை முகத்தில் அசடு வழியப்போகிறது. நன்றாக ஏமாறப் போகிறான். வேண்டும்! எல்லாவற்றையும் விலைக்கு வாங்கிவிடலாம் என்றா நினைத்தான்.? அந்தத் திமிர் அடங்கும் நேரம் வந்துவிட்டது. சரளா தனக்குள் சிரித்துக்கொண்டாள். மூன்றுமணி பேட்ச் மாணவி ஒருத்தி கதவு தட்டினாள்.

❋❋❋

5

இரவுச் சாப்பாட்டின் போது எல்லோரும் வட்டமாக உட்கார்ந்திருந்தார்கள். அம்மா ஆவி பறக்க சுடச்சுட சாதத்தை உட்கார்ந்தவாறே எல்லோருக்கும் பரிமாறினாள்.

“நீயும் சாப்ட்டுடேன் எங்களோடயே” அப்பா சொல்ல, வேண்டாம் என்று மறுத்த அம்மாவை முறைத்துப் பார்த்தாள் சரளா.

“சரியான கட்டுப்பெட்டிம்மா நீ”

“இருந்துட்டுப் போறேன்”

“கூட உட்கார்ந்து சாப்ட்டா என்ன மரியாதை கெட்டுடும்னு நினைக்கற?”

“நா வளர்ந்தவிதம் இப்டித்தான். உனக்கு வேணும்னா, உன் கல்யாணத்துக்கப்பறம் நீ உன் ஆம்படையானோட சேர்ந்து சாப்டு. அல்லது அவன் மடிலயே உட்கார்ந்து சாப்ட்டாலும் யார் வேண்டாம்னா.”

“நீ சொன்னாலும் சொல்லாட்டாலும் அப்டித்தான் சாப்டப்போறேன். ஆமா எங்கக்கா திருமதி ராஜாராமன் இப்போ எப்டி சாப்டுண்டு இருப்பா?”

சரளா கேட்டதும் சட்டென அங்கே மௌனம் சூழ்ந்தது. நிலம் மாறி வேர்விடச் சென்றுவிட்ட பெண் அங்கே எப்படி இருக்கிறாளோ? அந்த நிலம் சௌகர்யமாயிருக்கிறதா? மனிதர்களைப் புரிந்து கொண்டாளா? அனுசரித்து செல்கிறாளா? அந்த வீட்டு உணவு பழகியதா? புது இடம், புது மனிதர்கள், புதிய பழக்க வழக்கங்கள் என்று தடுமாறிக் கொண்டிருக்கிறாளா?

பானுவுக்குப் பசி பொறுக்காது. எட்டு மணிக்குள் சாப்பிட்டுவிட வேண்டும். தூக்கமும் அப்படித்தான். ஒன்பதுக்கெல்லாம் எந்த ராஜா எந்தப் பட்டணம் போனாலும்

தூங்கச்சென்று விடுவாள். அவளுக்காகவே இங்கே எல்லோரும் இரவு உணவை எட்டு மணிக்கு சாப்பிடப் பழகிக் கொண்டார்கள். தனியாகவும் சாப்பிட மாட்டாள். அப்படி ஒரு சுபாவி.

புகுந்த வீட்டில் அவர்கள் பழக்கம் எப்படியோ தெரியவில்லை. ஒருவேளை மிகவும் லேட்டாக சாப்பிடும் பழக்கம் அங்கிருந்தால் இந்தப்பெண் என்ன செய்யும்? தாயின் கவலை இப்படியிருக்க, தகப்பனின் கவலையோ வேறாக இருந்தது.

ஒன்பது மணிக்கு சின்னக்குழந்தை மாதிரி தூங்கிவிடும் பெண் இனி இரவுத் தூக்கம் தினமும் கெட எப்படி சமாளிக்கப் போகிறது! அந்த அலுப்பில் விடியலில் தூங்கி விடுமோ...? விடியலில் தூங்கும் பெண்ணை அந்த வீடு இதமாய் நடத்துமா? அவளது சரீரக் களைப்பு உணர்ந்து பரிவு காட்டுமா அல்லது அட தூங்குமூஞ்சியே என்று ஊசி குத்துமா?

"என்னப்பா... சீமந்த புத்ரி ஞாபகம் வந்துடுத்தா?"

"பாவம் எட்டு மணிக்கு சாப்ட்டு, ஒன்பது மணிக்கு தூங்கற குழந்தை அது... அங்க என்ன பண்றதோ?"

"கல்யாணம் முடிஞ்சு பத்து நாளாறது. இன்னும் மறுவீட்டுக்கு அழைக்கலயே நாம்ப"

"ஹனிமூன் போயிருப்பாப்பா"

"நாளைக்கு வேணா போய்ப் பாத்துட்டு வறேன்"

"அப்பா, பாரேன் மறந்தே போயிட்டேன் சொல்ல.."

"என்ன?"

சரளாவுக்கு மத்தியானம் நடந்தது நினைவுக்கு வர, அவள் அப்பாவிடம் மதியம் நடந்ததைச் சொன்னாள். அவர் சிரித்தார்.

"பாவம் அந்த பிள்ளைக்கு என்ன அவசரமோ உச்சி வேளைன்னாலும் பரவால்ல வரேன்னு கேட்ருக்கார். ஆனாலும் உனக்கு ரொம்ப வாய்த்துடுக்குதான்"

"ஏம்ப்பா, என் லஞ்ச் டைமை நான் ஏன் தியாகம் பண்ணணும்?"

"இது ஒரு உதவி சரளா. பிறத்தியார்க்கு நம்மால செய்ய முடிஞ்ச உதவியைச் செய்யணும். நாவல் படிக்கற நேரத்துல இன்னொரு விளக்கேத்தினா அது நல்ல விஷயம் இல்லையோ? நம்ம சுகம்தான் பெரிசுன்னு நினைச்சுட்டா ரொம்ப கஷ்டம் பெண்ணே"

"அதுசரி, ஊர்ல வேற இன்ஸ்டிடியூட்டே இல்லையான்ன?"

"அதெல்லாம் நாம சொல்லப்படாதும்மா. அவாவா விருப்பம். நீ வாங்கற சம்பளத்துக்கு நீ வேலை செய்யணும்"

"நா முதலாளிகிட்ட சொல்லிட்டேன். அவர் நிச்சயம் என் பக்கம்தான்." சரளா மோர் சாதத்தை முடித்துவிட்டு எழுந்தாள். அதுவரை மௌனமாக சாப்பிட்டுக் கொண்டிருந்த அகிலா அப்பாவைப் பார்த்தாள்.

"நாளைக்கு நானும் உன்கூட வரட்டுமாப்பா?"

"எங்கம்மா?"

"பானுவைப் பார்க்கப்பா"

"அதுக்கென்ன, வாயேன்" அவரும் கையலம்ப எழுந்தார்.

***

மறுநாள் காலை பத்து மணிக்கு முதலாளி ஃபோன் பண்ணினார்.

"நீ சொன்ன அந்த ஆள் ரெண்டு மணிக்கு வருவான் சரளா. அவனை சேர்த்துண்டாச்சு. ரெண்டுலேர்ந்து மூணுவரை கத்துப்பான். ஜஸ்ட் ஒரே ஒரு ஆள்தானே சொல்லிக் குடுத்துடு"

"சார்... என்ன சார் இது? நா அவ்ளோதூரம் சொல்லியும் கூட..."

''அவன் பரீட்சை எல்லாம்கூட போகப்போறதில்லை சரளா. கம்ப்யூட்டர்ல டைப் பண்றதுக்கு கொஞ்சம் ஃபிங்கரிங் நாலேட்ஜ் வேணும்னு வரான். ரொம்பக் கெஞ்சினான். அதான் சரின்னுட்டேன். அட்ஜஸ்ட் பண்ணிக்கோ''

சரளா எரிச்சலை அடக்கிக்கொண்டு போனை வைத்தாள்

ஒரு மணிக்கு அதே எரிச்சலோடு டிபன்பாக்ஸைத் திறந்தாள். தோசையும் சட்னியும் இறங்க மறுத்தது. நகர்ந்து கொண்டிருந்த கடிகார முள்ளை வெறுப்போடு பார்த்தாள்.

சரியாய் இரண்டு மணிக்கு கதவு தட்டப்பட, சரளா சட்டென்று கதவைத் திறக்கவில்லை. வேண்டுமென்றே சற்றுநேரம் காக்க வைத்தபின்தான் கதவைத் திறந்தாள்.

வெளியில் புன்சிரிப்போடு நின்றிருந்தான் அவன்.

சரளா முகத்தைத் திருப்பிக்கொண்டு உள்ளே போனாள்

''ரொம்ப கோவமா இருக்காப்போல தெரியறது!''

''நா எப்டி இருந்தா என்ன மிஸ்டர்? போய் மிஷின்ல உக்காருங்க. பேப்பர் கொண்டு வந்திருக்கீங்களா?''

''ஓ எஸ்''

சரளா அவன் நீட்டிய பேப்பரை வாங்கி மிஷினில் செருகினாள். அவனை உட்காரவைத்து ஆரம்பப் பாடம் நடத்தினாள். எந்த விரல்களுக்கு எந்த எழுத்து என்று கூறிவிட்டு, 'சரி அடிச்சுப் பாருங்க' என்று சொல்லிவிட்டு தன் அறைக்கு வந்து கதவை சார்த்திக்கொண்டு பொத்தென்று சோபாவில் அமர்ந்தாள். அறை ஜன்னல் வழியே அவன் உருவம் தெரிய எழுந்து சென்று ஜன்னலையும் சார்த்திவிட்டு வந்தாள்.

ஐந்து நிமிடத்தில் கதவைத்தட்டி அழைத்தான் அவன்.

''என்ன?''

''மிஷின் ஸ்டக் ஆறதே?''

"உங்க பலத்தை எல்லாம் அதுகிட்ட காட்டியிருப்பீங்க!"

அவன் சிரித்தான். அவள் எரிச்சலுடன் வெளியில் வந்து மிஷினில் அமர்ந்து அதை சரிசெய்தாள்.

"இப்ப அடிங்க. இவ்ளோ அழுத்தி அடிச்சா மிஷின் ஸ்டக் ஆகும். இதே உங்க கம்ப்யூட்டரா இருந்தா சரிதான் போய்யாங்கும்"

அவன் மீண்டும் சிரித்தான். உட்கார்ந்து அடிக்க மீண்டும் மிஷின் ஸ்டக் ஆயிற்று. "இதுக்கும் என்னைப் பிடிக்கல போலருக்கு" அவன் சொல்ல ஒரு வினாடி அவனை உற்றுப் பார்த்தாள்

"முதலாளிகிட்ட என்னன்னு வழிஞ்சு இந்த டைமை வாங்கினீங்க?"

"நா எதுக்கு வழியணும்? என் பிரச்சனையைச் சொன்னேன்"

"உலகத்துலேயே உங்களுக்கு மட்டும்தான் பிரச்சனையா?"

"நா அப்டி சொல்லிக்கலையே"

"அநியாயமா என் பிரேக் டைமை கெடுக்கறீங்க?"

"சாரி, கொஞ்சநாள் நீங்க இந்த கஷ்டத்தை சகிச்சுக்கிட்டுதான் ஆகணும்"

"அப்போ கஷ்டம் கொடுக்கறதா ஒத்துக்கறீங்க?"

"கண்டிப்பா. அதுக்காக சாரி கேட்டுட்டேனே"

அவன் இப்படி சொன்னதும் சரளாவின் மனம் சற்றே குறுகுறுத்தது. தான் அவனிடம் நிறைய எரிச்சல் படுகிறோமோ? இப்படி நினைத்ததும் அவள் குரலில் தானாக கடுமை குறைந்தது.

"சரி விடுங்க. இது முதலாளி உத்தரவு. நான் இங்க வேலை பாக்கறவ. அவரை மீறி என்னால என்ன செய்யமுடியும்? உங்க பேரு?"

“ரகுராம்”

“நல்ல பேர்”

“உங்க பேர் தெரிஞ்சுக்கலாமா?”

“சரளா”

“இதுவும் நல்ல பேர்தான்.”

அவள் சிரித்தாள். “இன்னொரு சந்தேகம் கேக்கலாமா?”

“தாராளமா”

“ஊர்ல எத்தனையோ இன்ஸ்டிடியூட் இருக்கும்போது எதுக்கு இங்க வந்து, அதுவும் என் லஞ்ச் டையத்துக்கு வெடி வெச்சுண்டு?”

அவன் பெரிதாக சிரித்தான்

“நல்ல கேள்வி. ஊர்ல ஆயிரம் இன்ஸ்டிடியூட் இருக்கு, இல்லன்னு சொல்லல. ஆனா அதெல்லாம் எனக்கு சொந்தமில்லையே! எது சொந்தமோ அங்கேதானே வரமுடியும்?”

சரளா திகைப்போடு அவனை நிமிர்ந்து பார்த்தாள். அவன் நமுட்டு சிரிப்பு சிரித்தான்.

***

ஒரு எவர்சில்வர் டிபன் பாக்ஸில் திரட்டுப்பால், ரெண்டு டஸன் ரஸ்தாளி பழம், ஏழெட்டு சரம் ஜாதிமல்லி, வெற்றிலை பாக்கு, பானுவுக்கு பிடித்த மிளகுவடை இத்தனையும் எடுத்துக்கொண்டு நடராஜனும் அகிலாவும் நங்கநல்லூர் போனார்கள்.

யாரிடமோ வாசலில் நின்று பேசிக்கொண்டிருந்த பானுவின் மாமனார் இவர்களைப் பார்த்ததும் முகம் மலர்ந்தார்.

“அடடே வாங்கோ... வாம்மா அகிலா” வாய் நிறைய வரவேற்று உள்ளே அழைத்துப்போனார்.

"பானு! யாரு வந்திருக்கா பாரு"

மாடியிலிருந்து எட்டிப் பார்த்த பானு மத்தாப்பூவாய்ச் சிரித்தபடி ஓடி வந்து அப்பாவைக் கட்டிக்கொண்டாள்

"எம் பொண்ணுக்கு கல்யாணமான புதுசுல அவளைப் பார்க்க போனப்போ அவளும் இப்டிதான் ஓடிவந்து கட்டிண்டா. என்ன சொல்லுங்கோ பொண்களுக்கு அப்பான்னா தனி பாசம்தான்" பானுவின் மாமனார் சிரித்தார்.

அகிலா பானுவின் மாமியாரிடம் சென்று, கையில் கொண்டு வந்திருந்த பொருட்களை எடுத்து டிரேயில் வைத்துக் கொடுத்தாள்.

"என்னென்னமோ கொண்டு வந்திருக்கேளே! எதுக்கும்மா இந்த ஃபார்மாலிட்டி எல்லாம்?" பானுவின் மாமியாருக்கு அகிலாவின் விவேகமும் மரியாதையும் மிகவும் பிடித்திருந்தது. கொண்டு வந்தவற்றை பெரியவர்களிடம் கொடுக்கவேண்டும் என்ற அவளது பண்பாட்டை வியந்தாள்.

"உட்கார்ந்து பேசிண்டிருங்கோ. நா சாப்ட ஏதானும் பண்றேன்" மாமி உள்ளே செல்ல அகிலாவும் கூடப்போனாள்.

"வெஜிடபிள் பாத் பிடிக்குமோ?"

"ரொம்ப பிடிக்குமே"

மாமி பிரிஜ்ஜிலிருந்து கேரட்டும் பீன்ஸும் எடுக்க, அகிலா அதை வாங்கி சுவாதீனமாக உட்கார்ந்து நறுக்க ஆரம்பித்தாள்.

"நீ எதுக்கும்மா சிரமப்படற? போய் அக்காவோட பேசிண்டு இரேன்"

"பரவால்ல"

அதற்குள் பானு உள்ளே வந்து மாமியாரை உட்கார வைத்துவிட்டு ரவையை வறுக்க ஆரம்பித்தாள்.

"அக்கா நன்னா சமைக்கறாளா மாமி?"

"பேஷா! வந்து பத்து நாள்ல எல்லார் நாக்கையும் வளர்த்து விட்டாச்சு. இப்பல்லாம் என் சமையல் இரண்டாம் பட்சம்தான்."

"அதெல்லாம் இல்ல. உங்க கைப்பக்குவத்துக்கு முன்னால நா கால் தூசி. நா வந்த மறுநாள் ஒரு ரஸவாங்கி வெச்சிருந்தா பாரு அகிலா... அமிர்தம் தோத்துடும். ஜன்மத்துக்கும் அது என் நாக்குல இருக்கும்"

"மாமி நீங்க மறுபடியும் ரஸவாங்கி பண்ணும்போது சொல்லுங்கோ நாங்களும் வந்து ஒரு பிடிபிடிக்கறோம்."

மாமி உச்சி குளிர்ந்து போனாள். "அதுக்கென்ன ஒருநாள் பண்ணிட்டா போச்சு" என்றாள்.

"நீங்க வரலன்னா நாளைக்கு ராஜுவும் பானுவும் அங்க வரதா இருந்தா" டிபன் கொடுக்கும்போது மாமி சம்பந்தியிடம் சொன்னாள்.

"வர ஞாயித்திக்கிழமை நீங்க எல்லாருமே நம்மாத்துக்கு வரணும். அங்க உங்களுக்கெல்லாம் விருந்து"

"உங்களுக்குத்தான் நாங்க சம்பந்தி விருந்து கொடுக்கணும் முதல்ல"

"அதுகென்ன, முதல்ல நீங்க வாங்கோ, அப்பறம் நாங்களும் வரோம்"

"இல்ல, நாங்கதான் முதல்ல உங்களைக் கூப்ட்டு விருந்து போடணும். அதனால வெள்ளிக்கிழமை நீங்க இங்க வாங்கோ. ஞாயித்திக்கிழமை நாங்க வரோம்" மாமி தீர்மானமாகச் சொல்ல நடராஜன் சரி என்றார்.

"ஆபீஸ் இருக்குமோ அன்னிக்கு?"

"பரவால்ல, ஒரு நாள் லீவு எடுத்துண்டா போச்சு"

"ரஸவாங்கி உண்டா மாமி?" அகிலா கேட்க மாமி கட்டைவிரல் உயர்த்தி சிரித்தாள்.

சற்று நேரத்திற்குப் பிறகு அகிலாவும் நடராஜனும் புறப்பட்டார்கள். பானுவின் முகமும் அதிலிருந்த மகிழ்ச்சியும், உடம்பின் பளபளப்பும் பூரிப்பும், அவளை அந்த வீடு மிக சந்தோஷமாக வைத்திருக்கிறதென்பதை உணர்த்தியது. பெற்ற பெண் புகுந்த வீட்டில் சந்தோஷமாயிருக்கிறாள் என்பதைவிட வேறென்ன நிம்மதி வேண்டும் பெற்றவர்களுக்கு.

வெள்ளிக்கிழமை நடராஜன் வீடு அங்கே போய் விருந்துண்டது. பானு சொன்னாற்போல் ரஸவாங்கியின் சுவை நாவில் ஒட்டிக்கொண்டது. 'உங்க கைக்கு மோதிரம் போடணும் மாமி' என்றாள் சரளா.

ஞாயிற்றுக்கிழமை சம்பந்தி வீடு இங்கே வந்து விருந்துண்டது. மறுவீடு வந்த பெண்ணுக்கும் மாப்பிள்ளைக்கும், புடவையும் வேட்டி சட்டையும் கொடுத்தார். கூடவே சம்பந்திக்கும் புடவை வேட்டி வைத்து தாம்பூலம் கொடுத்தார்கள். தங்கைகள் அரட்டையடித்து சிரித்தார்கள். சரளாவின் கிண்டலில் பானு அடிக்கடி முகம் சிவந்தாள்.

"ரொம்பத்தான் அவளை கேலி செய்யாதடி. இன்னும் ஒரு வருஷம் கழிச்சு பதிலுக்கு அவ உன்னை கேலி பண்ணி பழிவாங்குவா பார். நீயும் இப்டித்தான் முகம் சிவந்து நிக்கப் போற" பானுவின் மாமியார் சொல்ல சிரிப்பலை பரவியது அங்கு.

"என்ன மாமி அடுத்த வருஷம் சரளாக்கும் கல்யாணம் பண்ணிட மாட்டேள்?"

சம்பந்தியம்மாள் கேட்க, சட்டென நடராஜனின் முகத்தில் கவலை படர்ந்தது. சரளாவின் கல்யாணத்தைப்பற்றி இன்னும் அவர் யோசிக்கவே ஆரம்பிக்கவில்லை. பானுவின் கல்யாணக் கடனே ஒரு பக்கம் பூதாகாரமாக பயமுறுத்திக் கொண்டிருக்கையில் சரளா கல்யாணத்தை சம்பந்தியம்மா நினைவுபடுத்திய நிமிடம், 'கடவுளே எப்படி

செய்யப்போகிறேன்? என்ன வழி காட்டப் போகிறாய்?' அரற்றிய அவர் முகம் சற்றே இருண்டதை அங்கு யாரும் கவனிக்கவில்லை.

❋❋❋

6

ஒரு வாரம் வரை ஒரு வார்த்தைகூட அதிகம் பேசவில்லை ரகுராமிடம். ஒருவித எரிச்சலோடுதான் கற்றுக் கொடுத்தாள். முகத்திலும் மருந்துக்குக்கூட சிரிப்பிருக்காது. கற்றுக்கொடுத்த பிறகு தன் அறைக்குள் நுழைந்து கொண்டாள் என்றால் அவன் போன பிறகுதான் வெளியில் வருவாள். அன்றைக்கும் அப்படித்தான், சின்னச்சின்ன பொன்மொழிகள் அடங்கின ஒரு அட்டையைக் கொடுத்து அவற்றை அடிக்கச் சொல்லிவிட்டு உள்ளே போனாள்.

கொஞ்சநேரம் வரை தட்டச்சு செய்யும் ஒலி கேட்டுக் கொண்டிருந்தது. பிறகு வெகுநேரம் வரை ஒரு சத்தமும் வராததால் என்னாயிற்று என்ற கேள்வியோடு வெளியில் வந்தவள் திகைத்தாள். ஆளைக் காணவில்லை. போய்விட்டானா? அதற்குள்ளாகவா? மணியைப் பார்த்தால். இன்னும் அரைமணி நேரமிருக்கிறது. அதற்குள் ஏன் போனான்? அதுவும் சொல்லிக் கொள்ளாமல்? ஒரு டியூட்டர் என்ற முறையில் சொல்லிக்கொண்டு செல்வதுதானே முறை? சரளாவின் முகம் கோபத்தில் சிவந்தது. மெஷினிலிருந்து பேப்பரைக்கூட எடுக்கவில்லை. முதலாளியின் மகன் என்றால் எப்படி வேண்டுமானாலும் இருக்கலாமா? என்ன திமிர்! பல்லைக்கடித்தபடி பேப்பரை உருவினாள். அவன் டைப் செய்திருந்ததைப் பார்த்தாள்.

மொட்டுக்களைவிட மலர்கள் அழகு
காரணம் மலர்கள் சிரிக்கின்றன.
மலர்களுக்கு மட்டுமல்ல
மனிதருக்கும் சிரிப்பே அழகு.
அழகாயிருக்க நீ ஏன் விரும்புவதில்லை?
உம்மென்று ஒருமுறையும்,

சிரித்தவாறு ஒருமுறையும்
உன் முகத்தை ஒருமுறை
நிலைக்கண்ணாடியில் பார்த்துக்கொள்
எது அழகெனப் புரியும்.
சிடுமூஞ்சியிடம் பாடம் பயில
சிரிக்கத் தெரிந்த எனக்கு
இனியும் விருப்பமில்லை.
ஊரில் ஆயிரம் தாமரை முகங்கள் உண்டு.
அவற்றில் ஒன்றில் எனக்கு
இடம் கிடைக்கும்.
நன்றி. மீண்டும் வருகிறேன்
ஒருவேளை உனக்கு சிரிக்கத்தெரிந்தால்.

விழிகள் விரிய திகைப்புடன் அதையே மீண்டும் மீண்டும் படித்தவள் பிறகு தன்னையும் மீறி சிரித்தாள். ‘படவா யாரைப் பார்த்து சிடுமூஞ்சி என்கிறாய்? எனக்கா சிரிக்கத் தெரியாது? உன் ஒருவனிடம் மட்டும்தான் சிடுசிடுக்கிறேன். என் சிரிப்பை தொலைத்துவிட்டேன். என் சிரிப்பைக் கெடுத்ததுமில்லாமல் கேள்வி வேறு! சிடுமூஞ்சி பட்டம் வேறா?’

சரளா அந்த பேப்பரை மடித்து எடுத்துக்கொண்டு தன் அறைக்கு வந்தாள். அதை பத்திரமாகத் தன் மேஜை இழுப்பறைக்குள் வைத்துப் பூட்டிவிட்டு பாத்ரூம் சென்று முகம் கழுவிக்கொண்டு வந்தாள். அவன் இனி இங்கு வருவானா? முதலாளி கேட்டால் என்ன சொல்லப்போகிறோம்? எனக்கு சிரிக்கவும் தெரியும் என்பதை எப்படி அவனுக்குப் புரியவைப்பது? சிடுமூஞ்சியிடம் பாடம் பயில விருப்பமில்லை என்று எழுதிவிட்டல்லவா சென்றிருக்கிறான்!. ஒரு ஆண் அளித்துச்சென்ற இந்த சிடுமூஞ்சிப் பட்டம் அவள் மனசை உறுத்த ஆரம்பித்தது.

அதற்கடுத்த இரண்டு நாட்களும் அவனை எதிர்பார்த்து ஏமாந்து போனது மனம். கார் சப்தம் கேட்டால் பால்கனிக்கு

ஓடிவந்து எட்டிப் பார்த்தாள். ஒரு கட்டத்தில் அவளுக்கே தன் செயல் வெட்கத்தையும் வியப்பையும் ஏற்படுத்தியது. கண்ணாடி முன் வந்து நின்று கேசத்தை சரிசெய்துகொண்டு தன் முகத்தை உற்றுப் பார்த்தாள். பிறகு சிரித்தபடி ஒருமுறையும் சிடுசிடுவென ஒருமுறையும் தன் முகத்தை அதில் பார்த்தாள். மறுபடி சிரித்து நோக்கினாள். சிரிக்காமல் நோக்கினாள் மீண்டும் சிரித்து நோக்கினாள். சிரித்தபடியே வெகுநேரம் தன்னைப் பார்த்துக் கொண்டிருந்தாள். சிரிக்கையில் இவ்வளவு அழகா நான்? இத்தனை சிடுசிடுப்பு காட்டியிருக்கக்கூடாதோ அவனிடம்? மெல்ல மெல்ல அது அவளை வருத்தத்துவங்க, அதை வலுக்கட்டாயமாய் ஒதுக்கித்தள்ளினாள். இவன் ஒருவன் வந்தால் என்ன, வராவிட்டால் என்ன? எதற்கு இவனை நினைத்து மாய்ந்து போகிறோம்? எனக்கு சிரிக்கத்தெரியும் என எதற்கு இவனிடம் நிரூபிக்கவேண்டும்? அவன் என்ன நினைத்துக்கொண்டால் என்ன? இவன் சான்றிதழ் யாருக்கு வேண்டும்?

சரளா அவனைப்பற்றிய நினைவிலிருந்து விடுபட விரும்பினாள். விடுபட விரும்பியதாலேயே விடாப்பிடியாய் அது அவளை வாட்டியது.

பொறுக்க முடியாமல் முதலாளி வீட்டுக்கே ஒன்றிரண்டுமுறை ஃபோன் செய்தாள், அவன் ஃபோனை எடுப்பான் என நினைத்து. ஆனால் முதலாளி எடுக்க, என்ன பேசுவதெனப் புரியாமல் ஃபோனை வைத்துவிட்டாள்.

சற்று நேரத்தில் அவளுடைய ஃபோன் அடிக்க ஒருவேளை முதலாளியோ என கவலைப்பட்டவாறு ஃபோனை எடுத்தாள். எதிர்முனையில் வெறும் சிரிப்புச்சத்தம் கேட்க 'யாரு' என்றாள். உடனே தொடர்பு கட்டானது. மறுபடியும் அடிக்க அதே சிரிப்புச் சத்தம். மீண்டும் துண்டிக்கப்பட்டது. மூன்றாவது முறை அவள் எரிச்சலோடு கேட்டாள்.

"யாரது இப்டி நாகரீகமில்லாம கால் பண்றது? பேச தைரியம் இல்லாதவங்க எதுக்கு ஃபோன் பண்றீங்க?"

எதிர்முனை மீண்டும் சிரித்தது. "அப்டிங்களா, இதே கேள்வியை நான் உங்களைத் திருப்பிக் கேட்டா? நீங்களும்தான் ஒண்ணும் பேசாம ரெண்டுமுறை ஃபோனை வெச்சுட்டீங்க?"

மை காட்! இது ரகுராமின் குரலாயிற்றே. நான்தான் ஃபோன் செய்தேன் என்று இவனுக்கு எப்படி தெரிந்தது? சரளா திகைத்துப் போனாள். பேச இயலாது வாயடைத்துப் போயிற்று அவளுக்கு.

எதிர்முனை மீண்டும் சிரித்தது. "ஹலோ, வாயை மூடுங்க... ஒரு யானையே உள்ள போய்டும் போல இருக்கு!" அவன் சொல்ல, உடனேயே லேசாய்த் திறந்திருந்த இதழ்களை அழுத்தி சேர்த்துக் கொண்டாள்.

"அதுக்காக இப்டியா இறுக மூடிக்கறது?"

'ம்...!' சரளா திகைத்தாள்.

"ஏதாவது பேசறது!"

"யாருங்க நீங்க? என்ன வேணும் உங்களுக்கு?"

"ம்... பொன் மொழி வேணும். இருக்கா?" அவன் கேட்க அயர்ந்து போனாள்.

"நா என்ன அப்டி கேட்கக் கூடாததைக் கேட்டுட்டேன்னு இப்டி வேர்க்கறது உங்களுக்கு?"

ம்... சரளா தன்னையுமறியாமல் தன் நெற்றி வியர்வையை கைக்குட்டையால் ஒற்றிக்கொண்டாள். எப்படி இப்படி நேரில் பார்த்தாற்போல் பேசுகிறான்?

"ஹலோ என்ன ஆச்சர்யமா இருக்கா? அப்டியே கொஞ்சம் வலப்பக்கமா திரும்பினீங்கன்னா நீங்களும் என்னைப் பார்க்கலாம்"

சரளா சட்டென திரும்பிப் பார்க்க அவன் மாடிப்படி ஜன்னலருகில் நின்றிருந்தான். அவன் முகத்தில் விஷமச் சிரிப்பு. காதில் செல்ஃபோன்.

அவனைப் பார்த்ததும் டக்கென்று ரிசீவரை வைத்தாள். வெளியில் வந்து கதவைத் திறந்துவிட்டு மௌனமாக நின்றாள்.

"உள்ள வரலாமா நான்?"

"இது உங்க இன்ஸ்டிடியூட். வரக்கூடாதுன்னு சொல்ல நா யார்?"

"இதை சிரிச்சுக்கிட்டே சொன்னா எவ்ளோ அழகார்க்கும்? சிரிப்பைப்பத்தி இன்னும் நீங்க தெரிஞ்சுக்கல போலருக்கே."

"அப்டி எல்லாம் இல்ல. எனக்கும் சிரிக்கத் தெரியும்"

"அப்டியா நா பார்த்ததே இல்லையே"

"உங்களுக்குத்தான் ஆயிரம் தாமரைகள் இருக்கே சிரிச்சுக்காட்ட. நா சிரிச்சா என்ன சிரிக்காட்டி என்ன?"

"சரி அதைவிடுங்க. எதுக்கு ரெண்டுதரம் எங்க வீட்டுக்கு போன் பண்ணினீங்க?"

அவன் கேட்டதும் தடுமாறினாள்

"அது..."

"நா சொல்லவா? எங்கிட்ட பேசாட்டாலும் இந்த ஒரு வாரமா என்னைத்தான் அதிகம் நினைச்சுட்டு இருந்திருக்கீங்க. என்னை சமாதானப்படுத்தணும், எனக்கும் சிரிக்கத் தெரியும், நானும் தாமரைதான்னு நிருபிக்கறேன் நேர்ல வாங்கன்னு கூப்டத்தானே?"

"ஷட் அப்"

"நோ. இதான் நிஜம்"

"பொய்"

"பொய் சொல்ற முகம் எப்டி இருக்கும்னு எனக்குத் தெரியும்"

"எப்டியிருக்கும்?"

"கண்ணாடில பார்த்துக்கோ உன் முகத்தை"

அவள் அவனை முறைத்துப் பார்த்தாள். அவனது விஷமமான சிரிப்பைக் காணமுடியாமல் அவள் விழிகள் தாழ்ந்தன.

“கஷ்டப்படாதீங்க சரளா. சிரிச்சுடுங்க”

“வம்பு பண்றதுக்குன்னே வந்தீங்களா இங்க? என் முகம் இப்டித்தான் இருக்கும். இஷ்டமிருந்தா வாங்க. இல்லன்னா எங்க வேணாப் போங்க. என்னால தேவையில்லாம யார்கிட்டயும் பல்லைக் காட்டி சிரிச்சுட்டு இருக்க முடியாது.”

“ஓகே சரளா, நா போறேன். ஆனா நா எழுதின அந்த பொன்மொழி வரிகள் உங்களை ரொம்ப பாதிச்சுடுச்சுங்கறதை ஒப்புக்குங்க. இனிமே நா இங்க வரல”

“மிஸ்டர் ரகுராம், என்னை எதுவும் பாதிக்கல. நீங்க போகலாம்”

“நா வெளிப்படையாவே சொல்றேன் சரளா, நீங்க என்னை விரும்ப ஆரம்பிச்சுட்டீங்க. இதான் நிஜம். இதை நீங்க சீக்கிரமே உணர்வீங்க. ஆனா என் நினைவுகளை பலவந்தமா ஒதுக்கித்தள்ளப் பாக்காதீங்க. அது உங்களை ரொம்ப கஷ்டப்படுத்தும். பதற்றப்பட வைக்கும். உங்க நிதானம் தொலைஞ்சு போய்டும். உண்மைகளை ஏற்றுக்கொள்வதுதான் உடம்புக்கும் மனதுக்கும் நல்லது. ஏன்னா நா ஏத்துண்டாச்சு. எத்தனையோ நாடுகள் எல்லாம் சுத்தியலைஞ்ச மனசு கடசீல இங்க வந்து உன் காலடில சுருண்டு விழுந்துட்ட நிஜத்தை நா உணர்ந்துட்டேன். நா சொல்றது நிஜம்னு நல்லா யோசிச்சா புரியும். புரிஞ்சப்பறம் என்னைக் கூப்டு. அதுவரை நா உன்னெதிரில் வரமாட்டேன்”

ரகுராம் வெளியேறிய பிறகு சரளா வெகுநேரம் சிலையாய் நின்றிருந்தாள். அவளால் நம்பவே முடியவில்லை. ரகுராம் வந்ததும் பேசியதும் கனவா நிஜமா என்ற குழப்பம் ஏற்பட்டது. உச்சிவெயில் சுரீரென்று முழங்கையில் சுட்டபோது நிஜம்தான் எனப்புரிந்தது.

எந்தப் பெண்ணுக்குத்தான் கல்யாண ஆசை இருக்காது!. அவளுக்கும் இருந்தது. தன் மனதுக்குப் பிடித்தாற்போன்ற ஒரு உருவத்தோடு கற்பனையில் காதல் செய்வது எல்லோருக்குமே பிடித்தமான விஷயம்தான். அவளுக்கும் கற்பனை இருந்தது. முகமற்ற ஒரு உருவத்தோடு காதலிருந்தது. ஊடலும், கூடலும் இருந்தது. அந்தக் கற்பனை சுகம் என்று நிஜமாகப் போகிறது என்று மனது ஏங்கத்தான் செய்யும். அன்றும் அப்படித்தான் படுத்ததும் கண்மூடி முகமற்ற தன் காதலனைத் தேடினாள். ஒரு புகையாய்த் தோன்றி மெல்ல மெல்ல வடிவமெடுத்த அந்த உருவத்தில் புதிதாய் ஒருமுகம் தெரிய சரளா திகைத்தாள். அந்த முகம் அவளைப் பார்த்துச் சிரிக்க, அவள் அதிர்ந்து போனாள். அந்த முகமற்ற உருவம் இவனுடையதுதானா? வியர்த்தது அவளுக்கு. இது மனசின் ஆசையா? மயக்கமா?

“உண்மைகளை ஏற்றுக்கொண்டுவிடு பெண்ணே” அவன் சிரிக்க அவள் படுக்கையிலிருந்து எழுந்து அமர்ந்தாள். விடிய விடியத் தூக்கம் வரவில்லை. விடியலுக்காக மனசு காத்திருந்தது.

மறுநாள் வேகவேகமாய்க் கிளம்பினாள். சிற்றுண்டிகூட எடுத்துக்கொள்ள மறந்தாள். இன்ஸ்டிடியூட் வந்ததும் முதல் காரியமாக அவனுக்கு ஃபோன் பண்ணினாள். ஒருவேளை முதலாளி எடுத்தால்? கடவுளே! அந்த மனுஷன் வீட்ல இருக்கப்படாது. எங்கயாவது போயிருக்கணுமே. மனசு சற்றே பதற்றப்பட்டது. போன் எடுக்கப்பட்டது. ஹலோ! யப்பா! அவன்தான். மனசு நிம்மதியாயிற்று. இழுத்து மூச்சுவிட்டாள். ‘நான்தான் சரளா’ என்றாள்.

“சொல்லுங்க”

“கோவம் தீர்ந்துதா?”

“கோவம்னு யார் சொன்னா?”

“அப்போ?”

"சந்தோஷம்"

"எப்போ இன்ஸ்டிடியூட் வரீங்க?"

"வரணும்னா ஒரு கண்டிஷன்"

"என்ன?"

"என் பேரை ஆயிரம் தடவை டைப் பண்ணி வைக்கணும்"

"இம்போசிஷனா? எதுக்கு?"

"மறந்துடாம இருக்கணும்னுதான்"

"நா எதுக்கு ஞாபகம் வெச்சுக்கணும்?"

"இன்னும் மீசைல மண் ஒட்டலையே"

"எனக்கு ஏது மீசை?"

மறுமுனையில் அவன் சிரித்தான் 'டைப் பண்ணினால்தான் வருவேன்' என்றபடி ஃபோனை வைத்தான்.

மெஷினின் அருகில் வந்தமர்ந்து பேப்பரை சொருகும்போது கைகள் மெலிதாய் நடுங்கியது. வெள்ளைத்தாளில் அப்பாவின் முகம் தெரிய சட்டென எழுந்தாள்.

❋❋❋

7

காதலிப்பதா? நானா? நினைக்கும்போதே பயம் அடிவயிற்றிலிருந்து உருண்டு எழும்பி வந்து நெஞ்சில் பந்தாக அடைத்துக் கொண்டது. ஒரு சாதாரண குடும்பத்தில் பிறந்து, பொத்தி பொத்தி வளர்க்கப்பட்ட பெண் அவள். ஆணோடு நட்பு ரீதியில் பழகினாலே ஆயிரம் கதைகட்டலும், முகச்சுளிப்பும் செய்யும் நடுத்தர வர்க்கத்து மனிதர்களிடையே வாழ்ந்துகொண்டு காதல் கீதல் என்றால் அது சரியாகுமா? அதை ஒழுக்கக்கேடு என்றல்லவா சொல்வார்கள்! முதலாவதாக அப்பாவும் அம்மாவும் இதை ஆதரிப்பார்களா? சந்தோஷம் என்று மனமார வாழ்த்துவார்களா? ம்ஹூம்... அவளுக்கு நம்பிக்கையில்லை. பெண் காதலிக்கிறாள் என்பதை எந்த தகப்பன் மலர் தூவி சந்தோஷமாக ஆசீர்வதிப்பான்? அதிலும் அப்பா...?

அப்பா மென்மையானவர்தான். குரலுயர்த்திக்கூட பேசத்தெரியாது அவருக்கு. யாரிடமும் கோபப்பட்டு பார்த்ததில்லை. அவர் வருந்தும்படியாய் ஏதாவது சம்பவம் நடந்துவிட்டால்கூட, தன் காயத்தை காட்டிக்கொள்ளாது அமைதியாக இருப்பாரே தவிர, கத்தி கூப்பாடு போடமாட்டார். மாறாக எப்போதேனும் வருத்தம் தாளாமல் கண்கள்கலங்கித்தான் பார்த்திருக்கிறாள்.

இவள் காதல் நிச்சயம் அப்பாவைக் காயப்படுத்தும். அவர் கண்கள் கலங்கும். அந்த கண்ணீருக்கு வீரியம் அதிகமாக இருக்கும். அதை அலட்சியப்படுத்திவிட்டு ரகுவைக் காதலிக்கும் சக்தி அவளுக்கு இல்லை. ரகுராமுக்கு நம்பிக்கை கொடுத்துவிட்டு, பின்னால் அப்பாவின் கண்ணீர் கண்டு பின்வாங்குவதைவிட, இப்போதே காதலை மறுத்துவிடுவது உத்தமமோ? சரளா நிறைய யோசித்தாள். தராசுத்தட்டில் ஒருபக்கம் அப்பா, மறுதட்டில் ரகுராம். முள் இப்படியும்

அப்படியும் தவிப்போடு சாய்ந்தாடிக் கொண்டிருந்தது. மனம் குழம்பித் தவித்தது.

வெகுநேரத் தவிப்புக்குப்பின் முள் ஒரு பக்கமாய் சரிந்தபோது இரண்டு நாள் ஓடியிருந்தது... அந்த இரண்டு நாளும் அவள் இன்ஸ்டிடியூட் செல்லவில்லை. மூன்றாம் நாள் கிளம்பினபோது காதல் ஜெயித்திருந்தது. மனம் தெளிந்திருந்தது. அவள் போனநேரம் அப்பா கீழே இறங்கிக் கொண்டிருந்தார். மனசுக்குள் அவரிடம் மன்னிப்பு கேட்டபடி அவர் பார்வையை சந்திக்கும் திராணி இல்லாமல் விழிகள் தடுமாற அவள் மாடிக்கு வந்தாள்.

ஒரு மணிக்கு கடைசி பேட்ச் முடிந்து எல்லோரும் செல்ல அவள் காலியாக இருந்த மிஷின் ஒன்றில் உட்கார்ந்து பேப்பர் செருகி, ரகுராம் சொன்னபடி அவன் பெயரைத் தட்டச்சு செய்தாள். அவன் வந்து இதைப் பார்ப்பான். முகம் மலர்வான். அவளது காதலைப் புரிந்துகொள்வான். நன்றி என்பானா? சினிமா பாணியில் மகிழ்ச்சி தாங்காமல் அவளை அணைத்துக் கொள்வானா?

சரளா சிரித்துக்கொண்டாள். டிபன் பாக்ஸ் எடுத்து சாப்பிடுவதற்காக உட்கார்ந்தபோது அதனடியில் இருந்த ஒரு வெள்ளை உறை கண்ணில் பட, எடுத்துப் பிரித்தாள்.

உள்ளே நாலாக மடித்த கடிதம் ஒன்று இருக்க வியப்போடு அதை விரித்து படித்தாள்.

வாழ்க்கை என்பது ரயில் பயணம் மாதிரி. ஒரு நிமிடம் தாமதித்தாலும் நமக்காக எந்த ரயிலும் காத்திருப்பதில்லை. ஒரே ஒரு நிமிடத்தில் உலகத்தில் எத்தனையோ புரட்சிகள் நடந்திருக்கிறது. ஒரு நிமிடம் என்பது எத்தனையோ சரித்திரங்களை மாற்றி எழுதி இருக்கிறது. அப்படி இருக்க இரண்டு நாள்

தாமதத்தில் நீ ஏறிச் செல்ல வேண்டிய ரயிலைத் தவறவிட்டு விட்டாயே, நியாயமா? இந்த கடிதத்திற்கு அர்த்தம் புரியவில்லை எனில் இதனுடன் இருக்கும் அழைப்பிதழைப் பார்த்தால் நிச்சயம் புரியும்.

இப்படிக்கு,
ரகுராம்

என்ற கையெழுத்தைப் பார்த்ததும் சரளா திடுக்கிட்டாள். பரபரப்பாக அழைப்பிதழை எடுத்துப் பார்த்தாள். சிலையானாள். ரகுராமானின் கல்யாண அழைப்பிதழ். சரளா முகத்தைப் பொத்திக்கொண்டு உட்கார்ந்து விட்டாள். அழைப்பிதழை மறுபடியும் வெறித்துப் பார்த்தாள். டேபிளில் தலை கவிழ்ந்து படுத்தவள் உடம்பு குலுங்கியது. கண்ணீர் டேபிளை நனைத்தது.

மணி மூன்றாகியும் ரகுராம் வரவில்லை மூன்றுமணி பாட்ச் மாணவி ஒருத்தி வந்து ஏதோ சந்தேகம் கேட்டபோது சம்பந்தா சம்பந்தமில்லாது ஏதோ பதில் சொன்னாள். பிறகு சாரி சொல்லிவிட்டு சரியாகச் சொல்லிக் கொடுத்தாள். ஒரு நிமிடத்தில் உலகம் முழுக்க முள் மயமாயிற்று. உலகத்திலேயே மிக மோசமான நயவஞ்சகர்கள் ஆண்கள்தான் என்று தோன்றியது. ரகுராமை போனில் பிடித்து படபடவென்று நாலு டோஸ்விட்டால் தேவலை போலிருந்தது. தன் அறைக் கதவை சார்த்திக்கொண்டு போனைக் கையிலெடுத்து முதலாளி வீட்டு எண்களைச் சுழற்றினாள். ரகுராம் பேசுவான் என்று நினைத்தவளுக்கு ஏமாற்றம் காத்திருந்தது. முதலாளிதான் பேசினார்.

"என்னம்மா சரளா?" என்றார். சரளாவுக்கு சட்டென்று நாக்கு தளர்ந்தது. என்ன பேசுவதென்று புரியாமல் தடுமாறினாள்.

"அது... சார்..."

"என்னம்மா...?"

"ஏன் சார்! உங்க பிள்ளை கல்யாணத்துக்கு இப்படிதான் இன்வைட் பண்றதா? எனக்கு ரொம்ப கோபம் சார். அதான் போன் பண்ணிட்டேன்."

"என்ன..து.... என்ன சொல்ற நீ...? எனக்கு ஒண்ணும் புரியலையே"

"உங்க பிள்ளைக்கு மாரேஜ்னு ஒரு இன்விடேஷனை என் டேபிள்ள வெச்சுட்டு போயிடறதா? நேர்ல ஒரு வார்த்தை சொல்லி அழைக்க எனக்கு தகுதியில்லையா சார்? நீங்ககூட பேசாம இருந்துடுவீங்கன்னு நா நினைக்கல சார்..."

சரளா படபடவென்று பேசினாள்.

"என்ன இன்விடேஷன் சரளா? என் பிள்ளைக்கு மாரேஜா? யார் சொன்னா உனக்கு...?"

"ரகுராம்னு போட்ருக்கே சார்."

"ஓ... அதுவா..? அய்யோ பெண்ணே! அது என் தங்கை பிள்ளையோட கல்யாண பத்திரிகை. எங்க குடும்பத்துல வீட்டுக்கு ஒரு ரகுராம் இருக்கான். தெரியுமோ...? ஏன்னா அது கொள்ளுத்தாத்தா பேராச்சே. என் பிள்ளைக்கு கல்யாணம்னா உன்னை வீட்டுக்கு வந்து பாக்கு வெத்தலையோட அழைப்பேன் தாயே! இப்படியெல்லாம் மிரட்டி என்னை பயமுறுத்தாத!"

"சாரி சார்... நா..."

"பரவால்ல விடு. ரகுதான் எல்லாரையும் கூப்பிடறான். உனக்கு ஒரு இன்விடேஷன் தரலாம்னு வந்திருப்பான். நீ இருந்திருக்க மாட்ட... வெச்சுட்டு வந்திருப்பான். அப்புறம் சொல்ல மறந்திருப்பான். அதுக்கென்ன நா கூப்பிடுறேன். கல்யாணத்துக்கு கண்டிப்பா வந்துடு சரளா. அப்பாட்டயும் சொல்லு.... என்ன திருப்தியா இப்போ...?"

"போங்க சார்..." - சரளா வெட்கம் பொங்க டெலிபோனை வைத்தவள் பிறகு விழுந்து விழுந்து சிரித்தாள்.

கல்யாண வேலைகளோ அல்லது வேண்டுமென்றுதானோ ஒருவாரம் வரை ரகுராம் இன்ஸ்டிடியூட் பக்கமே வரவில்லை. சரளா அப்பாவையும் அழைத்துக் கொண்டு கல்யாணத்துக்கு முதல்நாள் நடந்த வரவேற்புக்குப் போனாள்.

"வாம்மா சரளா, வாங்க நடராஜன்" முதலாளியே வாசலில் நின்று வரவேற்றார்.

சரளாவின் கண்கள் ரகுராமைத் தேடிக்கூட்டத்தில் நீந்தின. பட்டுப் புடவைகளும், வைர அட்டிகைகளும் மேக்கப் முகங்களும் மிகப் போலியாக வீடியோவுக்காக பேசிச் சிரித்துக் கொண்டிருந்தன. சசிகலா கூட்டங்கள்! சரளா சஃபாரி கூட்டத்தில் ரகுராமைத் தேடினாள்.

"தேடியாச்சா..?"

பின்னால் குரல் கேட்டுத் திரும்பினாள். கிரே கலர் கோட் சூட்டில் கழுத்தில் டை சகிதம் கண்கள் சிரிக்க நின்றிருந்தான் ரகுராம். அவனைப் பார்த்ததும் வெட்கம் குப்பென்று முகத்தை சிவப்பாக்கியது. கூடவே பொய்யானதொரு கோபமும் கண்களில் படர்ந்தது.

"நான் உங்களை ஒண்ணும் தேடலை!"

"நானும் என்னைத் தேடியாச்சான்னு கேக்கலையே.. தேடியாச்சான்னு பொதுவாதானே கேட்டேன்?" ரகுராம் சிரித்தான். அவன் கண்களை நேருக்கு நேர் சந்திக்க முடியாது தவித்தாள் சரளா. அந்த தவிப்பு கண்டு அவன் இன்னும் சிரித்தான்.

"எதுக்கு சிரிக்கிறீங்க இப்டி?"

"உன்னைப் பார்த்தா சிரிப்பு வருது, சிரிக்கறேன்"

"என்ன... மரியாதை குறையறது...!"

"இன்னும் எதுக்கு மரியாதை...?"

"இன்னும்னா...? என்ன அர்த்தம் அதுக்கு...?"

"வா சொல்றேன்." ரகுராம் எங்கோ நடக்க சரளா அனிச்சையாக அவன் பின்னால் நடந்தாள். டைனிங் ஹாலுக்கு பின்னால் இருந்த உக்கிராண அறைக்குச் சென்றான் ரகுராம். அந்த பக்கம் யாருமில்லை,

"உள்ள வா."

"எ... எதுக்கு... நான் வரமாட்டேன்."

"உன்னை கடிச்சு முழுங்கிட மாட்டேன். உள்ள வா." ரகுராம் சட்டென்று அவளை உள்ளே இழுத்து கதவைச் சார்த்தித் தாளிட்டான் சரளாவின் உடம்பு நடுங்க ஆரம்பித்தது. அவனை பயத்தோடு பார்த்தாள்.

"வே... வேணாம். யாராவது வந்துட்டா அசிங்கமாய்டும், அப்பாக்கு தெரிஞ்சா உசிரை விட்டுடுவார்."

"அப்பொ சொல்லு..."

"என்ன சொல்லணும்...?"

"உள்ளுக்குள்ள இருக்கிறதை"

"உள்ளுக்குள்ள என்ன இருக்குன்னு சொல்லச் சொல்றீங்க..."

"ஒண்ணும் இல்ல...?"

"இல்ல"

"நிஜம்மா...?"

"நிஜமா!"

"அப்புறம் எதுக்கு ஃபோன் பண்ணி உங்க பிள்ளைக்கு கல்யாணமான்னு போன்ல அழுத...?"

"அதெப்டி உங்களுக்கு தெரியும்...?"

"உங்கிட்ட பேசினதே நான்தானே!"

"மை காட்...!" சரளா திகைப்போடு அவனைப் பார்த்தாள்.

"நான் வேற யாரையாவது கல்யாணம் பண்ணிண்டா வருத்தப்படுவதானே...?"

"......!"

"வருத்தப்பட மாட்டியா..?"

"சொல்லித் தொலையேன். சரளா..." திடீரென்று ரகுராம் எரிந்துவிழ சரளா திகைத்தாள். அவளால் எதுவும் சொல்ல முடியவில்லை. மூடிய அறைக்கதவும் அப்பாவின் முகமும், அவளை பயத்தில் முடக்கியிருந்தது. கொஞ்சம்கூட பயமில்லால் இப்படியா தனியறையில் அடைத்து என்னை காதலிக்கிறாயா நீ என்று கேட்பான் ஒருவன்! இப்படிக் கேட்டால் காதலா வரும்? பயமல்லவா வரும்... சரளாவுக்கு பயத்தோடு கூடவே கோபமும் வந்தது. எதுவும் சொல்லாமல் அவனைத் தாண்டி நடந்து தாழ்ப்பாளை நீக்கி கதவைத் திறக்கப் போனாள். ரகுராம் அவள் கையைப் பற்றி இழுத்து மறுபடியும் கதவைத் தாளிட்டுவிட்டு அதன்மீது சாய்ந்து நின்றான்.

"சொல்லிவிட்டு போ."

"சொல்லு சொல்லுன்னா என்னத்த சொல்றது..." சரளா எரிச்சலோடு கேட்டாள்.

"என்மேல உனக்கு காதல் உண்டா இல்லையான்னு."

"என்னால முடியாது."

"ஏன்?"

"கதவைத் திறங்க முதல்ல. அப்பா தேடுவார்."

"சொன்னா விட்டுடறேன்."

"இப்டியெல்லாம் மிரட்டினா காதல் வராது. கசப்புதான் வரும்."

"அப்பொ மிரட்டாம வேற மாதிரி கேட்கட்டா?"

சரளா அவனை மௌனமாகப் பார்த்தாள். ரகுராம் அவளை நெருங்கி ஒரு கையால் அவள் முகவாயைப் பற்றி

முகத்தை அருகில் இழுத்தான். "முத்தம் கொடுத்து கேட்டா சொல்லுவயா?" அவன் முகம் அவள் முகத்தை நெருங்கியது.

"ப்ளீஸ்... வேணாம்... எனக்கு பயம்மார்க்கு, என்னை விட்ருங்க."

"அப்பொ சொல்லு... ஐ லவ் யூ ரகுராம் கண்ணான்னு"

"சொன்னாதான் காதலா...?"

"காதல்னா சொல்லித்தானே ஆகணும்?"

"எனக்கு வெக்கமார்க்கு."

"அப்பொ ஒத்துக்கறயா... இருக்குன்னு."

"ம்"

"அப்டி வா வழிக்கு" ரகுராம் அவள் முகவாயிலிருந்து கையை எடுத்து அவளை விடுவித்தான். உக்கிராண அறையின் ஒரு பக்கத்திலிருந்து எவர்சில்வர் டிரம்மை திறந்து அதிலிருந்து ஒரு லட்டை எடுத்தான். அதில் பாதியை கடித்துத் தின்றான். தான் தின்றது போக மீதப் பாதியை அவளிடம் நீட்டினான்.

"சாப்டு."

"எனக்கு வேணாம்."

"சாப்ட்டாதான் விடுவேன்!"

"த பாருங்க... சும்மா மிரட்டினா நான் பயந்துடுவேனா?"

"நானே ஊட்டி விட்ரவா...?"

"ஊட்டி கொடைக்கானல் எதுவும் விடவேண்டாம், கதவைத் திறந்து வெளிய விடுங்க."

"விடாட்டி...?"

"கத்துவேன். பெரிசா அலறுவேன்."

"எங்க அலறு பார்ப்போம்," ரகுராம் சிரிப்போடு அவளை நெருங்கி அவள் வாயில் லட்டைத் திணித்தான். கூடவே அவள்

இதழ்களில் தன் இதழ்களையும் அழுத்தமாகப் பதிக்க அவள் உடம்பில் ஜில்லென்று ரத்தம் சூடேறியது. தன்னையுமறியாது அவன் முதுகில் அவள் கரங்கள் படர்ந்தது.

"ஜெயிச்சுட்டேன் பார்த்தயா...?" காதருகில் கிசுகிசுத்தான் ரகுராம். சரளா எந்த பதிலும் சொல்லவில்லை.

"யப்பா... எவ்ளோ பிகு! பொம்பளைங்களே இப்படித்தான். முதல்ல முரண்டு பண்ணுவிங்க. ஒரு முத்தம் கொடுத்தா கப்புனு கட்டிக்குவிங்க."

அவன் சிரிக்க சரளா வெட்கமும் கோபமுமாக அவனைத் தள்ளமுயல, அவன் பிடி இன்னும் இறுகியது.

"எப்டி சரளா... முதல் பார்வையிலே என்னை வீழ்த்தின...? எத்தனை பொண்ணுங்களுக்கு நா டிமிக்கி கொடுத்திருக்கேன் தெரியுமா... பட் உங்கிட்ட முடியல. டோட்டல் சரண்டராயிட்டேன். எனக்கே ஆச்சர்யமார்க்கு."

"எனக்கும்தான். பொதுவா ஆம்பளைன்னாலே எனக்கு பயம். பேசவே மாட்டேன்."

"எதனால்....?"

"அதெல்லாம் தெரியாது. நா வளர்ந்த விதம் அப்டி. அப்பாவைத் தவிர வேற யார்ட்டயும் அதிகம் பேசினதில்ல. உங்ககிட்டதான் என்னமோ தெரியல..."

"என்ன தெரியல...?"

"ச்சீ... திருப்பி திருப்பி சொல்லணுமாக்கும்?" சரளா அவன் நெஞ்சில் லேசாய் குத்தினாள்,

கதவை யாரோ தட்டினார்கள். "கடவுளே...!" சரளா நடு நடுங்கியபடி. அவனிடமிருந்து விலகி சுவரில், சாய்ந்து கொண்டு பயத்தோடு அவனைப் பார்த்தாள்.

***

8

அரிசி மூட்டைக்குப் பின்னால் அவளை மறைத்து உட்கார வைத்து விட்டு கதவருகில் வந்தான் ரகுராம். அதற்கு முன் நெற்றியில் தன் கர்ச்சிப்பை இறுகக் கட்டிக் கொண்டான். கதவை திறந்து வெளியில் பார்த்தான்,

அவன் நண்பன் பிரபுதான் நின்றிருந்தான்.

"இங்க என்னடா பண்ற நீ?"

"ஒண்ணுமில்ல ஒரே தலைவலி. தனியா வந்து படுத்தா போதும்னு ஆய்டுச்சு, அதான்..."

"ஓஹோ...உனக்கு தலைவலி சரி! உன்னோட வந்தாங்களே ஒருத்தர்; அவங்களுக்கு எங்க வலி...?" நண்பன் விஷமத்தனமாய் கேட்க ரகு அசடுவழியச் சிரித்தான்

"பார்த்துட்டயா நீ...?"

"யெஸ்... வேற யாரும் பார்க்கறதுக்கு முந்தி அவங்களை பத்திரமா அனுப்பு முதல்ல. அப்புறம் நாம் பேசுவோம்."

ரகு சரளாவை அழைத்தான். குனிந்த தலை நிமிராமல் கண்கலங்க வந்து நின்றாள்.

"போங்க." பிரபு வழிவிட்டான். சரளா இருவரையும் ஏறிட்டுப் பார்க்கக்கூட திராணியின்றி ஓடினாள்.

"எங்கம்மா போய்ட்ட நீ...?" அப்பா கேட்டதும் ஒரு வினாடி தடுமாறினாள்.

"ஒரு சிநேகிதிப்பா.. பேசிண்டிருந்தேன்".

"சாப்ட்டுட்டு கிளம்பலாம், நாழியாறதே." நடராஜன் டைனிங் ஹால் நோக்கி நடக்க சரளா பின்னால் சென்றாள். எதிரில் ரகுராமும் பிரபுவும் வந்து கொண்டிருந்தார்கள்.

"வணக்கம் சார்," ரகுராம் நடராஜனின் எதிரில், நின்று கைகூப்பினாள்.

"நீங்க..."

"உங்க பெண்ணோட ஸ்டூடண்ட்."

"ஸ்டுடண்ட்டா..."

"இல்லப்பா முதலாளியோட சன். ஜஸ்ட் ஃபிங்கரிங் கத்துக்கறதுக்காக இன்ஸ்டியூட்டுக்கு வரார்."

"அப்படியா... சந்தோஷம், நாழியாய்டுத்து. சாப்பிட்டுட்டு நாங்க கிளம்பறோம்,"

"பிரபு, இவங்களை பந்தில உட்கார வெச்சுட்டு வாயேன்." ரகுராம் தன் நண்பனை அவர்களோடு அனுப்பிவிட்டு நகர்ந்தான்.

காதல் பரஸ்பரம் வெளிப்படுத்தப்பட்டுவிட்ட சந்தோஷத்தில் சாப்பாடு இறங்கவில்லை, சரளாவுக்கு, இதற்குப் பிறகு எங்கே, எப்போது என்று மனம் அலைபாய்ந்தது. இரவு முழுக்க அவன் இதழ்களின் ஸ்பரிசம் தூங்க விடாமல் ஹிம்சை பண்ணியது. பகலிலும் கனவு காணவைத்தது. கண்களில். கிறக்கமும் இதழ்களில் இளநகையும் எந்நேரமும் படர்ந்திருந்தது. செய்யும் காரியங்களில் தவறுகள் குடிபுகுந்தது. துணி சோப்பால் உடம்பு தேய்த்து குளித்து வாசனை சோப்பால் துணிதோய்த்து உலர்த்தினாள். சாம்பாருக்கு பதில் அப்பாவின் தட்டில் வெறும் தண்ணீரை ஊற்றினாள். 'அடுப்பில் தோசைக் கல்லைப் போடு' என்று அம்மா சொன்னபோது, கல்லுக்கு பதில் மாவுப்பாத்திரத்தையே அடுப்பில் வைத்து அம்மாவிடம் வாங்கிக்கட்டிக் கொண்டாள்.

"என்னடி ஆச்சு உனக்கு? எதை சொன்னாலும் ஏடாகூடமா பண்ற..?"

"என்னமோ தெரியாம பண்ணிட்டேன். விடேன்." அப்போதைக்கு சமாளித்து விட்டாலும் இன்ஸ்ட்டியூட் வந்து தனக்குத்தானே நினைத்து நினைத்து சிரித்தாள்.

அதற்குப் பிறகு கிட்டத்தட்ட ஒரு வாரம் வரை கண்ணிலேயே படவில்லை ரகுராம், இன்ஸ்ட்டியூட் பக்கமும் வரவில்லை. அந்த ஒரு வாரமும் அவளை எதிர்பார்த்து ஏமாற்றத்தால் வாடிப்போய் சாப்பிடக் கூடப் பிடிக்காமல் லேசாய் இளைத்துப் போனாள் அவள். வீட்டுக்கு ஃபோன் செய்து குரலை கட்டையாக மாற்றி பேசி அவனைப் பற்றி விசாரித்தாள்.

''யாரு ரகுராம் தம்பியா...? சிங்கப்பூர்க்கு இல்ல போயிருக்கு!'' வேலைக்காரன் விவரம் சொன்னான்.

''எப்பொ வருவார்?''

''தெரியலிங்களே... நீங்க யாரு..?''

சரளா பதில் சொல்லாது எரிச்சலோடு, போனை வைத்தாள். வெளியூர் போகிறவன் இப்படியா சொல்லாமல் கொள்ளாமல் போவான்..! வரட்டும் பார்த்துக் கொள்கிறேன், இதுதான் ஒரு காதலனுக்கு அழகா என்று கேட்கிறேன். சரளா பொருமினாள் எப்போது கடைசி பாட்ச் முடியும் என்று காத்திருந்தாள், கடைசி பாட்ச் முடிந்ததும் எரிச்சலோடு இன்ஸ்ட்டியூட்டை இழுத்துமூடி பூட்டும்போது கீழே கார் சத்தம் கேட்க எட்டிப் பார்த்தவள் முகம் திகைத்தது.

ரகுராம் ஷூ சப்திக்க மாடி ஏறி வந்தான். சரளா அவனை முறைத்துப் பார்த்து விட்டு முகம் திருப்பிக் கொண்டாள்.

''என்ன கோவம்?''

''சிங்கப்பூர் ஃபிளைட் இவளோ சீக்கிரம் வந்துடுச்சேன்னு தான் வேறென்ன...?''

ரகுராம் பெரிதாகச் சிரித்தான்.

''சிரிக்காதீங்க! எரியறது. இப்படித்தான் சொல்லாம கொள்ளாம போறதா...?''

''சொல்லாம போனேனா.. எங்கே?''

“சிங்கப்பூர் போகல?”

“சிங்கப்பூர் தானே... கண்டிப்பா ஹனிமூன் அங்கதான்.”

“அப்படின்னா...?”

“யாரு ரகுராம் தம்பியா...? சிங்கப்பூர்க்கு இல்ல போயிருக்கு..!” ரகுராம் வேலைக்காரனின் குரலில் பேச, சரளா திகைப்போடு அவனைப் பார்த்தாள்.

“ஓஹோ நீங்க பலகுரல் மன்னனா?... இனிமே ஏமாற மாட்டேனே!”

“சரி, சொல்லு சரளா. அடுத்தாப் போல நாம எங்க சந்திக்கலாம்”

“மை காட்! நா உங்களோட எங்கேயும் வரமாட்டேன்”

“ஏன்...? பயமா...?”

“அப்படிதான். எங்கப்பாக்கு நம்ம விஷயம் தெரிஞ்சா ரொம்ப ஷாக்காய்டுவார்.”

“என்னிக்காவது ஒரு நாள் தெரிஞ்சுதானே ஆகணும்? பயந்தா எப்படி...?”

“அதை நினைச்சாதான் கவலையார்க்கு. நான் எப்படி சொல்லப் போறேன் இந்த விஷயத்தை!”

“தோ பார் சரளா. எப்படியும் நாம் கல்யாணம் பண்ணிக்க இன்னும் ரெண்டு வருஷமாவது ஆகும், அதுவரை சந்தோஷமா காதலிப்போம். எதை எதையோ நினைச்சுக்கிட்டு இப்போதைய மகிழ்ச்சியை எதுக்கு கெடுத்துக்கணும்? பி ஹாப்பி... அடுத்த வாரம் நாம் ஒரு பிக்சர் போய்ட்டு அப்டியே லைட்டா எதாவது சாப்ட்டுட்டு வரோம் சரியா...?”

“வேணாம் ரகு... வெளியல்லாம் நா வரல.”

“இப்டி நீ பயந்தா நா இப்பவே வந்து உங்கப்பாவைப் பார்த்து உண்மைய சொல்லிடுவேன். அதுவும் நீதான் என் பின்னால் சுத்தறன்னு சொல்லுவேன்.”

''யப்பா! நா செத்துடுவேன்.''

''அப்பொ வா என்னோட.''

''வந்து தொலைக்கறேன். வேற வழி!''

''குட்! எங்கே எப்பொன்னு அப்பறம் சொல்றேன். வரட்டா?'' ரகுராம் சிரித்துக் கொண்டே கிளம்பினான்.

பவழமல்லிப் பூக்களை ஊசி நூலில் கோர்த்து மாலையாக கட்டிக் கொண்டிருந்தாள் அகிலா. அடுத்த தெருவில் ஒரு வீட்டில் பவழமல்லி மரமிருந்தது. பூக்கள் போர்வையாய் பூமியில் கொட்டும். அந்த வீட்டுக்காரரின் அனுமதியோடு அவற்றைப் பறித்து வந்து மாலை தொடுத்து எல்லா படங்களுக்கும் போடுவதுதான் அன்றாடம் முதல்வேலை அவளுக்கு. வெள்ளை இதழ்களும் செக்கச் சிவந்த காம்பும் தெய்வீக, மணமுமாய் இருக்கும் பவழமல்லிப் பூக்கள் அவளைப் பரவசப்படுத்தின. வழக்கமாய் ஏழு மணிக்கெல்லாம் அப்பா பூஜையில் அமர்ந்து விடுவார், அதற்குள் அகிலா எல்லாவற்றையும் தயார் செய்து விடுவாள். கோலம் போட்டு விளக்கில் எண்ணைவிட்டு திரிபோட்டு, பூ சுற்றி தூபக்கால், தீபக்கால் எடுத்து வைத்து, உதிரி புஷ்பங்கள் ஒரு தட்டில் வைத்து, ஊதுபத்தி ஏற்றிவைத்து, அப்பாவுக்கு வலதுகை அவள்தான். அவள் வீட்டுவிலக்காகிவிட்டால் அப்பா திண்டாடி விடுவார். சரளா எழுந்திருப்பதே ஏழு மணிக்குத்தான். அம்மாவால் அடுக்களை வேலையோடு பூஜை காரியங்களையும் சேர்த்து செய்ய முடியாது. ஆக அந்த மூன்று நாட்களும் நடராஜனே முடிந்தவரை ஏற்பாடு செய்துகொள்வார். அந்த நேரங்களில் அம்மாவும் சரளாவை சீக்கிரம் எழுந்திருக்கச் சொல்லி எவ்வளவோ புத்தி சொல்லியும் சரளாவால் அதற்கு முன்பு கண்ணைத் திறக்கவே முடிந்ததில்லை.

''உன்னைவிட சின்னவ அவ. தினம் அஞ்சு மணிக்கு எழுந்து குளிச்சுட்டு. போய் பூ பறிச்சுண்டு வரது. நீ இப்படியே

இருந்தா பின்னாடி ரொம்ப கஷ்டப்படுவடி'' சரளா அம்மா சலித்துக் கொள்வாள்.

"நாளைக்கு வா. கண்டிப்பா அஞ்சு மணிக்கு எழுந்திருக்காட்டி பார்.'' தினமும் சரளா சவால் விட்டுவிட்டுத்தான் தூங்கப் போவாள். ஆனால் ஒருநாள்கூட அவளால் ஐந்து மணிக்கு எழுந்திருக்க முடிந்ததில்லை...

"நா என்ன செய்யட்டும் அகிலா! இப்படி தூங்கறது எனக்கே வெக்கமாதான் இருக்கு. உன்னால் மட்டும் எப்படி எழுந்திருக்க முடியறது?'' ஒருநாள் இரவு அகிலாவிடம் அவள் அலுத்துக் கொண்டதைக் கேட்ட நடராஜன் சிரித்தபடி அவளருகில் வந்து அமர்ந்தார்.

"நீ சீக்கிரம் எழுந்திருக்க நா ஒரு வழி சொல்லட்டுமா...?''

சரளா அவர் முகத்தைப் பார்த்தாள். "மனசை எப்படியாவது ஈடுபடுத்திக்கணும். அப்படி நாம ஈடுபடுத்திக்கற விஷயம் நமக்கு ஆத்ம சந்தோஷத்தையும் பரவசத்தையும் தரணும். சந்தோஷத்தையும் பரவசத்தையும் தரக்கூடிய காரியத்தை செய்யணும்னா கண்டிப்பா நேரம் காலம் பார்க்கமாட்டோம். தூக்க சுகம் தூசியாய்டும். அஞ்சு மணிக்கு குளிக்கறதும் பூஜைக்கு பூ எடுக்க போறதும், அப்ப உடம்பை வருடும் காற்றை அனுபவிக்கறதும் அகிலாவுக்கு பரமானந்தத்தை தரது. அந்த பரமானந்தத்தை அனுபவிக்கறதுக்காக அவளால் சீக்கிரம் எழுந்திருக்க முடியறது. எல்லா சந்தோஷமும் நம்மகிட்டயேதான் இருக்கு சரளா. நாமதான் அதை அனுபவிக்கற மனோநிலைக்கும் கட்டுப்பாட்டுக்கும் நம்பளை கொண்டுபோகணும். தூங்கறதுதான் பரமானந்தம்னு உனக்கு தோன்றதுனாலதான், அதைவிட மத்ததெல்லாம் ஹிம்சைன்னு நினைக்கறதுனாலதான், உன்னால் எழுந்திருக்க முடியல.'' அப்பா சொல்லி முடிக்க அம்மா தோளில் இடித்துக் கொண்டாள்.

"ஆமா, நீங்க எவ்ளோ சொன்னாலும் அவ கேட்டுடப் போறா பாருங்கோ. அவளுக்கு தோணினதைத்தான் அவ செய்வா. அது அவ சுபாவம்."

"அதெல்லாம் இல்ல. நாளைலேர்ந்து அவ எழுந்துடுவா பாரு." அப்பா பொண்ணுக்காக பரிந்து பேசினார்.

"பார்க்கலாம். நாளைக்கு மட்டும் அவ எழுந்திருக்காட்டி, உங்களுக்கு காப்பி கிடையாது" அம்மா விழி உருட்டி சொல்ல அப்பா சிரித்தார்.

"மகளே, நாளைக்கு உன் தயவுலதான் எனக்கு காப்பி கிடைக்கணும்".

"அப்படி நா சீக்கிரம் எழுந்துட்டா அப்பாக்கு என்ன ஸ்பெஷலா தருவ சொல்லு" சரளா அம்மாவை நிறுத்திக் கேட்டாள்.

"ஸ்பெஷல் தானே வடை பாயசத்தோட விருந்தே பண்ணி போடறேன்... நீ எழுந்தா...!"

"அப்பா... ரெடியாரு.. கண்டிப்பா நாளைக்கு வடை பாயசம்தான்." சரளா ஒரு முறைக்கு இரண்டு முறையாக அலாரத்தை செக் பண்ணி பார்த்து சரியாக நாலே முக்காலுக்கு வைத்துவிட்டுப் படுத்தாள்.

அகிலா நாலரை மணிக்கு சரியாக எழுந்துவிட்டாள். அம்மாவும் அவளோடே எழுந்தாள். நாலே முக்காலுக்கு அலாரம் அடித்தது. சரளா எவ்வித அசைவுமின்றி படுத்திருக்க அம்மா, அப்பாவை இளக்காரத்தோடு பார்த்தாள்.

"எழுந்துடுவா பார்" அப்பா பின்பக்கம் போனார். அகிலா குளித்துவிட்டு பாத்ரூமிலிருந்து வெளியில் வந்தபோது மணி சரியாய் ஐந்து. அவள் முகம் கவலையில் வாடியது. சரளாவின் அருகில் வந்து துணி உலர்த்தும் கம்பை எடுத்து அவளை எழுப்ப முயல, அம்மா சட்டென்று அவளை இழுத்துக் கொண்டு வெளியில் வந்தாள். "இந்த வேலையெல்லாம்

வேண்டாம். அவளா எழுந்திருக்கணும். இல்லாட்டி நா ஒத்துக்க மாட்டேன்.''

''அதான் சரி அகிலா, நீ எழுப்பாதே.'' அப்பா குளிக்கப் போனார்.

வேறு வழியின்றி அகிலா பூக்கூடையோடு வாசலிறங்கினாள்.

அவள் பூப்பறித்து வந்து, கோர்த்து, எல்லா படத்துக்கும் மாலை போட்டு வழக்கமான எல்லா ஏற்பாடுகளையும் செய்து முடித்தபோது மணி ஆறு முப்பது. கோயிலுக்குப்போன அப்பா திரும்பி வந்து பூஜையில் உட்கார்ந்தார். சரளா எழுந்திருக்கவில்லை,

''இவளை நம்பி இனிமே பெட் கட்டாதிங்கோ.'' அம்மா மனசு கேட்காமல் காப்பி கலந்துகொண்டு வர, அப்பா மறுத்து விட்டார்.

''எனக்கு வேண்டாம்.''

''அய்யோ நான் சும்மா விளையாட்டுக்கு சொன்னேன்.''

''நான் நிஜமாவேதான் சொல்றேன். எனக்கு காப்பி வேண்டாம்.''

''ப்ளிஸ்ப்பா... நீங்க எதுக்கு தண்டனை ஏத்துக்கணும்?'' அகிலா கெஞ்சினாள்.

''இல்ல தாயி. இது தண்டனையில்ல சந்தோஷம்'' அப்பா பூஜையில் அமர்ந்து விட்டார்.

அகிலா இன்னும் தூங்கிக் கொண்டிருந்த சரளாவைப் பார்த்தாள்.

''நான் சொல்லல...? அவ இஷ்டப்படிதான் அவ நடந்துப்பான்னு? இவளால இன்னிக்கு மூணு பேருக்கு காப்பி இல்லாம போனதுதான் மிச்சம்.'' அம்மா முணுமுணுத்துக் கொண்டே உள்ளே போனாள்.

மணி ஏழேகாலைக் கடந்தது. சரளா சாவதானமாக சோம்பல் முறித்தபடி கண்களைத் திறந்தாள். முதல்நாள் பேசினதெல்லாம் நினைவுக்கு வர வாரிச் சுருட்டிக் கொண்டு எழுந்தாள். குற்ற உணர்வோடு எல்லோர் முகத்தையும் பார்த்தாள். அம்மா முகத்தை திருப்பிக் கொண்டு போனாள். அகிலா எப்போதும் போல் சலனமற்றுப் பார்த்தாள்.

"நீயாவது என்னை எழுப்பியிருக்கலாமே" அகிலாவிடம் மெதுவாக கேட்டாள்.

"எழுப்பதான் வந்தேன். ஆனா அம்மா தடுத்துட்டா."

"அப்பா காப்பி சாப்ட்டாரா...?"

"இல்ல"

"அம்மா தரவேல்லயா?"

"குடுத்தா, ஆனா அப்பாதான் வேண்டான்னுட்டார்."

"ப்ஸ்... நான் ரொம்ப மோசம் இல்ல அகிலா? நாளைக்கு ஒரு கை தண்ணிய மூஞ்சில அடிக்கறயா?"

"அது சரி மாமியாராத்துக்கு போனா, அங்க உன் மாமியாரை தினம் ஒரு சொம்பு தண்ணியோட வந்து எழுப்ப சொல்லுவயாக்கும்..?"

அம்மா எகத்தாளமாக கேட்டாள்.

"மாமியார் எப்டிம்மா உள்ள வர முடியும்? நான் கதவை திறந்தாதானே? தப்பா சொல்ற நீ! ஆம்படையானே தண்ணி தெளிச்சு எழுப்பினா உண்டு" சரளா கொஞ்சம்கூட பயமின்றி நிதானமாக சொல்ல, பூஜையிலிருந்த அப்பா உள்பட எல்லோருமே கொல்லென்று சிரித்தார்கள்.

"எதிருக்கோ இல்லையோ, வாயிருக்கு காது வரைக்கும்! சரி சரி! எழுந்து குளிச்சுட்டு சாமர்த்தியமிருந்தா அப்பாவை காப்பி குடிக்கவை பார்க்கலாம்."

"அடுத்த சவாலா..? ம்... கண்டிப்பா இதுல நாந்தான் ஜெயிப்பேன் பார்...!"

சரளா குளித்து விட்டு காப்பியோடு அப்பாவிடம் வந்து கெஞ்சலோடு அவரைப் பார்த்தாள்.

"எனக்காகப்பா! ப்ளீஸ்ப்பா! இனிமே நான் இப்படியெல்லாம் பெட் கட்டவே மாட்டேன் சரியா...?"

நடராஜன் சிரித்தாலும் காப்பியை மட்டும் வாங்கிக் கொள்ளவில்லை.

"ம்ஹூம்... வேண்டாம். நான் அன்பான தகப்பன்தான். ஆனா கண்டிப்பானவனும் கூட. நீ அஞ்சு மணிக்கு எழுந்திருக்கற அன்னிக்குதான் எனக்கு இனிமே காப்பி" அப்பா சொல்ல சரளாவின் முகம் சுருங்கியது.

❋❋❋

9

அதன் பிறகு சரளாவும் ஐந்து மணிக்கு எழுந்திருக்கவில்லை. நடராஜனும் காப்பி குடிப்பதை சுத்தமாய் நிறுத்தி விட்டார்.

“பரவால்ல காப்பி உடம்புக்கு கெடுதல் தானே? விடணும்னு நானே நினைச்சுண்டுதான் இருந்தேன்” நடராஜன். எல்லோரையும் சமாதானப்படுத்தினார். சரளாவின் மனசு மட்டும் குறுகுறுத்தது.

“அப்பா ப்ளீஸ் அப்டி. ஒரு முடிவுக்கு வந்துடாதீங்கோ. ஒருநாள் இல்லாட்டா ஒருநாள் நான் கண்டிப்பா அஞ்சு மணிக்கு எழுந்துடுவேன். அப்டி எழுந்துக்கற அன்னிக்கு கண்டிப்பா காப்பி குடிக்கணும். அதனால் காப்பியை விட்டுட்டேன்னு சொல்லிக்காதிங்கோ. நிறுத்தி வெச்சிருக்கேன்னு வேணா சொல்லிக்கலாம்.”

“உதைடி அவளை! இன்னமும்கூட, எழுந்துக்கறேன்னு சொல்லத் தெரியலையே! ஒருநாள் இல்லாட்டா ஒருநாள் எழுந்துப்பாளாம். என்னிக்குடியம்மா? இன்னும்? எத்தனை வருஷம் கழிச்சு?”

“ஏம்மா... எனக்கொரு சந்தேகம். என்னை பிள்ளையாண்டிருந்தப்போ நீ ரொம்ப தூங்கினாயோ?”

அகிலாவும் அப்பாவும் பக்கென்று சிரிக்க அம்மா பல்லை கடித்துக் கொண்டு அவளை முறைத்துப் பார்த்து “உனக்கு எல்லாம் தமாஷ் தான்டி. உன்னால் ஒரு மனுஷன் காப்பி குடிக்காம இருக்காரேன்னு கொஞ்சமானும் உறுத்தல் இருந்தா இப்டி பேசுவயா?”

“சரிம்மா. இன்னும் ஒரு நாலஞ்சு மாசத்துல கண்டிப்பா அப்பாவை காப்பி குடிக்க வெச்சுடறேன் போதுமா?”

“இன்னும் நாள் கணக்கே வரலையா?” சரளா பதில் சொல்லாது நகர்ந்தாள், அதற்குப் பிறகு நாலைந்து முறை

அலாரம் வைத்தாள். அதுவும் அடித்தது. அவளும் எழுந்து படுக்கையிலேயே உட்காரத்தான் செய்தாள் ஒரு நிமிடம்தான். கண்ணைத் திறக்க முடியவில்லை. விழிப்பு நரக வேதனையாய்த் தெரியும். இன்னும் தூங்கு என்று உள்ளே ஒரு உத்தரவு பிறக்கும். அதை மீற மனமின்றி மறுபக்கம் தலைவைத்துப் படுத்து விடுவாள். இதுதான் தினசரி நடந்தது. திட்டித். திட்டி அம்மாவுக்கே அலுத்து விட்டது. காலைத் தூக்கம் மட்டுமல்ல. மதியம் தூக்கமும் ஆனந்தமாகத்தான் வந்தது. ஒரு மணியிலிருந்து மூன்று மணிவரை இன்ஸ்டியூட்டில் எவ்வித தொந்தரவுமின்றி தூங்க முடிந்தது. இதற்கு ஆபத்து ஏற்பட்டதால்தான் ரகுராமின் மீது ஆரம்பத்தில் எரிச்சலேற்பட்டது. இப்போது அதே எரிச்சல் காதலான பிறகு தூக்கம் போய் விட்டது. மனசு பரபரப்பாய் அவனை எதிர்பார்க்கத் தொடங்கியது. மனசு எதிலாவது ஈடுபட்டால் தூங்கத் தோன்றாது என்று அப்பா சொன்னது சரிதான் போலும்,

"ஹலோ..." என்ற அழைப்போடு பத்து நிமிடம் லேட்டாய் வந்தவனை முறைத்துப் பார்த்தாள்.

"என்ன கோவம்?"

"கிளாசுக்கு சரியான நேரத்துல வரவேண்டாமா?"

"தப்புதான் ஆனா காரணமிருக்கு."

"என்ன காரணம்"

"டிக்கெட் புக் பண்ணிட்டு வந்தேன். அதான் லேட்."

"என்ன டிக்கெட்?"

"ம்... நாம ஓடிப்போறதுக்கு ஃபிளைட் டிக்கெட்."

"எ...ன்ன?" சரளா மிரண்டு போனாள்.

"என்ன? பயந்தாச்சா உடனே? ஏன் சரளா ஓடிப் போறது அவ்ளோ பெரிய குத்தமா?"

''தப்புதானே?''

''பயப்படாதே! நா சினிமா டிக்கெட்தான் புக் பண்ணியிருக்கேன்.''

''என்னிக்கு?''

''வர சனிக்கிழமை''

''எந்த ஷோ?''

''ஈவினிங் தான்''

''மை காட்!. நா வீட்ல என்ன சொல்றது?''

''மகளே உன் சமர்த்து அது''

''இப்டி சொன்னா?''

''அப்பொ சரி. நான் ரகுராமோட சினிமாக்கு போய்ட்டு வரேன்னு உண்மையே சொல்லிட்டு வா.''

''கடவுளே! நடக்கற கதையைச் சொல்லுங்க.''

''அதெல்லாம் தெரியாது. நீயே யோசி. என்னமோ சொல்லிக்கோ. ஆனா வராம மட்டும் என்னை ஏமாத்தினா...! நான் வீட்டுக்கு வந்து இழுத்துண்டு வர வேண்டியிருக்கும் புரிஞ்சுதா?''

''யப்பா... நீங்க செய்தாலும் செய்வீங்க. எப்டியோ நா வந்து சேர்ரேன், போதுமா?''

சரளா யோசித்தாள். சினிமாவுக்கு போகிறோம் என்பதைச் சொல்லவேண்டும். யாரோடு என்பதில்தான் ஒரு சின்னப் பொய்.

சனிக்கிழமை காலையிலேயே சொல்லிவிட்டாள் வீட்டில். ''போன எக்ஸாம்ல பாஸான ஓல்டு ஸ்டூடண்ட்ஸ் நாலஞ்சு பேர் எனக்கு டிரீட். தரணுமாம். சினிமாக்கு கூட்டிண்டு போறா. அப்டியே ஹோட்டல்ல டிபன், ராத்திரி பத்திரமா வந்துடுவேன் கவலைப்பட வேண்டாம்.''

"பத்திரமா வரணும். என்ன படம்?" அப்பா கேட்டார்.

"தெரியாது சஸ்பென்ஸாம்"

"சினிமால தூங்கிப் போய்டாதே" அம்மா கிண்டலடித்தாள்.

"உன்னை வந்து கவனிச்சுக்கறேன்" சரளா கிளம்பினாள். நல்ல புடவை ஜாக்கெட்டை கையிலெடுத்துக் கொண்டாள்.

நாலு மணிக்கு இன்ஸ்டியூட்டிலேயே முகம் கழுவி, புடவை மாற்றி டிரஸ் பண்ணிக் கொண்டாள்.

ஐந்தே காலுக்கு ரகுராமின் கார் ஹாரன் சப்தமிட சரளா உற்சாகமும் ஒருவித திரில்லுமாக கிளம்பினாள்.

முதன்முதலாக ஒரு ஆணோடு தனியே வெளியே போகப்போகும் பதட்டம் அவள் முகத்தில் தெரிந்தது. அவன் அருகே அமர்ந்து படம் பார்க்கப் போவதை நினைத்து முகம் சிவந்தது.

'இருட்டில் சீண்டுவானோ? ம்ஹும்.. விடக் கூடாது? அதுசரி இவனை நம்பி போகிறோமே. இவனைப் பற்றி எனக்கு என்ன தெரியும்? இவன் எந்த அளவுக்கு நல்லவன்? இல்லை! இவன் மோசமானவன் இல்லை. நல்ல குடும்பத்தில் பிறந்து நல்லபடி படித்து வளர்ந்து சம்பாதிப்பவன். தக்கதகுதியை தான் அடைந்த பிறகுதான் காதலிக்க ஆரம்பித்திருக்கிறான். இந்தக் காதல், விடலைக்காதல் இல்லை. இது வெறும் உடற்கவர்ச்சியாக இருந்தால் அது தியேட்டரில் இவன் நடந்து கொள்ளும் விதத்திலேயே தெரிந்து விடும். அருவருக்கத்தக்க முறையில் அவன் நடந்துகொண்டான் என்றால் அந்த நிமிடமே அவனை உதறிவிட்டு பெரிய கும்பிடாகப் போட்டுவிட்டு விலகி விடலாம். ச்சப்....! என்ன பெண் நான்! ஏற்கனவே இவன் முத்தமிட்டதை ஏற்றுக் கொண்டுவிட்டு இப்போது ஏன் எதை எதையோ நினைத்து கவலைப்பட்டு... எப்படி இருந்தாலும் இவன் என் காதலன்தான். எதிர்கால கணவனும்கூட. ஒருவேளை ஏமாற்றி விட்டால்...? இல்லை. மாட்டான்.'

"என்ன பலமான யோசனை? பயம்மார்க்கா?" கார் ஓட்டியபடி கேட்டான் ரகுராம்.

"ம். முதல்முறையா வீட்டை ஏமாத்திட்டு வரேன். மனசுக்குள்ள ஒரே குறுகுறுப்பு."

"தினமும் வெளிய சுத்த ஆரம்பிச்சுட்டோம்னா சரியாப்போய்டும்."

"ஆசையப்பாரு! நா மாட்டேம்ப்பா."

பெயர்கள் போடும்போதுதான் தியேட்டருக்குள் நுழைந்தார்கள். இருட்டில் டார்ச் லைட் ஒளியில் தியேட்டர் ஊழியர் உதவ, சீட் கண்டுபிடித்து அமர்ந்தார்கள்.

நல்லதொரு காதல் கதையை அழகாக படம் பிடித்திருந்தார்கள். முக்கோணக் காதல் கதை. இயல்பான வசனங்கள். மிகையில்லாத மிதமான நடிப்பு. யதார்த்தமான காட்சிகள். தான் காதலித்த காதலி வேறு ஒருவனை காதலிப்பதை அறிந்த காதலன் தன் ஏமாற்றத்தை மறைத்துக்கொண்டு காதலியை அவன் காதலனோடு இணைத்து வைக்கிறான்.

"இதெல்லாம் சினிமாலதான் நடக்கும். நல்லாவும் இருக்கும். நிஜவாழ்க்கைல எந்தக் காதலனும் இப்டி செய்யமாட்டான்" படம் பற்றி சரளா சொல்ல ரகுராம் மறுத்தான்.

"அதெப்படி, அவதான் அவனை காதலிக்கலையே! ஒரு தலைக்காதல்தானே.. எனக்கென்னவோ ரொம்ப பிடிச்சிருக்கு. அவனுடைய காதல் உண்மையான காதல். காதலியோட தான் சந்தோஷமார்க்கறதைவிட, காதலி சந்தோஷமார்க்கறதுதான் முக்கியம்னு நினைக்கற காதல்."

"உங்க காதல் எப்டிப்பட்டது ரகுராம்? என் சந்தோஷத்திற்கு முக்கியத்துவம் கொடுப்பேளா?"

ரகுராம் அவளை உற்றுப் பார்த்துவிட்டு சிரித்தான். "உன் சந்தோஷம் எதுல இருக்குன்னு சொல்லு. அது முக்கியத்துவம் நிறைஞ்சதா இல்லையான்னு முதல்ல தெரிஞ்சுக்கறேன்"

"ச்சீய்... கொஞ்சம்கூட ஆசையேல்ல. கிண்டலா பண்றேள்?"

"சரி, சொல்லு, நம்ம விஷயத்தை எப்போ வீட்ல சொல்லப்போற?"

"மை காட்....! என்னால முடியாதுப்பா."

"அப்படின்னா இப்டியே ரகசியமா ஊர் சுத்திண்டிருந்தா போதுமா?"

"அதெப்படி?"

"அப்புறம்? நாம கல்யாணம் பண்ணிக்க வேண்டாமா?"

"பண்ணிக்கணும்"

"வீட்ல சொன்னாத்தானே பண்ணிவெப்பா!" ரகுராம் இப்படி சொன்னதும் சரளாவின் முகம் பயத்தில் சுருங்கியது.

"என்னாச்சு சரளா?"

"எங்க வீட்ல நிச்சயமா சம்மதிக்க மாட்டா ரகு"

"காதலிக்கறவா பயப்படக்கூடாது சரளா. ஒருவேளை உங்க வீட்ல, சம்மதிக்கலைன்னா. என்னை மறந்துருவயா?"

"கடவுளே!. செத்துடுவேன்."

"அப்படின்னா என்னதான் செய்யறதா உத்தேசம்?."

"அய்யோ... இப்பொ அதைப் பத்தியெல்லாம் எதுக்கு பேசி குழப்பிக்கணும்?"

"இப்பவே பேசியாகணும் சரளா. காதல்ங்கறது வெறுமன ஊர் சுத்தறது இல்ல. ஒருத்தரை ஒருத்தர் புகழ்ந்துக்கறது இல்ல. கடைசிவரை சேர்ந்து வாழறதுக்கு தான் காதலிக்கறோம், நாம கல்யாண வயசை அடைஞ்சவா. ரொம்ப நாள் காதலிச்சுண்டு இருக்க முடியாது. நாளன்னிக்கு நா சிங்கப்பூர் போறேன் வரதுக்கு ரெண்டு வாரம் ஆகும். வந்ததும் எங்க வீட்ல நான் விஷயத்தை சொல்லப் போறேன். அதேமாதிரி நீயும் சொல்லிடு அவங்க சம்மதிச்சா நல்லபடியா நம்ம கல்யாணம் ஊர்

பார்க்க நடக்கும். இல்லாட்டி கோயில்ல ரகசியமா நடக்கும்.'' ரகுராமின் குரலில் ஒருவித உறுதி இருக்க சரளாவின் முகமோ பேயறைந்தாற்போலாயிற்று,

இரவு வீட்டுக்கு வந்து படுத்தவளுக்கு தூக்கம் வரவில்லை. மிகவும் மரியாதையான, ஆச்சாரமான அப்பா! கண்டிப்பாக தன் காதலை வீடு ஏற்காது என்பது அவளுக்கு நன்றாகவே தெரிந்தது. அவன் என்னடாவென்றால் சொல்லி விடு என்கிறான். எப்படிச் சொல்வது? நிச்சயமாக எதிர்ப்புதான் எழுப்பும். அப்பா செத்துவிடுவார். அந்த அளவுக்கு மானம் மரியாதையோடு வாழ்பவர் அவர். அப்படிபட்டவரிடம் சொல்ல முடியும் என்று தோன்றவில்லை அவளுக்கு.

இரவு முழுக்க அவள் தூங்கவில்லை. அதன் பலன் விடியலில் இன்னும் அசத்தியது. வழக்கத்தைவிட அதிக நேரம் தூங்கியவளை அம்மா அடித்துத்தான் எழுப்பினாள்.

''நன்னார்க்குடியம்மா. மணி எட்டரை, ஏழு மணிக்கு எழுந்துக்கறன்னு. உங்கப்பா காப்பியை விட்டாச்சு. இனிமே எட்டரைக்கு எழுந்துண்டா, ஒருவேளை சாப்பாட்டையும் விட்ருவா! பொம்மனாட்டி இப்டி தூங்கினா வீடு உருப்படாதுன்னுவா, போற இடத்துல வளர்ப்பு அப்படின்னு எங்க மண்டையைத்தான் உருட்டுவா.''

சரளா குறுகுறுப்போடு பின்பக்கம் போனாள். அம்மா, கணவருக்கு சாப்பிடத் தட்டெடுத்து வைத்தாள்.

இவளை இப்டியே விட்டா சரியார்க்காது. கல்யாணம் பண்ணி அனுப்பினாத்தான் ஒரு பயமும் பொறுப்பும் வரும்,

''நானும் அந்த முடிவுக்குதான் வந்திருக்கேன்.'' நடராஜன் சாம்பார் சாதத்தை பிசைந்தபடி யோசனையோடு கூறினார்.

''அப்புறம் என்ன? இன்னிக்கே ஜாதகத்தை அம்பாள் காலடில வெச்சு எடுத்து குடுக்க ஆரம்பிச்சுடுங்கோ. பணமில்ல பணமில்லன்னு பயந்துண்டுருந்தா கல்யாணம் பண்ணாம

இருக்க முடியுமா? பகவான் ஏதாவது ரூபத்துல உதவுவான், நம்ம கடமையை நாம் செய்ய ஆரம்பிப்போம்''

''அதுவும். சரிதான். பார்ட் டைம் ஜாப் ஒண்ணுக்கு கூப்பிடறா. அக்கவுண்ட்ஸ் பார்த்துக்கணும். ரெண்டாயிரம் தரேங்கறா, கொஞ்சம் கடன் வாங்கினாலும் எப்டியாவது அடைச்சுடலாம்னு நம்பிக்கை வந்திருக்கு.''

அப்பா அம்பாளிடம் வைத்து எடுத்து சரளாவின் ஜாதகப் பிரதியை நண்பர்களிடம் கொடுத்தார்.

அதில் ஒருவரின் மூலம், ஒரு வரன் சேர்ந்திருப்பாதாகவும் பையனுக்கு நல்ல வேலை என்றும் எப்போது பெண் பார்க்க வரச்சொல்லலாம் என்றும் தகவல் வர, நடராஜன் முகம் மலர்ந்ததும், அடுத்த ஞாயிறன்றே வரச் சொல்லி, சொல்லிவிட்டு வந்தார். சரளாவை நமுட்டுச் சிரிப்போடு பார்த்தார்.

''என்னப்பா...?''

''ஒண்ணுல்லடா... இனிமே உன்னால இப்டி தூங்க முடியாதபடி ஒரு ஏற்பாடு பண்ணிட்டோம்''

''புரியறாப்பல சொல்லுப்பா.''

''ஞாயித்திக்கிழமை தன்னால புரிஞ்சுடும்'' நடராஜன் சிரிப்போடு நகர்ந்தார்.

ஞாயிறன்று அம்மா அவளுக்கு தலை பின்னி பூ வைத்து பட்டுப் புடவையைக் கையில் கொடுத்துக் கட்டிக்கொள்ளச் சொன்னதும் சட்டென்று ஏதோ புரிய சரளா அதிர்ந்து போனாள்.

***

10

"என்னம்மா இதெல்லாம்?" சரளா முகச்சுளிப்போடு கேட்டாள்

"ஏன்? பிடிக்கலையா?"

"பிடிக்கல"

"எல்லா பொண்ணும் சொல்ற டயலாக்தான் இது"

"எங்கிட்ட ஒரு வார்த்தை கேக்க வேணாமா?"

"அப்படி என்ன நாங்க உனக்கு கெடுதலா செய்யறோம்? எல்லா அப்பா அம்மாக்கும் உள்ள கடமையைத்தானே, நாங்களும் செய்யறோம்! இதுக்கெதுக்கு உன்னைக் கேக்கணும்?"

"எனக்கு இப்போ கல்யாணம் வேண்டாம்மா. என்னால அங்க வந்து பொம்மை மாதிரி நிக்க முடியாது."

"நிக்க வேண்டாம், உக்காரு. தபார் சரளா. இதெல்லாம் காலம் காலமா நடக்கற விஷயங்கள்தான். உன்னை மாதிரி முரண்டு பிடிக்கற எத்தனை பேர் கல்யாணத்துக்கப்புறம் சந்தோஷமா இருக்காங்கறது எங்களுக்கு தெரியும். நீங்கள்ளாம் நன்னார்க்கணுங்கறதுல உங்களைவிட எங்களுக்குத்தான் கவலையும் அக்கறையும் அதிகம், நீ சந்தோஷமா சௌக்கியமா இருக்கணும்ங்கறதுக்காக தன் சக்திக்கு மீறி ஒரு நல்ல வரனை பார்த்திருக்கார் உங்கப்பா. உன்னை ரொம்ப பிடிச்சுப்போன பிறகுதான் அவாளும் பெண்பார்க்க வந்திருக்கா. ரொம்ப நல்ல மனுஷான்னு, விசாரிச்ச எல்லாருமே சொல்றா. பழம் நழுவற நேரத்துல அறிவு கெட்டத்தனமா கெடுத்துடாதே. உங்கப்பா இடிஞ்சு போய்டுவார். அவருக்கு அதிர்ந்து பேசகூடத் தெரியாது. அவரை அழ வெச்சுடாதே. ஒழுங்கா நாங்க சொல்றதைக் கேளு. கல்யாணத்துக்கப்பறம் நீயே தெரிஞ்சுப்ப, நாங்க எப்பேர்ப்பட்ட வரனை உனக்கு பார்த்திருக்கோம்னு.."

அம்மா சொல்லச் சொல்ல சரளாவை பயம் கவ்வியது. அவளை எதிர்க்கவும் முடியாது. பணியவும் பிடிக்காத ஒரு

ரெண்டுங்கெட்டான் மனோநிலையில் பலியாடு போல்தான் கூடத்திற்கு வந்தாள். அங்கு உட்கார்ந்திருந்த கூட்டம். அவளைப் புன்னகையோடு கண்கள் மலரப் பார்த்தது. பிள்ளையின் தாயார் அவளைத் தன் அருகில் அமர்த்திக் கொண்டாள்.

"என் பேர் கற்பகம். அந்த காலத்து மெட்ரிக். பதினேழு வயசுல கல்யாணமாச்சு. காட்பாதர்னு சொல்லுவா தெரியுமா, அந்த மாதிரி என்னோட காட்மதர் எங்க மாமியார்தான். அவ்ளோ விஷயங்கள் சொல்லிக் கொடுத்திருக்கா. அவ சாகும்போது எங்கிட்ட வேண்டிக் கேட்டுண்ட ஒரே விஷயம் என்ன தெரியுமோ?"

அந்த மாமி பேச, எல்லோருமே அவளை ஆவலோடு கவனித்தார்கள்.

"நம்ம பரம்பரைலயே மாமியார் மாட்டுப் பொண் சண்டையே வரப்படாதுன்னா. எங்க மாமியார் சொன்னபடி நா உங்கட்ட பிரியமாயிருந்தாப்போல உன் மாட்டுப் பொண்களோட நீயும் சிநேகமாக இருக்கணும். பெரியவாதான் சின்னவாளை அனுசரிச்சுப் போகணும்னா. அதை நானும் வேதவாக்கா எடுத்துண்டிருக்கேன். நாங்க தப்பு பண்ணினாலும் இது தப்புன்னு சொல்ற உரிமை உனக்கும் உண்டு. எங்களை உனக்கு பிடிச்சிருக்கா சொல்லு. உனக்கு என் பிள்ளையை பிடிக்காட்டாலும் தாராளமா நீ எங்கிட்டயே சொல்லலாம். உன் இஷ்டமில்லாம இந்த கல்யாணம் நடக்காது தெரிஞ்சுதா?"

கண்களில் காருண்யத்தோடு தமிழிலும் நடுநடுவே ஆங்கிலமும் கலந்து பேசிய அந்த மாமியை ஏறிட்டுப் பார்த்த சரளாவின் மனம் நடுங்கியது. ஒரு பக்கம் ஏகப்பட்ட. ஆசையும் பூரிப்புமாய் இந்த வரன் கண்டிப்பாக முடிந்துவிடும் என்ற நம்பிக்கையோடு அமர்ந்திருக்கும் அப்பா. மற்றொரு புறம் கொஞ்சம்கூட திமிரில்லாது சிநேகமாகவும் அன்பாகவும் பேசும் பிள்ளையின் அம்மா. எப்படி இவர்கள் முகம் வாடும்

வண்ணம் நான் ஒருவரைக் காதலிக்கிறேன் என்று சொல்ல முடியும்? ஐந்து மணிக்கு அவள் எழுந்திருக்காததற்கே காப்பியை நிறுத்தி தனக்கு சுய தண்டனை கொடுத்துக் கொண்டிருக்கும் அப்பா. இந்த வரனை அவள் தட்டிக் கழித்துவிட்டால் தன்னைத்தானே எவ்வளவு வதைத்துக் கொள்ளுவாரோ? நினைக்கவே நடுங்கியது அவளுக்கு. அதற்காக ஒருவனை காதலித்து விட்டு இன்னொருவனை மணந்து விடவா முடியும்? அப்படியானால் இந்த மாமி கேட்ட கேள்விக்கு இப்போது என்ன பதில் சொல்வது? சரளா குழம்பினாள், நாக்கு மேலண்ணத்தில் போய் ஒட்டிக் கொண்டது. வாய் உலர்ந்து போயிற்று.

"எம் பொண்ணு சித்த கூச்ச சுபாவி. அவ கதவிடுக்குலயே உங்க பிள்ளையைப் பார்த்தாச்சு. மனசுக்கு பிடிச்சப்புறம்தான் அவ இங்க வரவே வந்தா. உங்க பிள்ளையை நீங்க கேளுங்கோ. நாம லௌகீகம் பேசிடலாமே" அம்மா வெளியில் வந்து பணிவோடு சொல்லிவிட்டு, "வா சரளா, வந்து காப்பி எடுத்துண்டு வந்து கொடு எல்லாருக்கும்". என்றபடி அவளை உள்ளே அழைத்துவந்தாள்.

அடுக்களைக்குள் இருவரும் வந்ததுதான் தாமதம், அம்மா சட்டென்று பெண்ணின் காலில் விழுந்து கைகூப்பினாள்.

"கெடுத்துடாதடி சரளா. எங்க சந்தோஷம் உன் கைலதான் இருக்கு", கண்ணில் நீர்மல்க அவள் கூற சரளா பதறிப்போய் நகர்ந்தாள்.

"என்னம்மா இது?"

"எங்கப்பா சொல்லுவார்டி. சரளா. உன்னைவிட சின்னவாளை உதைச்சு பணிய வெச்சுடலாம்னு மட்டும் நினைக்காத. கையை ஓங்கறதைவிட பேசாம கைகூப்பி நின்னுடு. அதான் எப்பவுமே நல்லதுன்னுவார். அதான் கை கூப்பறேன், மடிப்பிச்சை கேக்கறேன். வந்திருக்கற மாமி

பேசினதைக் கேட்டயோன்னோ? அந்த மாமி, மாமியாரா கிடைக்க உங்க பெண் பாக்கியம் பண்ணியிருங்கணுங்கறா, எல்லாரும். நேர்ல பார்த்தப்பறம், எனக்கும் அப்டிதான் தோண்றது. வரதட்சணை கேக்கலை. வேற எதுக்கும் டிமாண்ட் பண்ணல. உங்க இஷ்டம்னுட்டாளாம், இருந்தாலும் அப்பா உனக்கும் நன்னாவே செய்யறதாத்தான். இருக்கார். எதையாவது பேசி எங்களை நோகடிச்சுடாதேடி பெண்ணே.''

அம்மா தலைப்பை விரித்து அவள் முன் நிற்க சரளா முகத்தைப் பொத்திக் கொண்டு அழுதாள்.

அம்மா மெதுவாக வெளியில் வந்தாள். காப்பி கோப்பைகளை எல்லாரிடமும் நீட்டினாள். ''இதைக் கொடுக்கக் கூட வெக்கமார்க்காம்.''

கற்பகம் மாமி சிரித்தார். ''பஞ்சாங்கம் இருந்தா கொண்டு வாங்களேன். நல்ல நாள் பார்த்துடுவோம்.'' பிள்ளையின் அப்பா சொல்ல நடராஜன் முகம் கொள்ளாத பூரிப்போடு எழுந்து போனார். பத்து நாளில் நிச்சயதார்த்தம், தை பிறந்து கல்யாணம் என்று முடிவாயிற்று.

''நிச்சயதார்த்ததுக்கும் கல்யாணத்துக்கும் நடுல இவ்ளோ கேப் வேணுமா?'' அவர்கள் கேட்க நடராஜன் பவ்யமாக ஆமாம் என்று தலையாட்டினார்.

''ஏற்பாடுகள் செய்ய எனக்கு கொஞ்சம் டைம் வேணும் இல்லையா? நீங்க எதுவும் கேக்காட்டாலும் எம் பொண்ணுக்கு வேணுங்கறதை செய்ய ஆசைப்படறேன். அதுக்காகத்தான் இவ்ளோ டைம்.''

''அதுசரி. ஆனா அதுக்காக ரொம்ப சிரமப்படுத்திக்க வேண்டாம்ங்கறது எங்க வேண்டுகோள்.''

''ஆஹா! இப்டி சொல்ற மனசு யாருக்கு வரும்? இது என் பூர்வ ஜென்ம புண்ணியம். அதான் என் பெண்ணை நல்ல இடத்துல கரை சேர்க்கறது. வேறென்ன சொல்ல?''

“அப்பொ எங்களுக்கு உத்தரவு கொடுங்கோ” அவர்கள் எழுந்து கொண்டார்கள். எல்லோருடைய முகத்திலும் சந்தோஷம் படர்ந்திருந்தது.

‘அய்யோ அய்யோ’ என்று மனசு அலைபாய்ந்தது இருதலைக்கொள்ளி எறும்பு மனசு என்று படித்திருக்கிறாள். இப்போது அனுபவிக்கிறாள். எப்படி இந்த பிரச்சனையிலிருந்து தப்பிக்க போகிறோம் என்று தெரியவில்லை. சமயம் பார்த்து ரகுராமும் ஊரில் இல்லை. அப்பாவும் அம்மாவும் அவள் அடி மனசில இருப்பது என்ன என்று தெரியாமல் ஒவ்வொரு ஏற்படாக செய்யத் துவங்க தொண்டைக்குள் ஏதோ பந்தாய்ச் சுருண்டது. விழுங்கவும் முடியாது துப்பவும் முடியாது மூச்சு திணறியது. சொல்லிவிட்டால் என்ன என்று தோன்றிய எண்ணம் தோன்றிய வேகத்திலேயே வீரியமிழந்தது., அதிர்ச்சியிலும் அவமானத்திலும் இருவரும் ஏதாவது செய்து கொண்டு விட்டால்...? ம்ஹூம்... ரகுராம் வந்தால்தான் ஏதாவது ஒரு முடிவெடுக்க முடியும். அதுவரை அமைதியாயிருப்பதுதான் இப்போதைக்கு நல்லது. வெளிப் பார்வைக்கு அமைதியாக இருந்தாலும் உள்ளுக்குள் ஒரு பதற்றமும் கொந்தளிப்பும் இருக்கத்தான் செய்தது. இரவெல்லாம் தூக்கம் வரவில்லை, விடியற்காலையில் இமைகனத்து அழுத்தி தூங்கவைக்க அம்மா புலம்பினாள்.

“ம்ஹும்... இவ திருந்துவாங்கற நம்பிக்கையே எனக்கில்ல. பாருங்களேன் இன்னமும் பொறுப்பில்லாம எப்டி தூங்கறா. கல்யாணமாகி இன்னொரு வீட்டுக்கு போய் இப்டி. தூங்க முடியுமாங்கற பயமிருந்தா இப்டி தூங்குவாளா?”

அப்பாகூட அவளை நினைத்து கவலைப்பட்டார், அந்த கவலையில் மறுநாள் அவளை அருகில் அமர்த்திக் கொண்டு மென்மையாகப் பேச ஆரம்பித்தார். “நீ நல்ல மூட்ல இருக்கயா சரளா?”

“ஏம்ப்பா...?”

"ஒரு அப்பாங்கற முறையில் உனக்கு கொஞ்சம் அட்வைஸ் பண்ணலாம்னு நினைக்கறேன்"

"நா தூங்கறதைப் பத்திதானேப்பா?"

"அதேதாம்மா. தப்போ சரியோ அந்த காலத்துலேர்ந்து இன்னிவரைக்கும் விடிஞ்சு வெகுநேரம் தூங்கற உரிமையை ஆணுக்கு கொடுத்த உலகம் பொண்ணுக்கு குடுக்கலமா. பட், ஆணுக்கு கொடுத்ததை சரின்னு நான் சொல்லவரல. உனக்கு ஒண்ணு தெரியுமா? எங்க கல்யாணம் ஆன புதுசுல, உங்கம்மா இப்டிதான் அசந்து தூங்கிடுவா. பொம்மனாட்டி இப்டி தூங்கின வீடு விளங்குமான்னு ஒரு நாள் எங்கம்மா கேட்டுட்டா. உங்கம்மா முகம் சின்னதாய்டுத்து. நேரா எங்கிட்ட வந்தா. எனக்கொரு சந்தேகம்னா. என்னன்னா, கல்யாணம்னு ஆனபிறகு ஆண் பெண் ரெண்டு பேருக்கும் தானே ராத்தூக்கம் கெடும்? அப்படியிருக்க நீங்க சுகமா தூங்க, நான் மட்டும் நாலு மணிக்கு எழுந்திருக்கணும்னு சட்டம் போட்டா அதென்ன நியாயம்னா...?" எனக்கு சுளீர்னு சாட்டையால் அடிச்சாப்போல இருந்தது. அவ பேச்சுல இருந்த நியாயம் புரிஞ்சுது. ஆனா அதுக்காக எங்கம்மாட்ட போய் இவளுக்காக வக்காலத்து வாங்க முடியுமா? ஒரு பிரச்சனை இன்னொரு பிரச்சனையாய்டுமே. ஸோ, நான் ஒரு முடிவுக்கு வந்தேன். ஏழு மணி வரை தூங்கின நான் இவ சொன்னதுக்கப்புறம் அஞ்சு மணிக்கு எழுந்திருக்க ஆரம்பிச்சேன். நான் எழுந்துக்கறதைப் பார்த்து அப்பறம், தானா இவளே சீக்கிரம் எழுந்துக்க ஆரம்பிச்சுட்டா. அதுக்கப்புறம் எங்கம்மாட்ட கடசிவரை கெட்டபேர் வாங்கல. நாம் மனசு வெச்சா போதும் தாயி. நம்பளால் எதுவும் முடியும். ஐம்புலன்களையும் அடக்கியாள முடியும். விழின்னு கட்டளையிட்டா நம்ம கண்கள் உடனே விழிக்கணும். நான் சொல்றது சரி தானே...?" நடராஜன் பரிவோடு அவள் தலையைத் தடவிக் கொடுத்தார்.

"எல்லாம் சரிதாம்பா. உங்களை மாதிரி எம்புருஷன் நியாயத்தை புரிஞ்சுண்டு அஞ்சு மணிக்கு எழுந்திருக்கட்டும்

பார்க்கலாம்.'' சரளா குறிப்பாகச் சொல்ல நடராஜன் வாயைப் பொத்திக் கொண்டு சிரித்தார்.

''நல்ல பொண்ணு போ'' என்றார்.

''என்னப்பா உங்க மூக்கைக் காணும்?'' அகிலா நமுட்டுச் சிரிப்போடு கேட்க நடராஜன் நாக்கைத் துருத்தி, உதைப்பேன் என்று விரலை ஆட்டினார்.

அகிலா அவர் அருகில் வந்தாள்.

''விட்டுருங்கோப்பா. அம்மா எப்டி தானா, சீக்கிரமா எழுந்துக்க பழகினாளோ அதே மாதிரி இவளும் பழகிட்டுப் போறா''

நடராஜன் பிரமிப்போடு அவளைப் பார்த்தார், ''கரெக்ட் தாயி! நீ சொல்றதும் சரிதான். நான் எதுக்கு அனாவசியமா கவலைப்படணும்? நாம் கவலைப்பட்டு ஏதாவது மாறிடப்போறதா என்ன?''

''அதெல்லாம் இருக்கட்டும்பா.. கல்யாண பட்ஜெட் போடணும்னு சொன்னேளே போட்ருவோமா?''

''போட்ருவோமே. போய் ஒரு நோட்புக் எடுத்துண்டு வா.''

அகிலா ஒரு பழைய டைரியை எடுத்துக்கொண்டு வந்தாள். ''பிள்ளையார் சுழி போட்டுட்டு முதல்ல மஞ்சள் குங்குமம், கல்கண்டுன்னு ஆரம்பிச்சுக்கோ தாயி''

அகிலா அவர் சொல்லச்சொல்ல எழுதிக்கொண்டே வந்தாள்.

''மொத்தம் எவ்ளோம்மா ஆறது?''

''ரெண்டு லட்சம் ஆறதுப்பா, உத்தேசமான்னு போட்டே''

''செலவு ரெண்டு லட்சம். என் வரவுகளைச் சொல்றேன் அதையும் எழுதிக்கோ. எவ்ளோ ரூபா துண்டு விழுறதுன்னு பார்ப்போம்.''

அகிலா அதையும் வரிசையாக எழுதிக் கூட்டி, செலவிலிருந்து கழிக்க கிட்டத்தட்ட அறுபதினாயிரம் ரூபாய் பற்றாக்குறை வந்தது.

"என்னம்மா? நம்ப பட்ஜெட்ல எவ்ளோ பெரிய துண்டு... விழுந்திருக்கு?"

"காஸ்ட்லி துண்டுப்பா. அதோட விலை அறுபதினாயிரம் ரூபா" அகிலா சொல்ல நடராஜனின் முகம் கவலையில் ஆழ்ந்தது. அவருக்கு மட்டுமல்ல அதுவரை அவர்களை கவனித்துக் கொண்டிருந்த சரளாவின் முகம் இருண்டு போயிற்று. விஷயம் விபரீதமாகிறது என்று புரிந்தது. ரகுராம் எப்போது வருவானோ?

மறுநாள் இன்ஸ்டிடியூட்டிற்குக்கூட இருளடைந்த முகத்தோடுதான் சென்றாள். ஆனால் போன அரை மணி நேரத்திற்குள் அவள் முகம் மலர்ந்தது.

"ஹாய் சி எம்", என்று டெலிபோனில் ரகுராமின் குரல் கேட்க அவள் முகம் குப்பென்று மலர்ந்தது.

"சி எம் மா?"

"யெஸ் சி ஃபார் சிடு, எம் ஃபார் மூஞ்சி சிடு மூஞ்சி."

"உதைப்பேன் ஆர் எல்."

"ஆர் எல்...?"

"யெஸ்...! ராஸ்கலோட சுருக்கம்."

"சரி சரி... எப்படியிருக்க? முதல்ல அதைச் சொல்லுங்க"

"நீங்க எங்கேர்ந்து பேசறீங்க? அதைச் சொல்லுங்க"

"என் தாய்த்திரு நாட்டுலேர்ந்துதான்."

"மை காட்! எப்போ வந்தீங்க...?"

"நேத்து மிட் நைட்!"

"ஐ எம் இன் டிரபிள் ரகு. உடனே வரிங்களா, நாம் நிறைய பேசணும்,"

"என்ன டிரபிள்? நா வந்துட்டதைச் சொல்றயா?"

"ச்சீ விளையாடாதீங்கப்பா. நான் சீரியஸா சொல்றேன். உடனே கிளம்பி வாங்க."

சரளா போனை வைத்தாள்.

சொன்னது போலவே அடுத்த முக்கால் மணி நேரத்தில் ரகுராம் வந்து விட்டான், கையில் ஒரு பெரிய பார்சலோடு.

"என்ன இது?"

"உனக்குதான் சாரீஸ், சென்ட், மேக்கப் கிட், எட்ஸெட்ரா எட்ஸெட்ரா."

"எந்த உரிமைல இதெல்லாம் எனக்கு வாங்கிண்டு வந்தீங்க?"

"இதென்ன கேள்வி? யூ ஆர் மை லேடின்ற உரிமைலதான்."

"இல்லப்பா எங்க வீடு வேற விதமா பிளான் பண்ணிடுச்சு. நாளன்னிக்கு இன்னோர்த்தனோட எனக்கு நிச்சயதார்த்தம்."

ரகு சட்டென்று அவள் தோளைப் பிடித்தான். "இதுக்கு நீ எப்டி சம்மதிச்ச?" அடிக்குரலில் கேட்டான்.

"தனியா என்னால என்ன செய்ய முடியும்? எல்லாத்தையும் வேடிக்கை பார்த்துண்டிருந்தேன். நீங்க வந்தப்பறம்தான் என்ன செய்யணுங்கற முடிவுக்கு வர முடியுங்கறதால இழுத்த இழுப்புக்கெல்லாம் போனேன். நா வளர்ந்த சூழ்நிலைல என்னால் உண்மையை பட்டுனு சொல்லமுடியல. ஒரு சப்போர்ட் இருந்தாதான் எதையும் எதிர்க்க முடியும் ரகு. அதனாலதான் உங்க வருகைக்காக மௌனமா காத்துண்ருந்தேன். நீங்க வந்துட்டீங்க. என் பிரச்சனையை நான் சொல்லிட்டேன். முடிவெடுக்க வேண்டியது இப்போ நீங்கதான். நீங்க எடுக்கற எந்த முடிவுக்கும் கட்டுப்பட நான் தயார்." சரளாவின் குரல் கம்மியது,

“வீட்டை விட்டு வந்துடுன்னு நான் சொன்னா?'' ரகுராம் கேட்க சரளா அதிர்ச்சியோடு அவனைப் பார்த்தாள்.

❃❃❃

11

"ஓடி வரதா...? நானா..?" சரளா நடுங்கிய குரலில் கேட்டாள்.

"தப்புன்னா அப்பொ தைரியமா வீட்ல சொல்லிடு"

"எங்கப்பா உயிரையே விட்ருவார் ரகு"

"அப்பொ அவர் சொல்ற ஆளையே கட்டிக்கோ. என் உயிரை எதுக்கு வாங்கற?"

"ப்ளீஸ் ரகு" நறுக்கென்று கண்கள் உடைந்தது அவளுக்கு.

"ஏதாவது ஒரு முடிவுக்கு வா சரளா! ஓடிப்போறதுல எனக்கும் இஷ்டமில்லதான். நா வேணா உங்கப்பாட்ட வந்து பேசவா?"

"எங்கப்பாவை விடுங்கப்பா உங்கப்பாவைப் பத்தி சொல்லுங்க அவர் மட்டும் இதுக்கு சம்மதிச்சுடுவாரா?"

"மாட்டார்தான் அது தெரிஞ்சுதான் துணிச்சலா காதலிச்சேன். உன்னைக் காப்பாத்தற யோக்யதையும் வலுவும் எனக்கிருக்கு. அது இருக்கறவரை நா யாருக்கும் பயப்படத் தேவையில்ல. அவருக்குத் தெரியாம நான் கல்யாணம் பண்ணிண்ட்டேன்னு தெரிஞ்சுதுனா நிச்சயம் அவர் சொத்துல சல்லிக்காசு எனக்குத் தரமாட்டார். ஆனா எனக்கு அந்த பணம் தேவையில்ல. என் படிப்பும் திறமையும் என்னையும் உன்னையும் காப்பாத்தும். அதுபோதும் எனக்குங்கற முடிவுக்கு நான் வந்து ரொம்ப நாளாச்சு. ஸோ, இப்பொ முடிவுக்கு வர வேண்டியது நீதான், நானா, உங்கப்பாவா என்ற முடிவுக்கு வா. பட் ஐ கேன் அஷ்யூர் யூ. ரிஜிஸ்டர் மேரேஜ்தான் பண்ணிக்கப்போறோம். சட்டப்படி உனக்கு பாதுகாப்பு உணர்வு வரணும்கறதுக்காகத்தான். உன்னை கண்கலங்காம வெச்சு கண்ணை இமை மாதிரி காப்பேன். மியூச்சுவல் அண்டர்ஸ்டாண்டிங்கோட இருப்போம். ரெண்டு பேரும் உழைப்போம். ரெண்டு பேரும் சேர்ந்து உட்கார்ந்து சாப்பிடுவோம். ரெண்டு பேரும் ஒரே நேரம் தூங்கி ஒரே

நேரத்துல எழுந்திருப்போம்.'' சரளா சட்டென்று திகைப்போடு நிமிர்ந்து அவனைப் பார்த்தாள். அந்த கடைசி வார்த்தைகள் அப்பாவை நினைவுப்படுத்த, அவள் ஒரு நிமிடம் பிரமித்துப் போனாள். அவனை நம்பி உலகத்தின் எந்த மூலைக்கு வேண்டுமானாலும் போய் சந்தோஷமாக பயமின்றி வாழலாம் என்ற நம்பிக்கையை அந்த வார்த்தைகள் தோற்றுவிக்க அவள் அடுத்த நிமிடமே ஒரு முடிவுக்கு வந்து விட்டாள்.

''நாம போயிடலாம் ரகு. நிச்சயம் என்னால வீட்ல சொல்ல முடியாது. அதுவும் இவ்ளோ ஏற்பாடு ஆனதுக்கு அப்புறம்.''

''குட். எனக்கு கஷ்டமாதான் இருக்கு. முதல்ல ரெண்டுபேர் வீட்லயுமே வேதனைப்படுவாங்க அவமானமா உணர்வாங்க, பட் நாம சீரழியப்போக நாம் விடலைகளில்ல. நல்லபடியாக வாழ்ந்து கௌரவமா நாலுபேர் மதிக்கிற ஒரு பொசிஷனோட மறுபடியும் அவங்களை சந்திச்சோம்னா அவங்க வேதனை மறைஞ்சுடும். நாம் நல்லா வாழறோம்ங்கற நிஜம் அவங்க அவமானத்தை துடைச்சுடும். விட்டுப்போன அன்பும் உறவும் ரினியூவலாய்டும்''.

''அப்டியாய்ட்டா சந்தோஷம்தான் ரகு. ஆனா அவங்க அவசரப்பட்டு வேற முடிவுக்கு போய்ட்டாங்கன்னா?''

''போக மாட்டாங்க சரளா. நல்லதையே நினைப்போமே,''

''உங்களை நான் நம்பறேன் ரகு. நான் என்ன செய்யணும், எப்பொ வெளியே வரணும்னு சொல்லுங்க,''

''நிச்சயதார்த்தம் ஆனப்புறம் வந்தா அது ரொம்ப அவமானப்படுத்தறாப்போல ஆய்டும். ஸோ, அதுக்கு முன்னாலயே கிளம்பிறதுதான் நல்லது. அதுக்கு முன்னாடி நீ வந்துட்டா, ஒருவேளை பிள்ளை வீட்டுக்காரங்ககிட்ட வேற விதமா உங்கப்பா சமாளிச்சுக்க வாய்ப்பிருக்கு. பட் நிச்சயதார்த்தத்துக்கு அப்பறம்னா அந்த பிள்ளை வீடும் இதனால் பாதிக்கப்படும். எதுக்காக அவங்க மனசை நோகடிக்கணும்?''

"அப்படின்னா...?"

"இன்னிக்கு வீட்டுக்குப் போய் சாதாரணமா இரு. விடியற்காலம் மூணு மணிக்கு உங்க தெரு முனையில நான் காரோட நிப்பேன். கட்டின புடவையோட வந்துடு. கழுத்துல காதுல இருக்கறதைக்கூட கழட்டி வெச்சுட்டு வந்துடு. மறுபடியும் நாம் அவங்களை சந்திக்கும்போது உன் உடம்பு முழுக்க நகைபோட்டு கூட்டிண்டு போறேன். அவர் பார்த்திருக்கற பையன்கூட உன்னை இப்படி வெச்சுண்டுருக்க மாட்டான்னு அவரே மெச்சிக்கற அளவுக்கு நாம உயர்வோட போய் அவர் முன்னால் நிப்போம். சரியா?"

'சரி சரி' என்று தலையாட்டினாலும் தன்னையும் மீற உடல் நடுங்கி மனம் பதறுவதை உணரத்தான் செய்தாள் அவள். கண்கள் அருவியாய் கொட்டியதை தடுக்க முடியவில்லை, அவள் சங்கடமும் துக்கமும் புரிய ரகுராமும் அவள் அழட்டும் என்று விட்டுவிட்டான்.

பத்து நிமிடம் கழித்து தானாக சமாதானமானாள் அவனைப் பார்த்து வெட்கத்தோடு சிரித்தாள்.

"அப்பொ நா கிளம்பட்டா? நாளைக்கு விடியற்காலம் சரியா மூணு மணி! மூணரை வரைக்கும் காத்திருப்பேன். அதுக்குள்ள வராட்டா ஏதோ பிரச்சனைன்னு புரிஞ்சுப்பேன். போய்டுவேன். அதுக்கப்பறம் வரவே மாட்டேன்."

"இல்ல கண்டிப்பா வந்துடுவேன்" சரளா அவசரமாகச் சொன்னாள்.

ரகுராம் போய்விட்டான். சரளா வெகுநேரம் அடிவயிறு குழைய திகிலோடு அமர்ந்திருந்தாள்.

அவள் வீட்டுக்கு வந்தபோது வீட்டில் நெய்வாசமும் ஏலக்காய் வாசனையும் சூழ்ந்திருந்தது. நிச்சயதார்த்தத்திற்காக அம்மா மாலாடுவும் திரட்டுப்பாலும் செய்து கொண்டிருந்தாள் அகிலா அம்மாவுக்கு உதவிக் கொண்டிருந்தாள் அப்பா

பீரோவைத் திறந்து ஏதோ குடைந்து கொண்டிருந்தார். சரளா யாரிடமும் எதுவும் பேசாமல் உள்ளறையில் போய்ப் படுத்துவிட்டாள்.

அவளுக்குப் பிடிக்குமே என்று. கொஞ்சம் திரட்டுப்பாலை எடுத்துக்கொண்டு வந்த அம்மா அவள் படுத்திருப்பதைப் பார்த்ததும் முகம் மாறினாள்.

"என்னடி இந்த நேரத்தில படுக்கை? உடம்புக்கென்ன?"

சரளா பதில் சொல்லவில்லை. அம்மா அவள் நெற்றியைக் கவலையோடு தொட்டுப் பார்த்தாள்.

"தலவலிம்மா வேற ஒண்ணுமில்ல"

சரளா சிரிக்க முயன்றாள்.

"இந்தா திரட்டுப்பால், துளி சாப்பிட்டுப்பாரு"

"ப்ளீஸ் வேணாம்"

"உனக்கு பிடிக்குமேடி"

"வேணான்னா விடும்மா. நான் கொஞ்சம் தூங்கணும். எனக்கு சாப்பாடு எதுவும் வேணாம். தூங்கி எழுந்தாதான் சரியாகும். என்னை எழுப்பாத என்ன?"

"அதுசரி, எழுப்புன்னாலும் உன்னை எழுப்ப யாரால் முடியும்?"

அம்மா கிண்டலடித்துவிட்டுப் போனாள். பயத்திலும் டென்ஷனிலும் நிஜமாகவே தலைவலிக்கத்தான் செய்தது. கண்மூடிப்படுத்ததில் எப்படி தூங்கினாள் என்று தெரியவில்லை. துண்டுதுண்டாய் கனவுகள் வந்ததில் சட்டென்று தூக்கம் கலைய, தூக்கிவாரிப்போட அவள் எழுந்தபோது மணி இரண்டரை என்று கடிகாரம் சொல்ல சட்டென்று உடம்பு நடுங்கியது. இன்னும் அரையே அரைமணி. இருபது வருடமாய் வளர்த்த தாய், தந்தை, உடன் வளர்ந்த தங்கை அனைவரையும் பிரியப் போகிறாள். அதற்குப் பிறகு இவர்களை எப்போது பார்க்கப்

போகிறாளோ? அல்லது பார்க்காமலேயே போகிறாளோ? சரளா எழுந்தாள் அருகில் படுத்திருந்த அகிலாவைப் பார்த்தாள். நிர்மலமாய் நிச்சலனமாய் உறங்கிக் கொண்டிருக்கும் தங்கைமீது என்றுமில்லாத பாசம் பொங்கியது.

என்னால் இந்த குடும்பம் என்னவெல்லாம் பிரச்சனைகளை சந்திக்கப்போகிறதோ என்று நினைக்கையில் மனம் கனத்தது. நான் செய்வது சரிதானா...? பெற்றவர்களை மனம் துடிக்கச் செய்துவிட்டு இப்படி இருட்டோடு இருட்டாக முன்பின் தெரியாதவனோடு ஓடுவது சரியா?

மனசு இரண்டாய்ப் பிரிந்து ஒன்றுக்கொன்று சண்டையிட்டுக் கொள்ள 'ஓடிப்போ' என்ற மனசுதான் இறுதியில் ஜெயித்தது.

மணி இரண்டேமுக்கால். சரளா விடிவிளக்கின் ஒளியிலேயே தலையை சரியாக வாரி கிளிப்பு போட்டு, ஒரு நல்ல புடவையை உடுத்திக் கொண்டாள்.

மணி இரண்டு ஐம்பத்தி ஐந்து. சரளா ரூம் கதவை மிக மிக மெதுவாக திறந்தாள். ஹாலில் அம்மா எஸ் வடிவில் படுத்திருக்க அப்பாவிடமிருந்து நல்ல குறட்டை ஒலி வந்துகொண்டிருந்தது.

போர்ஷன் கதவை சத்தமின்றி திறந்து வெளியில் வந்து சார்த்திக் கொண்டாள். விறுவிறுவென்று நடந்து வெளிவாசல் கதவையும் திறந்தாள் காற்று முகத்தில் மோத, தெரு முனையை நோக்கி ஓட்டமும் நடையுமாக சென்று தெருமுனையில் காருக்குள் அமர்ந்திருந்த ரகுராமைப் பார்த்ததும் தான் அப்பாடா என்றது.

"சீக்கிரம் ஏறு" ரகுராம் கீழ்க்குரலில் சொல்ல அவன் திறந்துவிட்ட கதவின் வழியே ஏறியமர்ந்தாள்.

கார் ஒரு உறுமலோடு புறப்பட்டது.

நாலரை மணிக்கு அகிலாவுக்கு விழிப்பு வந்தது. உள்ளங்கை தேய்த்து அதில் கண்விழித்தவள் சற்று நேரம் உள்ளங்கையில் முகம் புதைத்து அமர்ந்திருந்தாள்.

'பகவானே, அக்காக்கு இன்னிக்கு நிச்சயதார்த்தம். எல்லாம் நல்லபடி நடக்க வேண்டும்'.

மனதில் வேண்டியபடி அக்கா படுத்திருந்த பக்கம் திரும்பியவள் முகம் மலர்ந்தது. அட.... என்ற வியப்போடு எழுந்தவள். வேகமாய் எழுந்து வெளியில் வந்தாள். அப்போதுதான் அப்பாவும் அம்மாவும்கூட எழுந்திருந்தார்கள்..

"அப்பா" என்றழைத்தவள் உற்சாகத்தோடு அவர் கையைப் பற்றிக் குலுக்கினாள்.

"என்ன தாயி...?"

"இன்னிக்கு நான் உங்களுக்கு ஒண்ணு தரப்போறேன்."

"என்ன...?"

"சஸ்பென்ஸ், அதைப் பார்த்ததும் நீங்க ஆச்சரியப்படுவேள்" என்றவள் அவசரமாகப் பல்தேய்த்து பாலைக்காய்ச்சி, டிகாக்ஷன் இறக்கி, தங்கநிறத்தில் நுரைபொங்க காப்பி டம்ளரை டபராவுக்குள் வைத்து அப்பாவிடம் கொண்டு வந்து நீட்டினாள்.

அப்பா அவளையும் காப்பியையும் மாறி மாறிப் பார்த்தார்.

"என்னம்மா இதெல்லாம்?"

"இன்னிலெர்ந்து நீங்க மறுபடியும் காப்பி குடிக்கலாம்."

அவர் புருவம் உயர்த்த, அவள் சிரித்தபடியே தலையாட்டினாள்.

"நிஜம்மாவா...?"

"ஆமாம்ப்பா.. அக்கா இன்னிக்கு சீக்கிரமே எழுந்துட்டா தெரியுமோ..?"

"நான் நம்ப மாட்டேன்" அம்மா ஈரத்தலையில் டவலை கட்டியபடி சொன்னாள்.

"நீ வேணா போய்ப்பாரும்மா. அக்கா படுக்கைல இல்லையே அங்க...?"

அம்மா உள்ளே எட்டிப் பார்த்தாள் "அட ஆமா... படுக்கைல இல்லையே? எப்போ எழுந்தா? அதுசரி... எங்க அவ? பாத்ரூம்லயும் இல்லையே."

"குளிச்சிட்டு கோயிலுக்கு போயிருப்பாம்மா. என்ன சொல்லு அவளுக்கு இன்னிக்கு நிச்சயதார்த்தமில்லையா? அதான் தூக்கம் வரல போலிருக்கு".

"குளிச்சுட்டா...? நான் பாத்ரூமுக்குள்ள போகும்போது எந்த விழுப்பு துணியும் இல்லையே அங்க?"

"அப்பொ பல் மட்டும் தேச்சுட்டு சும்மா மார்னிங் வாக் போயிருப்பா. நீங்க இந்த காப்பியைக் குடிங்கோப்பா ஆறிடப்போறது."

"ம் கேக்கறதுக்கு சந்தோஷமாதான் இருக்கு. இருந்தாலும் அவ வரட்டும்மா. அவளோடயே சேந்து சாப்பிடறேனே... இதை உங்கம்மாட்ட குடு"

"எனக்கு இப்போ வேண்டாம். நீ சாப்டு" எனக்கு மட்டும் எதுக்கு? நானும் அக்கா வந்ததுமே குடிக்கறேன். அகிலா, கலந்த காப்பியை சமையல் மேடையிலேயே வைத்துவிட்டு குளிக்கப் போனாள்.

அப்பாவின் பூஜைக்கு ஏற்பாடு செய்து அம்மாவின் சமையலுக்கு சுற்று வேலை செய்து, நேரம் வேகமாய் நகர்ந்தது.. "ஏண்டி அகிலா, வெயில் சுள்ளுனு உறைக்கறது. இன்னுமா வாக்கிங் போவா...? மணி ஒன்பதரையாறதே"

"வந்துடுவாம்மா. பிரண்ட்ஸ் யாரையாவது பார்த்துட்டு வராளாயிருக்கும்."

மணி பத்தரை ஆனதும் அம்மா இன்னும் அதிக கவலையடைந்தாள். உள்ளுக்குள் லேசாய் ஒரு கிலி

பரவியிருந்தது. கல்யாணம் வேண்டாம் என்று பெண் மறுத்தது உள்ளே உறுத்தியது. ஒருவேளை கல்யாணப் பேச்சை நிறுத்த வேண்டும் என்று இப்படி ஏதாவது செய்கிறதா..? புரியவில்லை.

நேரம் இன்னும் செல்லச் செல்ல நடராஜன் முகத்திலும் கவலை ரேகைகள் துளிர்விட்டன. இன்ஸ்டிடியூட்டிற்கு ஒரு நடை போய்ப் பார்த்துவிட்டு வந்தார்.

அப்படி எங்கதான் போயிருப்பா....?

"மார்னிங் வாக்தாம்பா போயிருப்பா. அவளுக்கு அந்த ஆசை உண்டு. என் ஆசைக்கு வில்லன் என் தூக்கம்தான்னு அடிக்கடி சொல்லுவா, கண்டிப்பா வந்துடுவா" அகிலா தைரியம் சொன்னாள்.

மணி ஒன்றடிக்க அம்மா அழ ஆரம்பித்தாள். "எம் பொண்ணுக்கு என்ன ஆச்சோ தெரியலயே! எழுந்துர்க்காதவ எழுந்துட்டான்னு சந்தோஷப்பட முடியாம, ஏன்னா... நடுவழில யாராவது எதையாவது குடிக்க கொடுத்து அதுல ஏதாவது மயக்க மருந்து இருந்து... தூக்கிண்டு போயிருப்பாளோ?"

"அதெல்லாம் ஒண்ணுமிருக்காதம்மா அக்கா என்ன குழந்தையா? ஏமாத்தி தூக்கிண்டுபோக."

"கடவுளே! நாளைக்கு நிச்சியதார்த்தத்தை வெச்சுண்டு இன்னிக்கு பொண்ணைக் காணோம்னா எப்படி எல்லார் மூஞ்சிலயும் முழிக்கிறது...! போய் தேடித்தான் பாருங்களேன்."

"அவ பிரண்ட்ஸ் வீடெல்லாம் உனக்கு தெரியுமா அகிலா?".

"ஒண்ணு ரெண்டு பேர் வீடுதாம்மா தெரியும்."

"வா போய் பார்த்துட்டு வந்துடுவோம்."

அப்பாவும் அவளும் வீதி வீதியாய் தேடிவிட்டு வந்தார்கள்.

"எனக்கு பயமாயிருக்கு. போலீஸ்ல வேணா சொல்லிடுங்களேன். எம்பொண் யார்ட்ட மாட்டிண்டு என்ன

அவதிபடறாளோ தெரியலையே! அவாவா பொண்களை கடத்தி வெளிநாட்டுக்கு விக்கறான்னெல்லாம்...."

"அம்மா ப்ளீஸ்! அதெல்லாம் எதுவும் இருக்காது." அகிலா அழுகையை கட்டுப்படுத்திக் கொண்டாள்.

"இப்பொ என்னப்பா செய்யறது?"

"எனக்கு எதுவும் புரியல தாயி. நா மறுபடியும் இன்ஸ்டிடியூட் வரை போய் பார்த்துட்டு வரேன். இப்பொ ஒருவேளை வந்திருந்தா" அவர் மறுபடியும், வெளியில கிளம்பினார். தெருமுனையில் இருந்த டீக்கடைக்காரன் அவரைப் பார்த்ததும் "ஐயரே ஒரு நிமிஷம்" என்றபடி அவரை நோக்கி வந்தான்.

"என்ன நாயர்...?"

"ஒரு விஷயம் சொல்லணும் ஐயரே."

"என்ன?" நடராஜன் குரலில் ஏதோ ஒரு நடுக்கம் வெளிப்பட்டது.

"காலேல நான் பாய்லர் பத்த வெச்சப்பொ.. உங்க பொண்ணுதான்னு நினைக்கிறேன்."

"யாரு சரளாவா?" நடராஜன் சட்டென்று கேட்க நாயர் திகைப்போடு பார்த்தான் அவரை.

"என்ன ஐயரே, அப்படின்னா சரளா பெண்ணைத்தான் தேடி அலையறீங்களா?" நடராஜன் பதறினார்.

"எம்பொண்ணை எப்பொ பார்த்தீங்க?"

"உங்க பொண்ணா இருக்குமோன்னு நான் ஒரு சந்தேகத்துலதாங்க உங்ககிட்ட சொல்ல முடியாம தடுமாறினேன். ஒருவேளை வேற யாராவது இருந்துட்டு நா பாட்டுக்கு எதையாவது சொல்லி... ஆனா நீங்க அலையறதைப் பார்த்துதான் கூப்பிட்டேன்."

"சொல்லுங்க நாயரே"

"உங்க பொண்ணு ஒரு பணக்காரப் பையனோட காலேல கார்ல ஏறிப்போச்சுங்க. சீக்கிரம் ஏறுன்னு அந்த பையன் சொன்னது மட்டும் கேட்டுச்சு. கடையை விட்டிறங்கி நா வரதுக்குள்ள கார் போய்டுச்சு."

நடராஜனுக்கு தலை சுற்றியது. கண் இருட்டியது. நாயர் பதறினார். சட்டென்று அவரைத் தாங்கிப் பிடித்து வீட்டிற்கு அழைத்து வந்தார். அம்மாவும் அகிலாவும் பதறி ஓடிவந்தார்கள்

❋❋❋

12

"மகாபாவி! இப்படி பண்ணிட்டாளே! இதைவிட கொஞ்சம் விஷத்தை எங்களுக்கு கொடுத்து கொன்னிருக்கலாமே" அம்மா முகத்திலறைந்து கொண்டு அழ, நடராஜன் அரை மயக்கத்தில் உத்திரத்தை வெறித்துப் பார்த்தபடி அமர்ந்திருந்தார். அகிலா அவர் நெஞ்சைத் தடவி விட்டு, விசிறிக் கொண்டிருந்தாள். குடித்தனங்கள் மெல்ல மெல்ல எட்டிப் பார்க்க ஆரம்பித்தன. தங்களுக்குள் குசுகுசுவென்று பேசிக் கொண்டன.

"நா அப்பவே நினைச்சேன். மத்த பெண்களை ஒப்பிட்டா இந்த சரளாவுக்கு வாய்த்துடுக்கு அதிகம்தான். இந்த வாய்க்கு இதுக்கு எங்கேர்ந்து ஒழுங்கா கல்யாணமாகும்னு நினைச்சேன். சரியாத்தான் போச்சு!"

"அதுபோற போக்கு சரியில்ல, மாமிகிட்ட சொல்லிவைன்னு அப்பவே எங்காத்து மாமா சொன்னார். நாந்தான் நமக்கெதுக்கு வம்பு, பேசாம இருங்கோன்னேன். சொல்லுங்கோ நமக்கெதுக்கு வம்பு? யார் ஓடினா என்ன...? ஒக்கார்ந்தா என்ன? ஆனாலும் பெத்தவாளை அழவெச்சுட்டு என்ன வேண்டிகிடக்கு?"

"பாவம்! மாமாவும் மாமியும் இருக்கற எடமே தெரியாம இருந்தா. இந்த ஓடுகாலி பொண்ணு இப்படி சந்திசிரிக்க வெச்சுட்டாளே அவாளை."

"இது முன்னாடியே தெரிஞ்சு தான் அவசர அவசரமா கல்யாண ஏற்பாடு பண்ணினாரோ?"

"யார் கண்டா? இருந்தாலும் இருக்கும்."

"இது பிடிக்காமதான் அது ஓடிடுத்து போலிருக்கு."

"என்னமோ போங்கோ என்ன பொண்களோ...? எல்லாம், எழவெடுத்த சினிமாக்களைப் பார்த்துக் கன்னாபின்னான்னு கெட்டு சீரழியறது, என்ன லவ்வோ எழவோ...!"

"எந்த தைரியத்துல இப்டி ஓடறதுகள்? கூட்டிண்டு போனவன் நன்னா அனுபவிச்சுட்டு நட்டாத்துல விட்டுட்டு போய்ட்டான்னா என்ன செய்வா?"

"யார் அதை யோசிக்கறா...? காதல் கண்ணையும் புத்தியையும்தான் மழுங்கடிச்சுடுமாமே. போதை வஸ்து சாப்டாப்புல ஒரு மிதப்புலயேன்னா இருப்பாளாம்."

"நிஜம்தான். கொஞ்ச நாளா இந்த சரளாவும் அப்படித்தான் இருந்தா. கூப்பிட்டாக்கூட காதுல விழாது எப்பவும் ஏதோ கனா...! நானே நினைச்சுப்பேன் என்னாச்சு இந்த பொண்ணுக்குன்னு."

"ம்... நீ கவனிச்சு என்ன பிரயோஜனம், பெத்தவா இல்ல கவனிச்சு உடனே கண்டிச்சிருக்கணும்! சும்மாவா சொல்றா, பெண்ணோட காதல் ஊர் முழுக்க தெரிஞ்ச பிறகுதான் கடசியா பெத்தவாளுக்கு தெரிய வரும்னு. நிஜமாப் போச்சு பாரேன்."

"இப்ப என்ன பண்ணுவா? பிள்ளையாத்துக்காராகிட்ட போய் என்னன்னு சொல்லுவா? நாளைக்கு நிச்சயத்தார்த்தம். இன்னிக்கு பொண்ணு ஓடிப்போய்ட்டான்னா பாவம் நடராஜன். நல்ல மனுஷன் அவருக்கு இந்த நிலை வந்திருக்கப்படாது."

"வந்துடுத்தே! ஒருவேளை பொண்ணை எப்படியாவது கண்டுபிடிச்சு அவனுக்கே நிச்சயம் பண்ணிடுவாரோ? அப்டி பண்ணினா அது தப்பில்லையோ...?"

"நமக்கென்ன வந்தது? அவாளாச்சு அவா பொண்ணாச்சு. என் கவலையெல்லாம் இந்தக் கண்றாவியைப் பார்த்து நம்மாத்து பொண்கள் கெட்டுப் போய்டப்படாதேன்னுதான்."

"எம் பொண்ணார்ந்தா தேடிப்பிடிச்சுக் கொன்னுட்டுதான் மறுவேலை."

குடித்தனங்கள் மாய்ந்து மாய்ந்து வம்பு பேசிற்று, இந்த விஷயம் அவர்கள் வாய்க்கு அவல்போல் கிடைத்து விட்டதில்

அவர்களுக்கு ஏக சந்தோஷம். தூர நின்று வம்பு பேசினார்களே தவிர, அருகில் வந்து ஆறுதல் சொல்லவோ அடுத்து என்ன செய்யலாம் என்று அபிப்ராயம் சொல்லவோ யாரும் முன் வரவில்லை. ஒரு பெண் ஓடிவிட்டால் அதன் பிறகு அந்த குடும்பம் தீண்டத்தகாத குடும்பமாய் ஒதுக்கப்பட்டுவிடும் போலும்.

அரை மயக்கத்தில் அப்பா, அடித்துக்கொண்டு அழும் அம்மா, இருவரையும் பார்த்தபடி செய்வதறியாது அமர்ந்திருந்தாள் அகிலா. சரளா இப்படிச் செய்வாள் என்று அவள் கனவிலும் நினைக்கவில்லை. இந்த இடியை அந்தக் குடும்பம் தாங்குவது கடினம்தான். அகிலா அப்பாவை இரக்கத்தோடு பார்த்தாள்.

"அப்பா..." மெல்ல அசைத்தாள். அவர் விழிகள் உத்திரத்திலிருந்து இறங்கி அவள்மீது நிலைத்தது.

"இப்டி இடிஞ்சு உட்கார்ந்துட்டா எப்டிப்பா...? எல்லார்க்கும் தைரியம் சொல்ற நீங்களே இப்டி துவண்டு போலாமா...?"

"இது அதைரியம் இல்ல அகிலா, அதிர்ச்சி!"

"நம்ம பேர்லயும் தப்பிருக்குப்பா. கல்யாணம் வேணாம் வேணாம்னு அக்கா மறுத்தப்பொ ஏன் என்னன்னு அவ மனசுல இருக்கறதைத் தெரிஞ்சுக்க முயற்சி செய்திருக்கலாம். அவ மனசுல இருக்கறதை வெளிப்படுத்த ஒரு சந்தர்ப்பம் கொடுத்திருக்கலாம்னு தோணுறது."

"உண்மைதான் தாயி. எங்கிட்ட அவ ஒரு வார்த்தை தன் காதலைப் பற்றி சொல்லியிருந்தா இன்னொரு இடத்துல இப்டி. வரன் பார்த்திருக்க மாட்டேனே, வேணாம் வேணாம்னு அவ சொன்னப்பொகூட எனக்கு எந்த சந்தேகமும் வரல, எம்பொண்கள்ளாம் அது இதுன்னு எந்த சஞ்சலத்துக்கும் இடம் கொடுக்கமாட்டாங்கற அதீத நம்பிக்கை,"

"நடந்தது எதையும் யாராலயும் மாத்தியோ திருத்தியோ எழுதிட முடியாதுப்பா. இனி என்ன செய்யப் போறோம்ங்கற

கட்டத்துல நாம் இப்பொ நிக்கறோம். மாப்பிள்ளையாத்துல எல்லா ஏற்பாடும் பண்ணிண்டு இருப்பா. அவாகிட்ட பக்குவமா சொல்ல வேண்டாமா? நமக்கு வந்திருக்கற கஷ்டம் நம்மோட போகட்டும், அனாவசியமா எதுக்கு அந்த குடும்பம் அவமானப்பட்டு அல்லாடணும்? மனசை திடப்படுத்திண்டு எழுந்திருங்கோப்பா.''

நடராஜன் அவளைப் பரிதாபமாகப் பார்த்தார். ''நான் எந்த முகத்தை வெச்சுண்டு அங்க இனி போவேன் அகிலா?'' என்றவர் குரல் உடைந்து, கண்கள் பளபளத்தது.

''சோதனைங்கறது நாமா தேடிக்கறது இல்லப்பா, தானா வரது. எல்லாருக்குமே சோதனைகள் வரும். அந்த மாமி இதை புரிஞ்சுப்பான்னு தோன்றது. தைரியமா போய்ட்டு வாங்கோ. நீங்க தாமதப்படுத்தற ஒவ்வொரு நிமிஷமும் அவா ஒரு ஏற்பாட்டை பண்ணிண்டிருப்பா. நம்மால அவாளுக்கு எந்த நஷ்டமும் ஏற்பட்டுடக் கூடாது.''

நடராஜன் அவளுடைய பேச்சில் தெரிந்த மனமுதிர்ச்சியைக் கண்டு ஒரு வினாடி அவள் தன் பெண்ணா அல்லது தாயா என்று தடுமாறினார், பரிவோடு அவள் தலையை வருடிக்கொடுத்தார். ''நீ மட்டும் இவ்ளோ முதிர்ந்த மனசோட எப்டிம்மா பொறந்த...'', என்றார்.

''எழுந்திருங்கோப்பா'' அகிலா அவரை எழுப்பி அவருக்கு ஷர்ட்டும் பேண்ட்டும் எடுத்துக் கொடுத்தாள்.

''நான் அங்க போய் என்னன்னு சொல்லுவேன் தாயி? எப்படி ஆரம்பிக்க?''

''என்னப்பா, உங்களுக்குத் தெரியாததா? அதிர்ச்சில உங்க மனசு அப்படியே உறைஞ்சு போய்டுத்துன்னு தோண்றது. கொஞ்சம் ரிலாக்ஸ்டா போங்கோ. பேச்சு தன்னால வரும். ஆட்டோலயே போய்டுங்கப்பா.''

அகிலா அவரை வழியனுப்பிவிட்டு உள்ளே வந்தாள்.

"அடடே... வாங்கோ... வாங்கோ... கற்பகம் சம்பந்தி வரார் பார்"

"பிள்ளையின் தகப்பனார் வாய் நிறைய வரவேற்றபோது நடராஜனுக்கு செத்துப்போய்விடலாம் போல இருந்தது. இதுபோல் ஒரு நிலை எந்தத் தகப்பனுக்கும் வரக்கூடாது"

"வாங்கோ..." கற்பகம் மாமி முகம் மலர அழைத்தாள். சோபாவில் உட்காரச் சொன்னார் சம்பந்தி. அவரும் எதிரில் அமர்ந்து ஆவலோடு நடராஜனின் முகத்தைப் பார்த்தார்.

சற்றுநேரம் தலைகுனிந்து அமர்ந்திருந்தார் நடராஜன். அவர் அமர்ந்திருந்த விதம் கண்டு கற்பகம் மாமி தன் புருஷனைப் பார்த்தாள்.

"என்ன சார், மனசுல ஏதோ பெரும் பாரத்தோட வந்திருக்காப்போல தெரியறதே", சம்பந்தி சொல்ல நடராஜன் வியப்போடு நிமிர்ந்து பார்த்தார்.

"அப்டின்னு உங்க முகம் சொல்றது, அதான் கேட்டேன்." சம்பந்தி புன்சிரித்தார்.

"எதுவானாலும் தைரியமா சொல்லுங்கோ" கற்பகம் மாமி சொல்ல, நடராஜன் தலையாட்டினார்.

"ஆமா... இதை சொல்றதுக்கு ரொம்ப தைரியம்தான் வேணும் மாமி. அதே நேரம் கேக்கறவாளுக்கும் மனோதிடம் இருக்கணும்."

அவர்கள் அவரை உற்றுப் பார்த்தார்கள். ஏதோ பிரச்சனையான விஷயம் என்பது மட்டும் புரிய அவரே சொல்லட்டும் என்று காத்திருந்தார்கள்.

"எம் பொண்ணுக்கு நல்ல சம்பந்தம் பேசி முடிச்சுட்டேன்னு நான் கர்வப்பட்டுட்டேன்னு நினைக்கறேன், நான் முடிச்சுட்டேன்னு ஒரு மனுஷன் சின்னத்தனமா கர்வப்படலாமா?, நல்ல சம்பந்தத்தை கொடுத்ததுக்கு பகவானே உனக்கு என் நன்றியும் நமஸ்காரமும்ன்னு சொல்ல

மறந்துட்டேன். அதான் பகவான், அட, அற்ப மனுஷ்யா உன்னை விட்டேனா பார்னு சோதிக்கறான்.''

''என்ன நடந்தது?''

''இப்பொ கல்யாணம் வேண்டாம்னு என் பொண்ணு சொன்னப்பொ வழக்கமா எல்லா பொண்களும் சொல்ற வசனம்தான்னு நினைச்சு நான் பாட்டுக்கு உங்களை பொண் பார்க்க வரச்சொல்லிட்டேன். உங்களோட பேசி முடிவும் பண்ணிட்டேன். அது எவ்ளோ பெரிய தப்புன்னு இப்பதான் புரியறது. அவ மனசுல என்ன இருக்கு ஏது இருக்குன்னு தெரிஞ்சுக்காம அனாவசியமா உங்களையும் அலைக்கழிச்சுட்டேன். பெரிய மனசு பண்ணி என்னை மன்னிச்சு இந்த நிச்சயதார்த்த ஏற்பாட்டை நிறுத்தி என்னை காப்பாத்தணும்.''

நடராஜன் எழுந்து நின்று தோளில் கிடந்த டவலை இடுப்பில் கட்டிக் கொண்டு தலைக்குமேல் கைகூப்பிவிட்டு சாஷ்டாங்கமாய் அவர்கள் முன்னால் விழ அவர்கள் பதறி விலகினார்கள்.

''கடவுளே! என்னாச்சு சார்? எழுந்திருங்கோ! யார் யாரை மன்னிக்கறது? என்ன நடந்தது? உங்க பொண்ணுக்கு இந்தக் கல்யாணத்துல இஷ்டமில்லையா? அதுக்காக எதுக்கு இங்க எங்க கால்ல விழணும்? இஷ்டமில்லாட்டி. விட்ருவோமே, இதுல என்ன கஷ்டம்?'' நடராஜன் எழுந்தார் இதுக்கு மேல எதுவும் சொல்ல முடியாத நிலையில இருக்கேன். இந்த ஏற்பாட்டினால் உங்களுக்கு ஏதாவது பண நஷ்டம் ஏற்பட்டிருந்தா, அதைக்கூட நான் கொடுக்கத் தயாரா இருக்கேன். உங்க மனசுக்கும், அந்தஸ்துக்கும் உங்க பிள்ளைக்கு என் பெண்ணைவிட பல மடங்கு உசத்தியான பெண் கிடைச்சு அவர் அமோகமா வாழ்வார். வாழணும். என் பொண்ணுக்கு இந்த வீட்ல வந்து வாழ கொடுத்துவைக்கல, வேறென்ன சொல்ல? எனக்கு உத்தரவு கொடுங்கோ'' குரல்

கம்ம மீண்டும் கைகூப்ப, அவர்கள் என்ன பேசுவதென்று தெரியாது திகைத்துப் போய் அவருக்கு விடை கொடுத்தனர். தளர்ந்த நடையோடு அவர் செல்வதையே பார்த்தனர்,

அதே ஆட்டோவிலேயே ஏறி வீட்டுக்கு திரும்பி வரும்போது மனசு கொஞ்சம் பாரம் குறைந்திருந்தது, சம்பந்தி வீட்டுக்காரர்களிடம் பேசி ஏற்பாடுகளை நிறுத்திவிடச் சொன்னதால் ஏற்பட்ட நிம்மதி.

"என்னப்பா சொல்லிட்டேளா...?" வாசலிலேயே அவருக்காக காத்திருந்த அகிலா இறங்கிவந்து கேட்டாள், மீட்டர் பார்த்து தானே ஆட்டோவை கட் பண்ணி அனுப்பிவிட்டு அவரை உள்ளே அழைத்து வந்தாள்.

"உங்க மனசு நோகும்படியா அங்க அவா எதுவும் பேசிடலையே...?" அம்மா கவலையோடு கேட்டாள்.

"அவா ரொம்ப உசந்தவாடி. நம்ம பொண்ணுக்கு குடுத்து வைக்கல, என்ன செய்ய?"

"கார்த்தாலேர்ந்து நீங்க எதுவுமே சாப்டலப்பா. ஏதாவது சாப்பிடறேளா? தட்டு எடுத்து வெக்கட்டுமா?"

"கொஞ்சம் காப்பி கொண்டா தாயி" அப்பா சொல்ல அவளும் அம்மாவும் அவரைத் திகைப்போடு பார்த்தார்கள். அவர் லேசாய் சிரித்தார்.

"என்ன ஆச்சர்யமார்க்கா.? பொண்ணு பண்ணினது தப்புன்னாலும், தனக்குன்னு தேவைப்படும்போது அவளால நாலுமணி என்ன மூணு மணிக்கேகூட எழுந்திருக்க முடியுன்னு நிரூபிச்சுட்டா இல்ல, அதைப் பாராட்டி அவளுக்குக் கொடுத்த வாக்கைக் காப்பாத்த வேண்டாமா? இனிமே நான் காப்பி குடிக்க வேண்டியதுதானே நியாயம்? போய்க் கொண்டா."

அகிலா அழுது கொண்டே காப்பி போட்டாள். இப்படிப்பட்ட அப்பாவை விட்டு பிரிந்து செல்ல எப்படி மனது வந்தது சரளாவுக்கு?

அன்றாட நடவடிக்கைகளை வைத்து ஒருவரை கோழை என்றோ தைரியசாலி என்றோ புத்திசாலி என்றோ முடிவு கட்டிவிட முடியாதோ? சரளா தைரியசாலிதான், சந்தேகமில்லை. ஆனால் எந்த விஷயத்திற்கு அந்த தைரியம் தேவையோ அதற்கு அவள் அதனை உபயோகிக்கவில்லை. அப்பாவிடம் நெஞ்சு நிமிர்த்தித் தன் காதலைச் சொல்லி, அவர் சம்மதத்தைப் பெற்று அவனுக்கு கழுத்தை நீட்டி. வெற்றி பெறும் விஷயத்தில் வராத தைரியம், அவனோடு ஓடிப்போகும் விஷயத்தில் வந்திருக்கிறது. இதனால் மற்றவர்களுக்கு எவ்வளவு அவமானமும் பிரச்சனைகளும் ஏற்படும் என்று சற்றே யோசித்திருந்தால் அவசரப்பட்டு இப்படி சென்றிருக்க மாட்டாளோ? இப்போது ஒருவேளை தான் வீட்டை விட்டு வந்ததற்காக வருத்தப்பட்டுக் கொண்டிருப்பாளோ? காதல் இந்த அளவுக்கா ஒருவர் அறிவை மறைக்கும்! அகிலா வியந்தாள்.

அப்பாவுக்கு காப்பி கொடுத்துவிட்டு அவர் அருகில் அமர்ந்தாள்.

"அந்த மகாபாவி நன்னார்ப்பாளா... இப்டி பண்ணிட்டாளே..." அம்மா மீண்டும் புலம்ப பதறிப்போய் அவள் வாயைப் பொத்தினாள்.

"உன் வாயால அப்டி சொல்லாதம்மா, தப்பு நம்மகிட்டயும் இருக்கு. நடந்தது நடந்து போச்சு. இனி சபிக்கறது ரொம்ப தப்பு. என்ன இருந்தாலும் அவ உன் குழந்தை. உன் சாபம் பலிச்சுட்டா உன்னால சந்தோஷமா படமுடியும்?"

"கடவுளே உன்னாட்டாம் ஏண்டி அவ இல்ல?" அம்மா அடி வயிற்றைப் பிடித்துக்கொண்டு மறுபடியும் அழுதாள்.

"யாராட்டமும் யாரும் இருக்க முடியாதும்மா, ஒரு வயத்துல பொறந்துட்டதாலேயே எல்லாரும் ஒரே குணத்தோட பிறந்துட முடியுமா? அக்கா அப்டி ஒண்ணும் கொலைபாதகம் செய்துடல. நம்ம ஏற்பாட்டைத் தடுக்கவும் முடியாம, இதுக்கு

தலைவணங்கவும் முடியாத ஒரு இக்கட்டான சூழ்நிலைல வேற வழியில்லாமதான் இப்டி ஒரு முடிவுக்கு வந்திருப்பா. அவ கோணத்துலேர்ந்து அது சரியார்ந்துர்க்கும். தனக்கு சரின்னு பட்டதை உங்களை மாதிரி செய்திருக்கா. அவ எங்க இருந்தாலும் நன்னார்க்கட்டும். வாழ்த்து அவ எப்போ திரும்பி வந்தாலும் வான்னு அன்போட கூப்டறதுக்கு உன் மனசை பக்குவப்படுத்திக்கோ. எல்லாரும் ஒருநாள் சாகப்போறோம். எதுக்கு கோபமும் துவேஷமும்?"

அகிலா பேசப்பேச அப்பாவும் அம்மாவும் நெகிழ்ந்து போய் அவளையே பார்த்தார்கள்.

"என் கவலை அவ போனதை நினைச்சு இல்லம்மா, உன்னை நினைச்சு தான்,"

"என்னை நினைச்சா? ஏம்ப்பா? என்ன கவலை? எனக்கென்ன? ஒருவேளை நானும் ஏதாவது... நிச்சயமா இல்லப்பா. உங்க மனசை நா ஒரு நாளும் காயப்படுத்த மாட்டேன். காயப்படுத்த என்னால் முடியவும் முடியாது"

"அதில்ல தாயி... உங்கக்கா செஞ்ச தப்பு உன் தலைல விடிஞ்சுடப்படாதேன்னுதான் கவலைப்படறேன். இந்த லோகம் ரொம்ப பொல்லாததும்மா. ஒருத்தர் தப்புக்கு இன்னோர்த்தரை தண்டிக்கற லோகம் இது".

நடராஜனின் குரலில் கவலையும் பயமும் மிதமிஞ்சி இருந்தது.

✻✻✻

13

"சாப்டாம என்ன யோசனை சரளா?'' ரகுராம் அவளைத் தொட்டசைத்துக் கேட்டான்.

சரளா சாப்பாட்டையே வெறித்துப் பார்த்தபடி அமர்ந்திருந்தாள். ஒவ்வொரு பருக்கை சாதத்திலும் அப்பாவின் முகம் தெரிய அழுகை பீறிட்டது. அங்கிருந்தவரை ரகுராமையே மனது நினைத்துத் துடித்து அவனிடம் வந்து சேர்ந்தால் போதும் என்று எண்ணியது. இப்போது அதே ரகுராமோடுதான் இருக்கிறாள். ஆனாலும் சந்தோஷமில்லை. இப்போது அப்பாவையும் அம்மாவையும் அகிலாவையும் எண்ணித் தவித்துக் கொண்டிருக்கிறது. அவமானம் தாங்காமல் அவர்கள் ஏதேனும் செய்து கொண்டிருப்பார்களோ, என்று நினைத்து நடுங்கியது. ''என்னம்மா இப்டி செய்துட்ட?'' என்று அப்பாவின் குரல் காதருகில் வேதனையோடு கேட்பதுபோல் தோன்ற, சரளா சட்டென்று காதைப் பொத்திக் கொண்டாள்

''என்னாச்சு சரளா?''

''நான் வந்திருக்கக் கூடாதுப்பா. என் புத்தி கெட்டுத்தான் போய்டுத்து.''

''எதுவும் கெட்டுப்போகாமல், மனசு இங்கேயும் அங்கேயுமா அலைபாயும்போது செய்யறதெல்லாம் தப்பாதான் தோணும். வராம அங்கேயே இருந்தா வராதது தப்புன்னு தோணும். கொஞ்ச நாளானா இதெல்லாம் சரியாய்டும். உன் வீடு உன்னை மன்னிச்சு உள்ள கூப்பிடறவரை இப்படித்தான் இருக்கும். அப்புறம் சரியாய்விடும்,'' ரகுராம் அவளை சமாதானப்படுத்தினான்.

''எங்கப்பாவைப் பத்தி உங்களுக்கு தெரியாதுப்பா. அவ்ளோ சாஃப்ட் அவர். இந்த அவமானம் அவரைத் தின்னிருக்கும்,''

"அப்ப தைரியமா நம்ம விஷயத்தைச் சொல்லியிருக்கறது தானே?"

"அப்பா சாஃப்ட் தான்; ஆனா காதலை ஏத்துக்கிற அளவுக்கு அவர் மனம் விஸ்தாரமா இருக்குமாங்கற பயத்துலதானே சொல்லவும் எனக்கு துணிவில்ல? ஒருவேளை நான் சொல்லி அவா அதுக்கு ஒத்துக்கலைன்னா... ஓடி வரக்கூட எனக்கு முடியாம இல்ல போயிருக்கும்?. அதனால்தான் யோசிக்கக்கூட அவகாசமில்லாம நீங்க சொன்னதும் படிதாண்டி வந்துட்டேன்."

"வந்துட்ட இல்ல...? அப்புறம் என்ன? மனசை அமைதியா வெச்சுக்கப் பார். வந்தபிறகு ஏன் வந்தோம்னு தோணித்துன்னா அது நம்ம ரெண்டுபேர் சந்தோஷத்துக்குமே உலை வெச்சுடும். நான் உன்னை நல்லபடியா வெச்சு காப்பாத்துவேனா மாட்டேனாங்கற பயம் இருந்ததுன்னா அதையும் சொல்லிடு அந்த பயத்தோட நீ எங்கூட இருக்கறது ரொம்ப தப்பு. உன் பயத்தைத் தீர்க்க வேண்டியது என்னோட கடமையும் கூட. என்னடா இவனை நம்பி வந்துட்டமே, இது பாட்டுக்கு நம்பளைக் கெடுத்துக் குட்டிச்சுவராக்கி விட்டுட்டு ஓடிட்டா நாம என்ன செய்வோம்? மறுபடியும் வீட்டுக்குப் போனா வீடு நம்பளை உள்ள ஏத்துமா? இப்டியெல்லாம் உனக்குள்ள ஏதாவது பயம் இருந்தா... கமான் ஓப்பனா சொல்லிடு,"

"ச்சேச்சே! என்ன பேத்தல் இது? அப்டி எல்லாம் சந்தேகப்பட்டா வந்திருப்பேனா நான்?"

"சந்தேகப்படறதுல தப்பில்ல சரளா... காதல் கண்ணை மறைக்கும். முழுசா நம்ப வைக்கும் யோசிக்கவே விடாது. ஒரு பெண்ணை கூட்டிண்டு வர்ர நூத்துல பத்துபேர்தான் யோக்யமா அவளோட வாழறான். மீதி தொண்ணூறு பேரோட குறிக்கோள் அவ உடம்பு மட்டும்தான், அந்த உடம்பை அடைய அவன் ஆயிரம் பொய் சொல்லுவான். லட்சம் சத்தியம் பண்ணுவான். அத்தனையும் அவளும் நம்புவா. ஏமாற்றப்பட்ட பிறகுதான் அவளுக்கு எது நிஜம், எது பொய்னு தெரியும். அப்பொ

தெரிஞ்சுதான் என்ன பிரயோஜனம்?. இதையெல்லாம் நான் எதுக்கு சொல்றேன்னா, சந்தேகப்பட உனக்கு பரிபூரணமா உரிமை இருக்கு. அதேநேரம் உன் சந்தேகத்தை தீர்க்கற கடமை எனக்கும் இருக்கு. அதனால் நான் நிறைய ஏற்பாடுகள் பண்ணியிருக்கேன். நம்ம கல்யாணம் ரெண்டு முறைப்படியும் நடக்கும். ரிஜிஸ்டர் பண்ணவும். ஏற்பாடு பண்ணிட்டேன். ஸேம் டைம் வைதீகமாகவும் நடக்கும். முதல்ல ரிஜிஸ்டர் மேரேஜ். அதுக்கப்புறம் சம்பிரதாயப்படி. அதுக்கு நம்ம ரெண்டுபேர் வீட்லேர்ந்தும் எல்லாரும் வந்து நம்பளை ஆசீர்வாதம் பண்ணணுங்கறதுதான் என்னோட ஆசை.''

''மானமுள்ள எந்த அப்பா அம்மாவும் நாம கூப்பிட்டதும் உடனே ஓடிவந்து ஆசீர்வாதம் பண்ணிடமாட்டா ரகு.''

''அதுக்காக முயற்சியே பண்ணாம இருக்கறதா? கேட்டுப் பார்ப்போம். நம்ம பக்கத்து நியாயத்தை சொல்லிப் பார்ப்போம். வந்தா சந்தோஷம், வரலைன்னா துக்கமில்லன்னு மனசை தேற்றிக்க வேண்டியதுதான். என்ன சொல்ற?''

ரகுராம் கேட்க சரளா எவ்வித பதிலும் சொல்லாது மௌனம் சாதித்தாள். அப்பாவை ஏறிட்டுப் பார்க்கும் துணிச்சல் தனக்கிருக்கிறதா என்று யோசித்தாள். சத்தியமாக இல்லை. ஓடிவந்தது அவருக்கு ஒரு அவமானம் என்றால், ''என் திருமணத்தை நான் நிச்சயம் செய்து நாள் குறித்துவிட்டேன், வந்து ஆசீர்வதித்துவிட்டுப்போ,'' என்று அழைப்பது அதைவிட அவமானம். சத்தியமாக அப்பாவால் அதைத் தாங்க முடியாது.

''வேணாம்ப்பா... உங்களுக்கு வேணும்னா உங்க வீட்ல கூப்பட்டுக்கோங்க. எங்கப்பா முகத்தைப் பார்க்கற சக்தி எனக்கில்ல'' சரளா தன் முடிவைச் சொன்னாள்.

''நிச்சயமா? அப்பறம் வருத்தப்பட மாட்டியே?''

''மாட்டேன்''

"ஓ.கே. கல்யாணம் நடக்கறவரை உன்னை என் ஃப்ரெண்டோட வீட்லதான் தங்க வெக்கப்போறேன். அவங்களும் லவ் மேரேஜ் பண்ணிண்டவங்கதான். ஸோ ஃப்ரீயா இரு. சும்மா அழுதா சுத்தியிருக்கறவங்களுக்கு இரக்கத்துக்கு பதிலா வெறுப்புதான் வரும்."

"ஓடிவரதுக்கு முந்தி புத்தி எங்க போச்சுன்னு சுருக்குனு கேப்பா ஓ.கே...? எங்க சிரி பார்க்கலாம்..." ரகுராம் அவள் தோளைத் தொட்டு அழுத்திக் கேட்க, சரளா சிரித்தாள்.

"குட். போலாமா?" ரகுராம் எழுந்து வாசலுக்கு வந்தான். சரளா அரைகுறை சாப்பாட்டோடு கைகழுவிக்கொண்டு அவன் பின்னால் வந்தாள்.

அகிலா அப்பாவின் நெற்றியில் கை வைத்துப் பார்த்தாள். நெருப்பாய் சுட்டது. இது சாதாரண ஜுரமில்லை. அவமானச் சூடு. வெளியே தலைகாட்ட இயலாத நிலை, தேகத்தைக் கட்டிலில் முடக்கிப் போட்டிருந்தது. அம்மா ஒரு பக்கம் உட்கார்ந்து அழுதுகொண்டிருந்தாள். அழுதழுது அவள் முகமே மாறியிருந்தது. கண் இமைகள் சிவந்து, வீங்கி கண்கள் இடுங்கிப் போய் மூக்கு நுனி சிவந்து கன்னக் கதுப்புகள் வெளிறிப்போய் இருவரும் சரியாய் சாப்பிட்டு நாலு நாளாகிறது. அப்பா காப்பி மட்டும் தவறாது குடித்தார். வேறு எதுவும் இறங்கவில்லை.

"அப்பா..." அகிலா மெல்ல அவரைத் தொட்டாள். அவர் கண் மட்டும் உத்திரத்தை வெறிப்பதிலிருந்து மீண்டு அவள்மீது படிந்தது.

"கஞ்சி போட்ருக்கேம்ப்பா, ஒரு வாய்..."

"ம்ஹூம்"

"ஜுரத்துனால எதுவும் பிடிக்கலையாப்பா?" அவர் பதில் சொல்லவில்லை "டாக்டர்கிட்ட போய்ட்டு வரலாமாப்பா...?"

"வேண்டாம்..."

“இப்படியே எவ்ளோ நாள்ப்பா இருப்பேள்...? இதென்ன வடக்கிருந்து உயிர் நீத்தலுக்கு ஒத்திகையா?”

அகிலா கேட்க நடராஜன் புன்னகையோடு அவளைப் பார்த்தார்.

“அதெல்லாம் இல்ல தாயி. இது ஒரு சங்கடம். தானா சரியாப் போய்டும் இது”

“நா உங்களை ஒண்ணு கேக்கவாப்பா?”

“என்ன?”

“ஒருவேளை சரளா இப்பொ ஜோடியா இங்க வந்து நின்னா அவளை உள்ள கூப்டுவேளாப்பா?”

“செருப்பால அடிச்சு துரத்துவேன்” அம்மா இதற்கு ஆக்ரோஷமாக பதில் சொல்ல அகிலா அவளை அமைதியாகப் பார்த்தாள். பிறகு அப்பாவிடம் திரும்பினாள்.

“சரளா செய்தது அவ்ளோ பெரிய தப்பாப்பா...?”

“நீ என்னம்மா நினைக்கற?”

“இந்த உலகத்துல எதுவுமே தப்பில்ல. எதுவுமே சரியுமில்லைன்னு நினைக்கறேம்மா. இங்கே எல்லா முடிவுகளும் அவசரத்துல எடுக்கப்படறவை. தப்பு சரிங்கற நம்மளோட முடிவும் நம்மோடது இல்ல. இந்த சமுதாயத்தோட குரல்தான் நமக்குள்ள ஒலிக்கறது. எந்த ஒரு விஷயத்துக்கு சமுதாய அங்கீகாரம் கிடைக்கறதோ அந்த விஷயத்தை ஒரு மனிதன் செய்தா அது சரி, அங்கீகாரம் கிடைக்காத விஷயத்தை செய்தா அது தப்பு. ஓடிப் போறது தப்புன்னு இந்த சமுதாயம் சொல்லி வெச்சிருக்கறதால், சரளா அந்த தப்பை பண்ணிட்டாளேன்னு மனசு பதர்றது. சமுதாயம் சிரிக்குமேன்னு வேதனைப்படறது. அவ்ளோதானே தவிர மத்தப்படி நம்ம உள் மனசு காலியாவேதான் இருக்கு, சரி தப்புங்கற அபிப்ராய பேதம் எதுவுமே அங்க இல்ல.”

நடராஜன் விழி விரித்து பெண்ணைப் பார்த்தார். அகிலா கஞ்சியை ஆற்றி நீட்ட அவர் அதை வாங்கிக் குடிக்க ஆரம்பித்தார்.

"நமக்குள்ள நிறைய குரல் ஒலிச்சுண்டே இருக்கும்பா, எல்லா குரலுக்கும் நாம் மரியாதை கொடுத்துருப்போம். உற்றுக்கேட்டா ரொம்ப பலவீனமா ஒரு குரல் ஒலிச்சுண்டிருக்கும், உண்மையா சொல்லணும்னா அதான் நம்ம குரலா இருக்கும். அது சொல்றதை மட்டும் நாம் யாருமே கேக்கறதில்லை. அந்த அளவுக்கு சமூக பயம் இங்க எல்லார்கிட்டயும் உறைஞ்சு போயிருக்கு. ஓடிப் போறது வீட்டுக்கு வீடு நடக்கிற சர்வ சாதாரண விஷயமார்ந்தா சரளா போனதுக்கு இப்டி ஜூரம் வந்து படுத்திருக்கமாட்டேள்."

நடராஜன் திடுக்கிட்டாற்போல் அவளைப் பார்த்தார். பெண் சொல்வது அத்தனையும் உண்மைதான் என்பது புரிய கண்களில் கண்ணீர் திரையிட்டது. அவள் தலையைப் பரிவோடு தடவினார்,

"எங்க தாயி இவ்ளோ விஷயம் பேசத் தெரிஞ்சுண்ட...?"

"சுற்றி நடக்கறதெல்லாம் பார்த்து சிந்திக்க ஆரம்பிச்சேன். அவ்ளோதான். தவிர உங்ககிட்டேர்ந்து தாம்பா நா நிறைய விஷயம் கத்துண்டேன்."

"அதுசரி, நீதான் இப்ப எனக்கு தகப்பன் சாமியாட்டம் சொல்லித்தர...!"

"அதனால் நா உசத்தியாய்டுவேனா...?"

"சொல்லும்மா, இப்ப நாம என்ன செய்யலாம்?"

"எதுக்குப்பா...?"

"சரளா விஷயமாதான். அப்டியே அவளை விட்டுடலாம்ங்கறயா?"

"தேட வேண்டாம்ப்பா. அவளே வருவா. இன்னிக்கில்லாட்டாலும் நாளைக்கில்லாட்டாலும் என்னிக்காவது ஒரு நாள் வருவா. இப்போதைக்கு அவ எங்க இருந்தாலும் சௌக்கியமா இருக்கட்டும்னு ஆசீர்வாதம் பண்ணுங்கோ. உங்க ஆசீர்வாதம்தான் அவளுக்கு இப்பொ ரொம்ப முக்கியம். சரளா பண்ணின ஒரே தப்பு தன் காதலை உங்ககிட்ட சொல்லாம இருந்தது மட்டும்தான். அதனால்தான் எல்லா குழப்பமுமே, வீட்டை விட்டு தான் வந்துட்டமேன்னு அவளே இப்பொ வேதனை பட்டுண்டுதான் இருப்பா. உங்களை நினைச்சு உருகிண்டுதான் இருப்பா. தன் காரியம் தன் அப்பாவுக்கு தலைக்குனிவை ஏற்படுத்தியிருக்குமேன்னு துடிச்சுண்டுதான் இருப்பா. ஸோ, அந்த குற்ற உணர்வோட உடனே அவளால உங்க முன்னாடி வந்து நிக்க முடியாது. எங்க இருந்தாலும் அவ உங்க பொண்ணாதான் இருப்பா, உங்க கௌரவத்தைக் காப்பாத்தறா மாதிரிதான் வாழ்வா. அப்டி அவ வாழ்வாங்கற நம்பிக்கை நமக்கும் வேணும். என்னிக்கு அவ வந்தாலும் ஆரத்தி எடுத்து அவளை வரவேற்போம். சுத்தியிருக்கறவாளை தனி ஆவர்த்தனம் வாசிக்க விட்டோம்னா நம்ம சங்கீதத்துக்கு சான்ஸே இல்லாம போய்டும். அதோட நம்ம வேல்யூவும் காணாம போய்டும், என்ன சொல்றேள்?"

நடராஜன் பிரமித்தார், "ரொம்ப பெரிய விஷயம் எல்லாம் பேசற தாயி" என்றவர் குரல் நெகிழ்ந்தது.

"நாளைக்கு நீங்க தலை நிமிர்ந்து நடந்து போணும்ப்பா. யாராவது ஏதாவது பேசினாக்கூட.. கவலைப்படக்கூடாது, சரியா?"

அப்பா தலையாட்டினார்.

"நீங்க வெளியில போய்டுவேள், தப்பிச்சுக்கலாம், நான் திரும்பத் திரும்ப இந்த ஒண்டுக்குடித்தன மூஞ்சிகள் கிட்டதானே சுத்தி சுத்தி வரணும்? என்னால எப்படி காதைப்

பொத்திண்டு அலைய முடியும்?'' அம்மா ஆதங்கத்தோடு கேட்டாள்.

''நாலு நாள் தாம்மா எல்லாரும் பேசுவா. அதுக்கப்புறம் அவாளுக்கு வேற விஷயம் கிடைச்சுடும், இது பழங்கதையாய்டும். சரளா மட்டும் நகையும், நட்டுமா கார்ல வந்து அந்தஸ்தா இறங்கினான்னு வெச்சுக்கோ, பேசற இதே வாயெல்லாம் 'அடடே, வாடி சரளா, எப்படி இருக்க'ன்னு அவளைக் கொண்டாட ஆரம்பிச்சுடும். அப்பொ இதே வாய் எல்லாம் உன்னையும் உசத்தியா பேசும். அதான் உலகம். மனுஷா நன்னார்ந்தா குழையும், நாசமா போனா சிரிக்கும். வீட்டுக்கு வீடு ஆயிரம் கதை இருக்கும் ஆனாலும் பிறத்தியார் கதையைதான் விரும்பி பேசும்.''

பெண் சொன்னதை ஆமோதித்து அம்மாவும் யோசிக்க ஆரம்பித்தாள்.

மறுநாள் அப்பா தலை நிமிர்ந்து நடந்து செல்ல, அம்மா குழாயடியில் நின்று நீர் பிடித்தாள். யாரும் அவளிடம் பேசாததை சட்டை செய்யவில்லை.

''கல்யாணச் செலவு மிச்சம்தானே!... அதான் இவ்ளோ தெம்பா நடக்கறா!'' யாரோ கிசுகிசுவென்று பேசியதை புறந்தள்ளினாலும் கீறலாய் ஒரு வலி ஏற்படத்தான் செய்தது.

அகிலா சொன்னதுபோல் ஒரு வாரத்திற்குப் பிறகு நிலமை சீராயிற்று. அவரவர்களுக்கு பேச பல்வேறு விஷயங்கள் கிடைக்க, சரளாவை மறக்கத் தொடங்கினர். ஆனாலும் சந்தோஷப்பட முடியாமல் பிரச்சனை வேறு விதமாய் வந்தபோது அம்மாவும், அப்பாவும் வாடிப் போனார்கள்.

***

14

சமூகம் ஒரு தனிமனிதனுக்கு கொடுக்கும் மரியாதை கௌரவம் எல்லாமே மேலோட்டமான முகமூடிதான். அது கொடுக்கும் மரியாதை கௌரவத்திலேயே நம் கவனம் எப்போதும் இருக்கும்படி பார்த்துக்கொள்கிறது. இது ஒரு ஏமாற்றுதல் என்று புரியாமலேயே மனிதன் அந்த போலி கௌரவத்திற்கு அடிமையாகிப் போகிறான். என்றேனும் ஒருநாள் அந்த மரியாதையும் கௌரவமும் பறிக்கப்படும்போது தன் சுயத்தை இழந்துவிட்ட உறுத்தல் அவனுக்கு ஏற்படுகிறது. உண்மையில் தான் எதையும் இழந்து விடவில்லை என்பதை அவன் அறியமறுக்கிறான். உலகத்திற்கேற்றவாறே தன்னை வடிவமைத்துக் கொள்ளத்தான் ஒவ்வொரு மனிதனும் விரும்பி தன் சுயத்தை தொலைத்துக் கொண்டிருக்கிறான். சுயம் தொலைவதென்பது முதலில் வீட்டிலிருந்தே ஆரம்பித்து விடுகிறது. பாராட்டுக்காக ஒவ்வொரு செயலும் செய்தல் என்பது இயல்பாகிறது. பாராட்டு கிடைக்காவிடில் மனம் துவண்டு போகிறது. ஏன் பாராட்டு கிடைக்கவில்லை என்ற கேள்வி பூதாகாரமாய் எழுகிறது. இதற்கு காரணம் யார், தான்தானா அல்லது வேறு யாரேனுமா என்ற ஆராய்ச்சியில் ஈடுபடுகிறது. இப்படி ஒரு ஆராய்ச்சி செய்யும் நிலை பானுமதிக்கும் ஏற்பட்டது. இதுநாள்வரை தலையில் தூக்கி வைத்துக் கொண்டு பாராட்டிய புகுந்த வீடு திடீரென்று ஒருநாள் அவளைக் கீழே இறக்கித் தள்ளி நிற்கவைத்து வித்தியாசமாய்ப் பார்த்தபோது அதன் காரணம் புரியாமல் குழம்பிப் போனாள் அவள். நிச்சயதார்த்தம் தடைபட்டு விட்டது என்று அப்பா டெலிபோனில் சொன்னதும் மாமியாரின் முகம் மாறியது. என்ன காரணம் என்று அவள் கேட்டபோது 'விவரமா அப்புறம் சொல்றேனே' என்று சொல்லிவிட்டு நடராஜன் போனை வைத்துவிட்டார்.

"என்னாச்சு உங்கப்பாக்கு...?" மாமியார் அவளிடம் கேட்க பானுமதி உதட்டை பிதுக்கி என்ன விஷயம் என்று திருப்பிக் கேட்டாள்.

"நிச்சயதார்த்தம் நடக்கலையாமே" மாமியார் சொல்ல பானுமதி அதிர்ந்தாள்.

"என்ன... என்ன காரணமாம்?"

"என்னைக் கேட்டா? விவரமா அப்புறம் சொல்றேன்னுட்டா உங்கப்பா."

பானுமதி குழம்பினாள். என்னவாக இருக்கும்? ஒருவேளை சரளாவை பையனுக்கு பிடிக்கவில்லையா? அல்லது இவளுக்கு அவனைப் பிடிக்கவில்லையா?

"நான் வேணா நேர்ல போய் பார்த்துட்டு வந்துடவா?" மாமியாரின் அனுமதியைக் கேட்டாள்.

"போயேன். பாவம், அங்க என்ன பிரச்சனையோ என்னவோ? ஒருவேளை மாப்பிள்ளையாத்துல திடீர்னு அதைக் கொண்டா இதைக்கொண்டான்னு கேட்டு உங்கப்பாவால முடியாம இந்த இடம் வேணாம்னு வெச்சுட்டாரோ என்னமோ, எதுக்கும் போய்ப்பாரு பணப்பிரச்சனைன்னா நம்மகிட்ட சொன்னா தரமாட்டோமா என்ன?"

பானுமதி நிமிஷத்தில் புடவை மாற்றி தலைசீவி கிளம்பினாள். ராஜாராமன் வீட்டில் இல்லை. பஸ் பிடித்து பிறந்தவீட்டை நோக்கி பயணிக்கையில் மனம் ஆயிரம் காரணங்களை கற்பனை செய்ய ஆரம்பித்தது. அந்த கற்பனைகளிலும் கூட சரளா காதலிப்பதாகத் தோன்றவில்லை. அவள் வீட்டை விட்டே ஓடிவிட்டாள் என்ற மிகப் பெரிய அதிர்ச்சியை தன்வீடு தனக்குத் தரப் போகிறது என்பதை அறியவில்லை. அவளைப் பார்த்ததும் அம்மா அழ அப்பா தலைகுனிந்து கொண்டார்.

"என்னப்பா... என்ன ஆச்சு..?" பானுமதி பதறினாள். அம்மாவையும் அகிலாவையும் மாறி மாறிப் பார்த்தாள். இத்தனைக்கும் காரணமான சரளா எங்கே என்று கண்களால் தேடினாள்.

"சரளா எங்கம்மா...?"

அம்மா இன்னும் பெரிதாக அழ ஆரம்பிக்க பானுமதி அகிலாவைப் பார்த்தாள்.

"என்னடி நடந்தது...?"

அகிலா அவளை அழைத்துக் கொண்டு உள்ளறைக்குப் போனாள். விஷயத்தை பக்குவமாகச் சொன்னாள். பானுமதி நம்ப முடியாமல் மரம் மாதிரி நின்றாள் "நிஜம்மாவா... நம்ம சரளாவா...?" என்று அவள் வாய் பலகீனமாய் முணுமுணுத்தது. ஓடிப்போதல் என்பது ஒரு நாலாந்தரமான செயல் என்று நினைக்கும் நடுத்தர குடும்பத்து வளர்ப்பு அவர்கள். தன் வீட்டிலேயே இப்படி ஒரு நாலாந்தரச் செயல் நடந்துவிட்டால் எந்த பெற்றோரால்தான் தாங்க முடியும்?

"கடவுளே, இந்த பொண்ணுக்கு ஏன் இப்படி புத்தி போச்சு...?" பானுவும் அம்மாவோடு சேர்ந்து அழுதாள். தன் புகுந்த வீட்டில் போய் இந்த விஷயத்தை எப்படி சொல்லப்போகிறோம் என்று புரியாமல் குழம்பினாள். சற்று நேரம் இருந்து அம்மாவையும் அப்பாவையும் சமாதானப்படுத்திவிட்டுக் கிளம்பினாள்.

"என்ன பானு ஆச்சாம்? சரளாவுக்கு மாப்பிள்ளை பிடிக்கலையாமா? இல்ல நான் சொன்னாப்பல அவா திடீர்னு நிறைய கேட்டாளாமா?"

மாமியார் கேட்க பானுமதி சட்டென்று ஒரு தப்பு பண்ணினாள். "ஆமாம்மா. தீடீர்னு வரதட்சணையா இருபதாயிரம் வேணும்னாளாம். அதான் அப்பா இந்த இடம் வேணாம்னு நிறுத்திட்டார்" என்றாள். சொல்லும்போதே மனசு குறுகுறுத்தது.

மாமியார் வேறு எதுவும் கேட்பதற்குமுன் சட்டென்று நகர்ந்து உள்ளே சென்று விட்டாள். "அதானே பார்த்தேன். இந்த காலத்துல யாரையும் நம்ப முடியல. ஆரம்பத்துல ஒரு மாதிரி பின்னாடி ஒரு மாதிரின்னு இரட்டை வேஷம் போடறா. மென்னிய பிடிக்கறாப்போல சமயத்துல கேட்டா கிடைச்சுடும்னு கேக்க ஆரம்பிச்சுடறா. வரவர யாரை நம்புறதுன்னே தெரியல போ."

"எல்லாரும் நம்மளாட்டமே இருப்பாளா" மாமனார் சொல்ல அதை ஆமோதித்து தலையாட்டினாள்.

அதன்பிறகு சரியாய் மூன்று நாள் கழித்து நடராஜன் அங்கு வந்த போது, பானுமதியும் ராஜாராமனும் சினிமாவுக்குப் போயிருந்தார்கள்.

"வாங்கோ உட்காருங்கோ" சம்பந்தி வரவேற்று அமர வைத்தார்.

சற்று நேரம் இருவரும் எதுவும் பேசவில்லை "கேக்கவே ரொம்ப கஷ்டமார்ந்தது. யாரையும் நம்ப முடியல" சம்பந்தி மெல்ல ஆரம்பிக்க நடராஜன் தலையாட்டினார்.

"முதல்லயே எங்கிட்ட சொல்லியிருந்தா இப்டி ஒரு வரனைப் பார்த்திருக்க மாட்டேன்."

"அதுசரி... ஆனா யார் யோக்யமா இருக்கா? எல்லா ஏற்பாடும் பண்ணினப்பறம் அதைக் கொண்டா இதைக் கொண்டான்னு கேக்கறதுதான் இப்போதைய வழக்கமா போயிடுத்து. முதல்ல கேட்டா கிடைக்காதுன்னு அவாளுக்குத் தெரியாதா? நல்ல காலம் இப்பவானும் அவா முகம் தெரிஞ்சுதேன்னு சந்தோஷப்படுங்கோ! இதுவே தாலி கட்டற நேரத்துல கேட்ருந்தா என்ன ஆயிருக்கும்? இருதலக்கொள்ளி எறும்பாட்டமா இல்லையா தவிச்சிருப்பேள்?"

சம்பந்தி பேசிக்கொண்டே போக நடராஜன் குழப்பத்தோடு அவரை ஏறிட்டுப் பார்த்தார். "யார் என்ன கேட்டா," என்றார் பரிதாபமாக.

"என்னது இப்டி கேக்கறேள்? திடீர்னு இருபதாயிரம் வரதட்சணையா கேட்டாளாமே.. அதானே இந்த இடம் வேண்டாம்னு..."

"இல்ல இல்ல..." நடராஜன் அவசரமாக மறுத்தார். பானுமதியின் அசட்டுத்தனமான பொய் இது என்பது புரிந்தும் பதறிப் போனார்.

"அப்டியெல்லாம் எதுவுமில்ல. அவாளைப்பத்தி தப்பா சொன்னா என் நாக்கு அழுகிடும்."

"பின்னே...?" சம்பந்தி புருவம் சுருக்கினார்.

"தப்பு என் பொண்ணுகிட்டதான்" என்று ஆரம்பித்த நடராஜன் விஷயத்தை சொல்லி முடித்தபோது கூனிக் குறுகிப் போயிருந்தார். உள்ளேயிருந்து அவருக்கு காப்பி கொண்டுவந்த பானுவின் மாமியார் ஒரு நிமிடம் மரம் மாதிரி நின்று விட்டாள். எத்தகைய பொய்யை தன் மாட்டுப்பெண் தன்னிடம் சொல்லியிருக்கிறாள் என்று திகைத்தாள். இந்த பொய்யினால் அநியாயமாக நல்ல மனிதர்களையல்லவா சந்தேகப்பட்டு பழித்து சபித்து... தேவையா...? இதென்ன குசும்புத்தனம் இந்த பொண்ணுக்கு? தங்கை செய்த கேவலத்தை மறைத்து நல்ல மனிதர்களின் மீது அநியாயப் பழி போட்டு... இப்படிப்பட்ட பெண் இன்னும் என்னவெல்லாம் செய்யத் துணிய மாட்டாள்? இதுபோல் இன்னும் எத்தனை பொய்களை தன்னிடம் சொல்லியிருப்பாளோ...? மாமியாரின் முகம் விகாரமாக மாறிச்சிவந்தது. தான் எவ்வளவு பெருந்தன்மையோடு எதுவுவே வேண்டாம். என்று சொல்லி இவளை பிள்ளைக்கு கல்யாணம் செய்து வைத்து இதுநாள்வரை பெற்ற பெண்ணைப் போல் அன்பாக நடத்தினோம்! அப்படிப்பட்ட தன்னிடமே இவ்வளவு பெரிய விஷயத்தை மறைத்து, திரித்து பானுமதி சொல்லியிருப்பதை அவளால் தாங்கவே முடியவில்லை ஏன் உண்மையைச் சொன்னால் என்ன...? நான் திட்டவா போகிறேன்? என்ற ஆதங்கமும்கூடச் சேர்ந்துகொள்ள, அது நாள் வரை பானுமதியின் மீதிருந்த அன்பும் மதிப்பும் சடசடவென்று சரிய

ஆரம்பித்தது. தன் எரிச்சல் கோபம் எதையும், உண்மையைச் சொல்லி விட்ட நடராஜனிடம் காட்டிக்கொள்ள விரும்பாமல் அவருக்கு காப்பி கொடுத்து சமாதானமாய்ப் பேசி அனுப்பி வைத்தாள்.

இரவு, சினிமா முடிந்து பானுவும் ராஜாராமனும் வழக்கம் போல் ஹோட்டலிலேயே சாப்பிட்டுவிட்டு வீட்டுக்கு வந்தபோது டைனிங் டேபிளில் சாப்பிடாமல் அமர்ந்திருந்த மாமியாரிடம் வந்தாள் பானு. "என்னம்மா இன்னுமா சாப்டல? நா போடட்டுமா? அப்பா சாப்டாச்சா?"

"வேண்டாம் சாப்டாச்சு"

"சாதம் அப்படியே இருக்கு"

மாமியார் அவளை முறைத்தாள். "இப்ப என்ன? நான் பொய் சொல்றேங்கறயா? பொய் சொல்ற குடும்பம் என்னுதில்ல!"

பானுமதி திகைத்தாள். தான் என்ன கேட்டுவிட்டோம் என்று மாமியார் இப்படி... திடீரென்று என்ன, ஆயிற்று இவளுக்கு என்று வியந்தாள்.

"சரிம்மா நீங்க எழுந்திருங்கோ. நான் எல்லாத்தையும் ஒழிச்சு வெச்சுடறேன்."

"வேண்டாம் நானே பார்த்துக்கறேன் நீ போ" பானு மாமியாரை ஒரு மாதிரி பார்த்துவிட்டு அவள் வார்த்தையைத் தட்ட முடியாமல் நகர்ந்தாள்.

மறுநாள் காலை அவள் எழுந்து வரும்போது அடுக்களையில் பாதி சமையலாகியிருந்தது.

"ஏம்மா... நான் வரதுக்குள்ள எதுக்கு சிரமப்படறேள்...?"

"யாருக்கு சிரமம்? த பார் பானு... என் ஆம்படையானுக்கு சமைச்சு போடறதுல எனக்கென்ன சிரமம்?"

மாமியாரின் பேச்சு புரியாமல் பானுமதி விழித்தாள். "என்னம்மா சொல்றேள். அப்பாக்கென்ன தனி சமையல்னு சொன்னா நான் செய்ய மாட்டேனா?"

"இனிமே எங்களுக்கு தனி சமையல்தான். நானே பண்ணிக்கறேன். அதே மாதிரி உனக்கும் உன் ஆம்படையானுக்கும் வேணுங்கறதை நீ பண்ணிக்கலாம்."

"என்னம்மா என்னென்னமோ... தனித்தனியா சமைக்கற அளவுக்கு என்ன இங்க பிரச்சனை..."

"எங்கிட்ட கேட்டா? இதே கேள்வியை நீ உன்னையே பார்த்து கேட்டுக்கோ. பதில் தெரியும்" மாமியார் தான் சமைத்ததை ஒரு ஓரமாக எடுத்து வைத்து மூடிவிட்டு வெளியேற பானுமதி சிலையாய் நின்றாள். சத்தியமாய் அவளுக்கு எதுவும் புரியவில்லை. மாமியாரின் கோபத்திற்கு என்ன காரணம் என்று யோசித்து யோசித்து. தலைவலித்ததுதான் மிச்சம். இவ்வளவு கோபம் வரும்படியாய் நேற்று என்னதான் நடந்தது என்று முதல்நாள் சம்பவங்களை மீண்டும் நினைத்துப் பார்த்தாள். சினிமாவுக்கு புறப்படும்போதுகூட இரண்டு முழம் ஜாதிமல்லியை ஆசையாய் தலையில் வைத்துத்தானே அனுப்பினாள்?. சினிமா முடிந்து வருவதற்குள் அப்படி என்னதான் நடந்தது? ஒருவேளை சினிமாவுக்கு அவளையும் அழைக்கவில்லை என்ற ஆதங்கமா...? ச்சேச்சே இதுவரை எத்தனை படம் இப்படி தனித்து போயிருக்கிறார்கள் அவளும் ராஜாராமனும். இதுவரை இப்படியா கோபித்துக் கொண்டிருக்கிறாள். வரும்போது ஜாலியா ஹோட்டல்ல சாட்டுட்டு வாங்கோ என்று அனுப்பியல்லவா வைப்பாள். பிறகு என்னதான் ஆயிற்று...?

பானுமதி யோசித்தபடியே தனக்கும் ராஜாராமனுக்கும் சமைக்க ஆரம்பித்தாள். ஒரே வீட்டில் தனித்தனி சமையல்! என்ன கேவலம் இது என்று நினைத்தபோது அழுகை வந்தது.

வீட்டில் நடப்பது எதுவும் தெரியாமல் ராஜாராமன் பாட்டுக்கு டிபன் சாப்பிட்டு விட்டு சென்றான். அவன் போன பிறகு மாமியார், மாமனாரை அழைத்து டிபன் கொடுத்துவிட்டு தானும் சாப்பிட்டாள். மாமனார்கூட ஏன் பேசவில்லை என்று யோசித்தாள் பானுமதி.

அவர்கள் சாப்பிட்டுவிட்டு சென்றதும், சாப்பிடுவதா வேண்டாமா என்று யோசித்தாள். யாரும் சரியாகப் பேசாத குழப்பத்தினால் பசியடைத்துப் போயிருக்க பானுமதி சாப்பிடாமலேயே மற்ற வேலைகளை கவனித்தாள்,

பத்து மணிக்கு மாமியாரும் மாமனாரும் வெளியில் புறப்பட்டுச் சென்றார்கள். எங்கே போகிறோம் என்றுகூடச் சொல்லிக் கொள்ளாமல் சென்றவர்களை வெறித்துப் பார்த்தபடி நின்றாள். அவர்கள் தலைமறைந்த நேரம் போன் மணி அடிக்க, வேகமாய்ச் சென்று எடுத்தாள்,

"யார் பானுவா?" எதிர் முனையில் அப்பாவின் குரல் கேட்டது.

"பானுதாம்ப்பா... சொல்லு"

"என்னம்மா இப்டி பண்ணிட்ட?"

"என்னப்பா சொல்ற? நான் என்ன பண்ணினேன்?"

"உங்க மாமியார்கிட்ட பொய் சொல்லி இருக்கியே அது தப்பு பானு."

பானுமதி திகைத்தாள்.

"அதெப்படிப்பா உனக்குத் தெரியும்?"

"நேத்திக்கு நா வந்திருந்தேம்மா."

"கடவுளே!" பானுமதி திகைத்தாள். "நீ என்னப்பா சொன்ன?"

"உண்மையைச் சொன்னேம்மா"

"ஏம்ப்பா?" என்ற பானுமதிக்கு இப்போது எல்லாவற்றிற்கும் காரணம் தெளிவாக விளங்கியது. அப்பாவின் மீது வருத்தமேற்பட்டது. "உண்மையைச் சொல்ல இப்ப என்னப்பா அவசரம்?" என்று கேட்டவளுக்கு அழுகை வந்தது.

"என்னிக்கிருந்தாலும் ஒருநாள் தெரிஞ்சுதானேம்மா ஆகணும்? எத்தனை நாள் மூடி மறைக்க முடியும்?

அதுவுமில்லாம நம்பாத்து பொண்ணு பண்ணின தப்புக்கு அந்த அப்பாவிகள் மேல் அபாண்டமா பழி சொல்றது பாவமில்லையா தாயி?"

"இதென்ன? ஊர் பூரா தண்டோரா போட்டு சொல்ற விஷயத்தையாப்பா உன் பொண்ணு பண்ணியிருக்கா? எப்டி. இதை அப்பட்டமா சொல்லிக்க முடியுங்கற? என் தங்கை எவனோடயோ ஓடிப் போயிட்டான்னு என்னால எப்டிப்பா சொல்லிக்க முடியும்?"

"தப்பு பானு. ஊர் பூரா சொல்லிக்கோன்னு நான் சொல்லலை. நமக்கு நெருங்கினவாகிட்ட மட்டும் எப்பவும் எந்த உண்மையையும் மறைக்கப் படாதும்மா. அப்புறம் அவா நம்ம மேல வெச்சிருக்கற பிரியத்துக்கு என்ன அர்த்தம்? நம்மகிட்டயே உண்மையை மறைச்சுட்டா பார்த்தியான்னு அவா நினைக்க ஆரம்பிச்சுட்டா அந்த பிரியம் குறைஞ்சு போய்டும் மா."

"குறைஞ்சு போய்டும் என்னப்பா? குறைஞ்சு போய்டுத்து உன் புண்ணியத்துல...!" பானுமதி அழுகை வெடித்த குரலோடு போனை டக்கென்று வைக்க எதிர் முனை ஒரு வினாடி திகைத்தது.

***

15

இரவு லேட்டாகத்தான் வந்தான் ராஜாராமன். வழக்கத்துக்கு விரோதமாக அப்பாவும் அம்மாவும் சாப்பிட்டுவிட்டுப் படுத்துக்கொண்டு விட்டார்கள் என்று தெரிந்ததும் வியந்து போனான் அவன்.

"என்னாச்சு பானு அவாளுக்கு? உடம்பு கிடம்பு சரியில்லையான்ன?"

பானுமதி எதுவும் சொல்லவில்லை, "நீங்க சாப்ட உட்காருங்கோ" என்றபடி அவனுக்கு தட்டு வைத்துப் பரிமாறினாள்.

"நீ சாப்ட்டயா? நீயும் உட்காரேன் சேர்ந்து சாப்டுவோம்."

"நீங்க சாப்டுங்கோ... எனக்கு பசியில்லை."

"நா ஊட்டி விடவா? பசி வந்துடும்," ராஜாராமன் ஒரு வாய் சாதம் - கையிலெடுத்து அவள் முகத்தருகில் கொண்டு சென்றபோதுதான் அழுது சிவந்திருந்த அவள் முகத்தை கவனித்தான்.

"என்னாச்சு பானுமதி அழுதயான்ன?" பதறினாள்.

"ஸ் ஒண்ணுல்ல."

"அப்டின்னு உன் முகம் சொல்லலையே... இதோ பார் பானு நீ அழுதாலும் சிரிச்சாலும் அதுக்கான காரணம் கேக்க எனக்கு உரிமையிருக்கு. அம்மாக்கும் உனக்கும் ஏதாவது மனஸ்தாபமா?" பானுமதி உதட்டை கடித்துக் கொண்டாள்...

"இங்க வேண்டாம். மாடிக்கு போனப்பறம் சொல்றேன்"

ராஜாராமன் அதன்பிறகு எதுவும் பேசாது சாப்பிட்டான், தயிர் சாதம் வேண்டாம் என்று சொல்லிவிட்டு எழுந்தான்.

வேலை முடிந்து பானுமதி வரும்வரை, ஒலியை சன்னமாக வைத்து யேசுதாஸின் கச்சேரி கேட்டான்.

அவள் வந்ததும் அதை நிறுத்தினான்.

பானுமதி நடந்ததைச் சொல்லச் சொல்ல கண்ணை மூடியபடி கேட்டான் குறுக்கில் எதுவும் பேசவில்லை. அவள் சொல்லி முடித்த பிறகுதான் கண்ணைத் திறந்தான்.

"தப்பு உங்கிட்டதான் இருக்கு பானு. நீ உண்மையை அம்மாகிட்ட மறைச்சிருக்கக்கூடாது. பொய் அன்பை முறிச்சுடும்னு உனக்கு தெரியாதா."

"நா வேணும்னு பொய் சொல்லலையே"

"எப்டி சொன்னாலும் பொய் பொய் தானே. கல்யாணம்னு ஆனதும் உங்க குடும்பத்து கஷ்டங்களும் சுகங்களும் எங்களோடதும்கூடத்தான். அம்மா அப்டித்தான் இதுநாள்வரை நடந்துருக்கா. உங்க குடும்பத்தை அவ மதிச்சா. உன்னை மாட்டுப்பெண் மாதிரி அவ நடத்தினதில்லை. பிள்ளைக்கு கல்யாணம் பண்ற சாக்குல உங்கப்பாவை அவ கசக்கிப் பிழியாம எவ்ளோ பெருந்தன்மையா நடந்துண்டான்னு உனக்கே தெரியும். அப்டிப்பட்டவகிட்ட நீ மட்டும் நடந்த உண்மையைச் சொல்லியிருந்தா அவ உங்கப்பாவைப் போய் பார்த்து ஆறுதல் சொல்லியிருப்பாளே தவிர, அலட்சியப்படுத்திப் பேச மாட்டா. உன் தங்கைகளுக்கு கல்யாணம்னு நடக்கும்போது, உங்கப்பாவுக்கு - பிள்ளையில்லாத குறைக்கு என்னைத்தான் பிள்ளையா இருந்து அந்த கல்யாணங்களை கூடச்சேர்ந்து நடத்தணும்னு சொன்னவ அவ. சரளாக்கும் அகிலாவுக்கும் நம்ம வகையா ஆளுக்கு நாலு சவரன் செயின் போட்டா அந்த மனுஷனுக்கு அது. ரொம்ப ஒத்தாசையா இருக்கும்டான்னு சொல்லி என்னை நகைச்சீட்டு கட்ட வைச்சிருக்கா, உனக்கு தெரியுமா?"

அவன் சொல்லச் சொல்ல பானுமதிக்கு தன் தவறு புரிய முகத்தை மூடிக் கொண்டு அழ ஆரம்பித்தாள்.

"நான் வேணும்னு செய்யலப்பா... தங்கை ஓடிப் போய்ட்டான்ற அவமானத்துல என்னையறியாம செய்த தவறு

இது. நீ செஞ்சது தப்புன்னு உரிமையோட என்னை நாலு அறைகூட அறைஞ்சு திருத்தியிருக்கலாம், அதை விட்டுட்டு இப்டி முகத்தை திருப்பிண்டு என்னை ஒதுக்கி வெச்சுட்டு நீ தனியா சமைச்சுக்கோன்னா என்ன அர்த்தம்? என் தப்பை எனக்கு புரிய வெச்சாதானே புரியும்.''

ராஜராமன் அவளை இரக்கத்தோடு பார்த்தான்.

''அழாத பானு.... நீ சொல்றாப் போல அம்மாவும் நடந்துண்டிருக்கலாம். இப்டி உடனே ரெண்டு சமையல்னு உன்னை ஒதுக்கறது தப்புதான். நான் அம்மாகிட்டயும் பேசறேன். அதுக்கு முன்னாடி நாளைக்கு எழுந்ததும் உன் தப்புக்கு நீ அவகிட்ட மனசார மன்னிப்பு கேட்டுடு. மிச்சத்தை நான் பார்த்துக்கறேன். இன்னொரு விஷயம்; சரளா ஓடிப்போய்ட்டான்னு ஏன் இவ்ளோ ஹார்ஷான வார்த்தை யூஸ் பண்ணனும்? அவ மனசுக்கு பிடிச்சவனோட வாழப்போய்ட்டான்னு சொன்னா என்ன...?''

''அப்டி போறது தப்பில்லையா? இதுக்கா எங்கப்பா கஷ்டப்பட்டு எங்களை எல்லாம் வளர்த்தார்? எவ்ளோ அவமானம் அவருக்கு இதனால.''

''யாரும் வேணும்னு எந்த தப்பும் செய்யறதில்ல பானு. அம்மாகிட்ட நீ வேணும்னா பொய் சொன்ன? தங்கை ஓடிப்போய்ட்டான்னு சொல்லிக்க அவமானம், அப்டி சொன்னா மாமியார் இனிமே தன்னை மதிப்பாளோ மதிக்க மாட்டாளோங்கற பயம். ஓடிப்போறது ஒரு அங்கீகரிக்கப்பட்ட விஷயமா இருந்திருந்தா இந்த விஷயத்தை நீ இங்க கேஷுவலா சொல்லியிருப்ப. ஸோ, பொய் சொன்னது உன் செக்யூரிட்டிக்காக! அதே மாதிரிதான், தன் காதலைச் சொன்னா ஒருவேளை அப்பா முடியாதுன்னு மறுத்துட்டா என்ன பண்றதுங்கற பயம், இன்னொரு ஆளை கல்யாணம் பண்ணிக்க மனசு ஒப்பாத நிலை, காதலிச்சவனை கல்யாணம் பண்ணிக்கறதுதான் செக்யூரிட்டிங்கற எண்ணம், எல்லாமா சேர்ந்துதான் அப்டி ஒரு முடிவுக்கு வந்திருப்பா சரளா.''

"அப்படின்னா அவ செய்தது சரியா?"

"அவ செய்த ஒரே தப்பு உங்கப்பாகிட்ட சொல்லிப் பார்த்துட்டு அவர் முடியாதுன்னு சொன்னப்பறம் இந்த முடிவை எடுக்காததுதான். இத்தனை நாள் அவருக்கு பொண்ணா இருந்தும் அவரை அவ சரியா புரிஞ்சுக்கல. ஒருவேளை இவ காதலை அவர் மதிச்சிருந்தாலும் மதிச்சிருக்கலாம். ரிஸல்ட். என்னன்னு தெரிஞ்சுக்காம தானா எதையோ கற்பனை பண்ணிண்டு அவசரமா ஒரு முடிவு எடுத்திருக்கா. இது தப்புன்னு எடுத்துச் சொல்ல அவளுக்கு சரியான ஃபிரெண்ட்ஷிப் இருந்திருக்காது."

"உங்களை மாதிரி என்னால இப்டி தீர்க்கமால்லாம் யோசிக்கத் தெரியாது."

ராஜாராமன் சிரித்தான். "சரி தூங்கு அம்மாவை சமாதானப் படுத்தினதுக்கப்பறம் உங்க வீட்டுக்கு போறோம் நாம். முடிஞ்சா சரளாவை தேடிக் கண்டுபிடிச்சு தைரியம் சொல்லி கூட்டிண்டு வந்து ஊரறிய கல்யாணம் பண்ணி வைக்கறதுதான் நமக்கும் நல்லது அவளுக்கும் நல்லதுன்னு உங்கப்பாகிட்ட எடுத்துச் சொல்லுவோம், சரியா?"

பானுமதி ஒரு குழந்தை மாதிரி அவனை அணைத்துக் கொண்டு தூங்கிப் போனாள்.

மறு நாள் நாலுமணிக்கே எழுந்து அவள் கீழே வரும் போது மாமியார் எழுந்திருக்கவில்லை. பானுமதி குளித்துவிட்டு பால் காய்ச்சி டிகாக்ஷன் போட்டுவிட்டு எல்லோருக்கும் சேர்த்து சமைத்துவிடும் முடிவோடு குக்கரில் அரிசியும் பருப்பும் வைத்தாள்.

தனக்குமுன் அவள் எழுந்து சமைப்பது தெரிந்ததும் மாமியார் பல் தேய்த்து விட்டு மறுபடியும் தங்கள் அறைக்குள் நுழைந்து உட்கார்ந்து விட்டாள்.

பானு நுரை பொங்கிய காப்பியோடு மாமியாரிடம் போனாள். காப்பியை டேபிளில் வைத்து விட்டு மாமியாரின் காலில் சட்டென்று விழுந்தாள்...,

“நான் செய்தது மன்னிக்க முடியாத தப்புதாம்மா... தெரியாம செய்துட்டேன். ஒரு குழந்தை செய்த தப்பா நினைச்சு என்னை மன்னிச்சுடுங்கோ. இனிமே சாகறவரைக்கும் உங்ககிட்ட எதையும் மறைக்க மாட்டேன். உங்க மனசை வேதனைப்படுத்தின எனக்கு என்ன தண்டனை வேணும்னாலும் கொடுங்கோ. ஆனா இப்டி பேசாம மட்டும் ஒதுக்கி வெச்சுடாதிங்கோ. இது என்னைக் கொல்றது. மரண தண்டனை கொடுக்கறாப்பல இருக்கு...” பானுமதியின் கண்ணீர் சொட்டு சொட்டாய் அவள் பாதத்தில் விழ மாமியாரின் மனம் பதறிக் கரைந்தது. நல்லவர்களின் கோபம் நாழிகை நேரம்தான் என்பதை நிரூபித்தது அவள் செயல். பானுமதியை அவசரமாகத் தூக்கி நிறுத்தினாள்.

“நீதாண்டி. பானு என்னை மன்னிக்கணும். நீ செய்தது சின்ன தப்புன்னா நான் செய்தது ரொம்ப பெரிய தப்பு. ராத்திரியெல்லாம் நானும் தூங்கல.. விவேகமில்லாம நடந்துண்டுட்டேனேன்னு வருத்தப்பட்டேன் என்னைப் பத்தி என்ன நினைச்சுப்பான் என் பிள்ளைன்னு கலங்கிப் போய்ட்டேன். காலம்பற மன்னிப்பு கேக்கலாம்னுதான் நினைச்சேன், இருந்தாலும் ஏதோ ஒரு கூச்சமும், என் வயசும் என்னைத் தடுத்ததுன்னுதான் சொல்லணும்.”

மாமியார் தன் கைப்பிடித்து பதில் மன்னிப்பு கேட்க பானுமதி நெகிழ்ந்து போய்விட்டாள். அவளுக்கு முன்னால் தான் அற்பப்புழு என்று நினைத்தாள்.

“உங்களைப் பத்தி உங்கபிள்ளை சொன்னது சரிதாம்மா.”

“என்ன சொன்னான்?”

“எங்கம்மாவை மாதிரி ஒரு அன்பான மனுஷிகிட்ட எப்டி பொய் சொல்ல மனசு வந்தது உனக்குன்னா. உடனே போய் எங்கம்மாகிட்ட மன்னிப்பு கேளு. அவ குழந்தை மாதிரி உடனே உன்னை மறுபடியும் தலைல தூக்கி வெச்சுப்பானார்.”

தன்னைப் பற்றி பிள்ளை உயர்வாய் நினைத்திருப்பதும், அவள் செய்ததுதான் தவறென்று புத்தி சொல்லி அவளை அவன் மன்னிப்புக் கேட்க நினைத்திருப்பதும் தாய் மனதை நெகிழவைத்தது. அதேநேரம் அவன் சொன்னதும் உடனே வந்து மன்னிப்பு கேட்ட பானுவின் குணமும் அவளை நெகிழ வைத்தது. இனி மருமகள் ஏதாவது தப்பே செய்தாலும்கூட அதை பெரிதுபடுத்திக் கொண்டு இப்படி சின்னத்தனமாய் தனி சமையல் அது இது என்று நடந்து கொள்ளக்கூடாது என்று நினைத்தாள். ராஜாராமன் இறங்கி வருவதற்குள் இருவருமாய் சேர்ந்து சமைத்து முடித்து டிபனும், தயார் செய்தார்கள். ராஜாராமன் கீழே வரும்போது அங்கிருந்த அன்யோன்ய நிலையைப் பார்த்தவன் அம்மாவையும் பானுவையும் பார்த்து ஒரு சிரிப்பு மட்டும் சிரித்தான். மறுபடியும் அந்த விஷயத்தைக் கிளற விரும்பவில்லை அவன்.

"ராஜூ, சாயங்காலம் சீக்கிரம் வாயேன், முடிஞ்சா?"

"ஏம்மா..."

"பானுவாத்துக்கு போலாமேன்னுதான். பாவம், அந்த மனுஷன்!. ஒரு சமாதானம் சொல்லிட்டு வரலாமேன்னுதான்."

எங்கம்மாவைப் பற்றி இப்போது என்ன சொல்கிறாய் என்பதுபோல பானுவை ஓரக்கண்ணால் பார்த்தான் ராஜாராமன்.

"சரி போலாம்மா, வந்துடறேன்" என்றான்.

அந்திசாயும் நேரம் ஸ்வாமி விளக்கை ஏற்றி வைத்துவிட்டு சற்றுநேரம் கண் மூடி அதன் முன் அமர்ந்திருந்தாள் அகிலா. நடராஜன் அப்போதுதான் ஆபீஸிலிருந்து வந்திருந்தார். அம்மா அவருக்கு டிபனும் காப்பியும் கொண்டு வந்து வைத்துவிட்டு சற்றுத் தள்ளி உட்கார்ந்து கொண்டாள். என்னதான் சரளாவை நினைத்து கோபம் வந்தாலும் அதையும் மீறி பெற்ற பாசம் அவளையே சுற்றிச் சுற்றி வருவதைத் தடுக்க முடியவில்லை.

'அவ போனதைப் பத்திகூட இல்ல... யாரோடதான் போயிருக்கான்னு தெரிஞ்சுட்டா கொஞ்சம் நிம்மதியா இருக்கும்.

கூட்டிண்டு போனவன் நமக்குத் தெரிஞ்சவனா, தெரியாதவனா, நல்லவனா, கெட்டவனா, எப்டி அவனை அவளுக்கு பழக்கமாயிருக்கும்? எதுவுமே புரியலையே. அந்த பெண்ணை நினைச்சாலே வயறு பதர்றதே, நான் என்ன செய்வேன்...'

"சந்தியாகாலம் விளக்கு வெச்சு, என்ன புலம்பல் இது?" நடராஜன் கண்டித்தார்.

வாசலில் நிழலாடியது.

"நான் உள்ள வரலாமா?"

"யாரோ வந்திருக்கா" அம்மா சட்டென்று எழுந்து உள்ளே செல்ல நடராஜன் வாசல் பக்கம் பார்த்தவர் பரபரப்போடு எழுந்தார். சரளாவின் முதலாளி: ரகுராமின் அப்பாதான் வந்திருந்தது.

"வாங்கோ... என்ன இவ்ளோ தூரம்?"

நடராஜன் ஒரு நாற்காலியை இழுத்துப் போட்டு உட்காரச் சொன்னார்.

"என்னாச்சு சரளாக்கு? இன்ஸ்டிடியூட்டுக்கு அவ வந்து பதினஞ்சு நாளாகப் போறதே... லீவும் சொல்லல. வேலையை விட்டுட்டாளா என்னன்னு பார்க்கலாம்னு வந்தேன்."

எடுத்த எடுப்பிலேயே அவர் கேட்க ஒரு நிமிடம் நடராஜன் உறைந்து போனார், அவருக்கு என்ன பதில் சொல்வதென்று புரியாமல் திகைத்து நின்றார்.

அகிலா அவருக்கு காப்பி கொண்டு வந்தாள்.

"நீ சரளாவோட தங்கையாம்மா? பேரென்ன?"

"அகிலா"

"சரளா எங்கே?"

"சரளாக்கு கல்யாணம் ஆய்டுத்து சார்"

"எ..ன்.ன... என்னம்மா சொல்ற நீ?"

"எப்பொ நடந்தது? ஒரு இன்விடேஷன்கூட கொடுக்கலையே!"

"இது திடீர் கல்யாணம் சார். நாளைக்கு அப்பாவே வந்து உங்களைப் பார்த்து சொல்லிட்டு வரலாம்னுதான் இருக்கார்."

"எனக்கு ஒண்ணும் புரியலையேமா... கல்யாணம் எங்க நடந்தது?"

"தெரியாது சார் நாங்களே பார்க்கல."

"என்னம்மா சொல்ற? நடராஜன் இதெல்லாம் உண்மையா? என்ன நடந்தது?"

"எம்பொண்ணுக்கு நான் ஒரு மாப்பிள்ளை பார்த்தேன். அவளும் ஒரு மாப்பிள்ளை பார்த்துண்டிருக்கற விஷயம் தெரியாம நிச்சயதார்த்த நாள் குறிச்சேன். எங்கிட்ட உண்மையைச் சொல்ற தைரியம் அவளுக்கில்லையோ என்னமோ தனக்கு பிடிச்சவனோட போய்ட்டா அவ" நடராஜனின் குரல் கம்மியது.

"கடவுளே!" ரகுராமின் அப்பா பெருமூச்சு விட்டபடி எழுந்தார்.

"அந்த பையன் யாருன்னு தெரியாதா?"

"தெரியலையே, இன்ஸ்டிடியூட் உண்டு வீடு உண்டுன்னு இருக்கறவதான். அநாவசியமா எங்கயும் போற பொண்ணுகூட இல்ல. இதெல்லாம் எப்பொ எப்டின்னு எங்களுக்கே புரியல."

"இன்ஸ்டிடியூட்லயே யாராவது ஸ்டுடண்ட்டா? விசாரிச்சேளா?"

"இருக்காது சார். எல்லாரும் முக்கால்வாசி லேடீஸ்தான். மத்தவாள்ளாம் ரொம்ப சின்ன பசங்க. இப்பதான் ப்ளஸ்டூ படிக்கற பசங்க. இவளை விட வயசுல சின்னவா எல்லாரும். எனக்குத் தெரிஞ்சு உங்க பிள்ளை மட்டும் தான் இவளை விட..." நடராஜனின் முகம் திடீரென்று மாறியது. காரில் அழைத்துப் போனதாக டீக்கடைக்காரன் சொன்னானே. இன்ஸ்டிடியூட்டுக்கு காரில் வரும் ஒரே ஆள் ரகுராம்தான். ஒருவேளை அப்படியும் இருக்குமோ?. ஆனால் பிள்ளையைக்

காணவில்லை என்றால் இவர் எப்படி பதறாமல் வந்து சரளாவைப் பற்றி விசாரிப்பார்?

நடராஜன் குழப்பத்தோடு ரகுராமின் அப்பாவைப் பார்க்க அவர் முகமும் மாறியிருந்தது. கண்ணோரம் நீர் திரண்டிருந்தது.

“என்னாச்சு சார்... நா ஏதாவது தப்பா பேசிட்டேனா...” நடராஜன் பதறினார்.

“இல்ல நடராஜன்! என் சந்தேகத்தை தீர்த்துக்கத்தான் நானும் இங்க வந்தேன் என் பிள்ளையையும் காணலை சரளாவும் இன்ஸ்டிடியூட் வரலைன்னதும் ஒரு சந்தேகத்துலதான் விசாரிக்க இங்க வந்தேன். ஒண்ணும் ஒண்ணும் ரெண்டுன்னு உண்மையை ஒளிக்காம சொன்ன உங்களைப் பாராட்டறதா நம்ம பசங்களோட அவசரத்தை நினைச்சு வேதனைப்படறதா...”

அவர் சட்டென்று தன் தேகம் குலுங்க அழ ஆரம்பித்த அதேநேரம் ராஜாராமனின் குடும்பம் உள்ளே வந்தது. பானு அகிலாவிடம் செல்ல, மாமியார் சம்பந்தியம்மாளின் தோளில் ஆறுதலாக கைவைத்தாள் - ராஜாராமன் அழும் மனிதரையும் தன் மாமனாரையும் மாறிமாறிப் பார்த்தான்.

❋❋❋

16

"ஐ ஆம் ராஜாராமன். இவரோட மாப்பிள்ளை இப்பொ பிள்ளையும் கூட" ராஜாராமன் தன்னை அவரிடம் அறிமுகப்படுத்திக் கொண்டு அமர்ந்தான். பிறகு நடராஜனின் பக்கம் திரும்பினான்,

"நடந்த விஷயங்கள் எதையும் திருத்தி அமைக்க யாராலயும் முடியாது மாமா, இனிமே நடக்க வேண்டியதை சரியா செய்யத்தான் பார்க்கணும். ரெண்டு பேரும் எங்க போயிருப்பான்னு கண்டுபிடிச்சு அவாளோட பேசி கூட்டிண்டு வந்து நல்லபடியா நாமளே ஊரறிய கல்யாணம் பண்ணி வெக்கறது தான் நல்லதுன்னு எனக்குத் தோண்றது".

"என்ன மாப்ள சொல்றேள், சார் எவ்ளோ பெரிய மனுஷன்! தன் பிள்ளையைப் பத்தி என்னவெல்லாம் கனவு கண்டிருப்பார்! எவ்ளோ பெரிய வரனெல்லாம் வீடு தேடி வந்திருக்கும். அப்டியிருக்கும்போது என் பொண்ணுக்கு எப்டி இந்த மாதிரி பேராசை வரலாம்? அவ போனப்பொ நா எவ்ளோ வருத்தப்பட்டேனோ அதைவிட நாலு மடங்கு இப்பொ அதிகம் வருத்தப்படறேன். இவரோட கனவுகளை சிதைக்க அவளுக்கு என்ன உரிமையிருக்கு? தன் அந்தஸ்துக்கு மீறி ஆசைப்படறது தப்புன்னு தோண வேண்டாமா அவளுக்கு?"

"அதெல்லாம் பேசி பிரயோஜனமில்ல மாமா. இவ மட்டுமா விரும்பியிருக்கா? இவரோட பிள்ளையும்தானே விரும்பியிருக்கார்! ரெண்டுபேர் சம்பந்தப்பட்ட விஷயத்துல ஒருத்தரை மட்டும் தப்பு சொல்லக் கூடாது. காதலுக்கு ஏற்றத் தாழ்வே கிடையாது. யாருக்கும் சொல்லாம அவா போறதுக்குக் காரணமே பயம்தான். பிரிச்சுடுவோம்ங்கற பயம்... கூட்டிண்டு வந்து அவாளைப் பிரிக்கணும்னு நினைச்சா கூப்பிடவே வேண்டாம். அதனால தேடறதுக்கு முந்தி நீங்களும் சாரும் மனசு விட்டுப் பேசிக்கறது நல்லதுன்னு தோண்றது. சார்!

மாமாவைப் பொறுத்தவரை உங்க சம்பந்தம்ங்கறது அவருக்கு நல்ல இடம்தான். உங்களுக்குத்தான் கொஞ்சம் நாங்க அந்தஸ்து கம்மியா இருப்போம். இருந்தாலும் ஓரளவுக்கு எங்களால முடிஞ்சதெல்லாம் நாங்க சரளாவுக்கு சீர்வரிசையா செய்திடுவோம். நீங்க சம்மதிச்சாத்தான் அவாளை நான் தேட ஆரம்பிப்பேன். என்னால் ஒரு அஷ்யூரன்ஸ் மட்டும் குடுக்க முடியும். மாமாகிட்ட லட்சலட்சமா பணவசதி கிடையாதுதான். ஆனா லட்சியவாதி. அவரோட மூணு பெண்களுமே நல்முத்துக்கள்தான், காதலிச்சுட்டா, போயிட்டாங்கறதுனால சரளாவைக் குறைச்சு எடை போட்டுட வேண்டாம். உங்க குடும்பத்துக்கு ஏத்தவளா அவா இருப்பாங்கறது நிச்சயம்.''

ரகுராமின் அப்பா அவசரமாகக் குறுக்கிட்டார் ''சரளாவைப் பத்தி எனக்கு நன்னாவே தெரியும் மிஸ்டர் ராஜாராமன். சொல்லப்போனா சரளாவும் நடராஜனும் எங்க வீட்டுக் கல்யாணத்துக்கு வந்திருந்தப்பவே என் பெண்டாட்டி சரளாவைப் பார்த்துட்டு, 'இவ நம்ம ரகுவுக்கு பொருத்தமார்க்கமாட்டா? அவப்பாகிட்ட கேளுங்கோ, கல்யாணம் பண்ணித் தருவாரா'ன்னு அப்படின்னா. நானும் கேக்கறதுக்கு சந்தர்ப்பம் பார்த்துண்டிருந்தேன். நடுவுல நிறைய வேலை. பிரயாணம் அலைச்சல்னு முடியாமப் போய்டுத்து. அதுக்குள்ள இந்தப் பசங்க இப்டி பண்ணிட்டா. நான் கொஞ்சம் கண்டிப்பானவன்தான். ஆனா காட்டுமிராண்டியில்லை. இவ்ளோ நாள் வளர்த்தும் நம்பளை இந்த பசங்க புரிஞ்சுக்கலையேன்னு நினைச்சாத்தான் சங்கடமார்க்கு.''

அவர் சொல்ல நடராஜன் உருகிப்போனார். அழுகை முட்டிக்கொண்டு வந்தது. கூட்டத்தில் கனத்த அமைதி நிலவியது. பெற்றோர்கள் புரிந்து கொள்பவராக இருந்தும் பிள்ளைகள் அவர்களைப் புரிந்து கொள்ளாமல் அநாவசியமாகப் பயந்ததால் ஏற்பட்டுவிட்ட குழப்பம் இது.

"உங்க பிள்ளை எங்க போய்த் தங்க முடியும்? அவருக்கு உதவி செய்யறவா யாராவது இருப்பாளான்னு உங்களால் உத்தேசமா ஏதாவது சொல்ல முடியுமா?"

ராஜாராமன் கேட்க ரகுராமின் அப்பா யோசித்துவிட்டு உதடு பிதுக்கினார்.

"அவ்ளோ குறிப்பிட்டு சொல்லும்படியா எனக்குத் தெரியாது."

"அவரோட செல்போன் நம்பர் ஏதாவது..."

"அதைக்கூட எடுத்துண்டு போயிருப்பான்னு எனக்கு தோணல."

"கார் நம்பர்? கார்லதானே போயிருக்கா! கார் நம்பரைத் தேடச்சொல்லி எப்டியாவது கண்டு பிடிச்சுட முடியாது?"

"என்னன்னு சொல்றது? விஷயம் என்னன்னு கேட்டா என்ன சொல்றது!" ராஜாராமன் யோசித்தான்.

"இது ரொம்ப நாசூக்கா கையாள வேண்டிய விஷயம்டா ராஜு. முள்ளையும் எடுக்கணும் கையையும் கிழிச்சுக்கப்படாது" ராஜாராமனின் அப்பா சொன்னார்.

"சரி நான் யோசிக்கறேன். பட் ஐ ஹோப் அவாளை எப்டியும் கண்டு பிடிச்சுடுவேன். நீங்க ரெண்டுபேரும் நடந்ததை நினைச்சு வருத்தப்படாம அவா திரும்பி வரும்போது அவாளை வரவேற்கத் தயாராகணும். அப்பா, நாம்ப போலாமா?"

"நானும் கிளம்பறேன் நடராஜன்!" ரகுராமின் அப்பா எழுந்து கொண்டார். வரும்போது மனசு பாரத்தோடதான் வந்தேன். இப்பொ அந்த பாரம் இல்ல. எம் பிள்ளையோட போயிருக்கறது சரளாதான்கற நிம்மதி ஏற்பட்டிருக்கு"

"எனக்கும் இப்பொ கொஞ்சம் நிம்மதியாகத்தான் இருக்கு, ஒரு நல்லவரோட பிள்ளையோடதான் எம் பொண்ணு போயிருக்காங்கற நிம்மதி."

நடராஜன் எல்லோரையும் வாசல் வரை வந்து வழியனுப்பி விட்டு உள்ளே வந்தார். அவருடைய முகம் தெளிந்திருந்தது.

ரகுராம், வீட்டுக்கு வரும்போது சந்தோஷமாக இருந்தான். வரும் வழியில் பூவும் இனிப்பும் வாங்கி வந்திருந்தான். இரண்டையும் சரளாவிடம் நீட்டினான்.

"ஆளுக்கு ஒண்ணு கொண்டுவா." என்று சொல்லி விட்டுக் கைகால் அலம்பி கொள்ளச் சென்றான். அவன் திரும்பி வரும்போது சரளா பூச்சரத்தோடு அவனிடம் சென்றாள்.

"சினிமாலல்லாம் வருமே அந்த மாதிரி பூவை நான் வெச்சு விடணுமா?"

"ம்ஹூம்.. இந்தப் பூ உங்களுக்கு, இனிப்பு எனக்கு" சரளா ஹேர்ப்பின்னால் பூவை அவன் தலையில் வைக்க ரகுராம், "அப்டியே ஒரு புடவை கட்டி பொட்டும் வெச்சுடு" என்றான்!

"என் தங்கம் எவ்ளோ அழகார்க்கு!" சரளா அவனுக்கு விரல்களால் திருஷ்டி கழித்தாள்.

"திமிருடி....!"

"சரிடா கண்ணா திடீர்னு என்ன பூ, ஸ்வீட் எல்லாம்!"

"நாம உடனே பம்பாய் பக்கம் போறோம்"

"இஸ் இட்... என்ன விஷயம்;"

"அங்க ஒரு ஜப்பான் கொலாபரேஷன் கம்பெனில ஐயாவுக்கு எக்ஸிகியூடிவ் போஸ்ட் கிடைச்சிருக்கு. சம்பளம் எவ்ளோ தெரியுமா...?"

"எவ்ளோ? ஒரு பத்தாயிரம் வருமா?"

"மக்கு. அல்பமா இருக்கயே! பத்துக்கு மேல எண்ணிக்கை தெரியாதாக்கும்."

"சரி எவ்ளோ?"

"நாப்பதாயிரம்..."

சரளா மூச்சை இழுத்து நிறுத்தி அவனை பிரமிப்போடு பார்த்தாள் "நிஜமாவா?" என்றாள்.

"உங்கப்பன் ஆணை சத்தியம்" அவன் அவள் தலைமீது கை வைக்க அந்த வார்த்தையில் அப்பாவின் நினைவு பீறிட, சரளாவின் முகம் வேதனையும் சோர்வும் அடைந்தது. கண்கள் குளமாயிற்று.

"சரிதான்! குழந்தைக்கு அப்பா அம்மா ஞாபகம் வந்துடுத்தாக்கும், வா வந்து என் மடில படு. நான்தான் இப்போதைக்கு உனக்கு அப்பா, அம்மா, அக்கா, தங்கை எல்லாமே."

"அப்பாவை விட்டு விலகி விலகி ரொம்ப தூரமா போறோம்னு தோண்றது."

"பம்பாய் ஒரு தூரமா? ஏரோப்ளேன்ல ஏறி உக்காந்தா மணிக்கணக்குதான்."

"நாம் நல்லார்க்கோம்னு அவாளுக்கு எப்பதான் தெரியப்படுத்தறது?. பெத்தவா மனசை ரொம்ப நாள் நோகடிக்கறது நல்லதில்லப்பா. ஒவ்வொரு நிமிஷமும் உங்கப்பா அம்மாவும் எங்கப்பா அம்மாவும் நம்பளை நினைச்சுக் கவலைப்பட்டுத் துடிச்சிண்டிருப்பா. நாம் பத்திரமா சௌக்யமா இருக்கோம்னு அவாளுக்கு தெரியப்படுத்திடணும். அவர் திட்டினாலும் கேட்டுண்டுதான் ஆகணும்."

"செய்வோம். பம்பாய்க்குப் போய், வேலையில சேர்ந்து முதல்ல செட்டில் ஆவோம். அப்புறம் அப்பாக்கு லெட்டர் எழுதுவோம். அல்லது போன்லயாவது பேசிடுவோம் சரியா?"

"ஒண்ணு பண்ணவா?"

"என்ன?"

"அப்பாகிட்ட பேசறதுக்கு முந்தி அட்லீஸ்ட் பானு அக்காகிட்டயாவது பேசறேனே! அப்பாவோட மனசு

எப்டியிருக்குன்னு தெரிஞ்சுண்டு லெட்டர் போடலாம்னு தோண்றது.''

''என்ன சரளா இது? அப்பா மனசு எப்டியிருந்தா என்ன? லெட்டர் போட வேண்டியது உன் கடமை.''

''இருந்தாலும் அக்காகிட்ட பேசணும்னு மனசு துடிக்கறதே!'' சரளா கெஞ்ச

''என்னவோ செய்'' என்றான் ராஜாராமன்.

''தேங்க் யூ செல்லம்'' சரளா அவன் கன்னத்தைக் கிள்ளி முத்தம் கொடுத்தாள்.

மறுநாள் காலை அவன் வெளியில் போனதும் எஸ்.டி.டி. பூத் ஒன்றிற்கு வந்து கண்ணாடிக் கூண்டுக்குள் நுழைந்து... பானுவின் எண்களை சுழற்றினாள். மறு முனையில் ரிங் போகும்போது படபடத்தது. பயம் நெஞ்சை அடைத்தது.

''ஹலோ,'' எதிர் முனையில் கேட்ட குரல் ராஜாராம்னுடையது. சரளாவுக்குச் சட்டென்று பேச்சடைத்தது.

''ஹலோ ராஜாராமன்'' மறுபடியும் குரல் கொடுக்க சரளா சட்டென்று போனை வைத்து விட்டாள்.

ஐந்து நிமிடம் கழித்து மறுபடியும் டயல் செய்ய ராஜாராமன்தான் இம்முறையும் எடுத்தான்.

''பா... பானு இருக்காங்களா?''

''நீங்க யாரு?''

''பானு வேணும்.''

''நீங்க யாரு?''

''அ... அவங்களுக்கு தெரிஞ்சவ.''

அந்த குரல் சரளாவுடையதோ என்ற சந்தேகம் ஏற்பட்டது. சரளாவா என்று கேட்டுவிட்டால் எங்கே அவள் வைத்துவிடப் போகிறாளோ என்ற பயத்தில் ''ஒரு நிமிஷம் லைன்லயே

இருங்க கூப்பிடறேன்'' என்றவன் வேகமாகக் கீழே வந்தான். பானுவை இழுத்துக் கொண்டு மாடி ஏறினான்.

''எ... என்ன இது... என்ன விஷயம்?''

''ஐ திங்க் போன்ல சரளான்னு நினைக்கறேன். நான் எதுவும் கேக்கல. உன்னைக் கூப்பிடறா. ஒருவேளை அவதான்னா அவகிட்ட அன்பா பேசு. எங்க இருக்கான்னு பொறுமையா விசாரி. சரியா?''

பானு நாலு கால் பாய்ச்சலில் மாடிக்கு ஏற அம்மாவும் அப்பாவும் அவர்கள் பின்னாடியே அவசரமாய்ச் சென்றார்கள்.

''ஹலோ... நான் பானு பேசறேன் யாரு?''

பானுவின் குரலைக் கேட்டதும் சரளாவுக்கு அழுகை முட்டியது. தொண்டை வலித்தது.

''நான் சரளா பேசறேன்.''

''தெய்வமே! சரளா எப்டி இருக்க? என்னடி இப்டி...''

ராஜாராமன் அவள் கையைக் கிள்ளி வேண்டாம் என்றான். கார்ட்லெஸ்ஸை எடுத்துத் தன் காதில் வைத்துக் கொண்டான். ''அன்பா பேசு,'' என்று பானுவிடம் ரகசியமாய் சொன்னான்.

''நீ எப்டி இருக்க சரளா?''

''நன்னார்க்கேன். ஆனா உங்க எல்லார்க்கும் அவமானம் ஏற்படுத்திட்டேன். எப்படி எல்லார் மூஞ்சிலயும் முழிப்பேன்னு எனக்கு தெரியல. அப்பா எப்டியிருக்கார்?''

''உன்னை நினைச்சுத் துடிச்சுண்டிருக்கார். நீ எங்கடி இருக்க இப்போ?''

''நான் உங்களுக்கு விவரமா லெட்டர் போடறேங்க்கா. என்னைப்பத்திக் கவலைப்பட வேணாம்னு சொல்லத்தான் போன் பண்ணினேன். வெச்சுடவா.''

''ஹலோ. சரளா, போனை வெச்சுடாத. நான் ராஜாராமன் பேசறேன், நான் சொல்றதை ஒரு நிமிஷம் கேளு. உம்மேல

யாருக்கும் கோபமோ வெறுப்போ இல்ல சொல்லப்போனா நீ காதலிக்கற விஷயம் தெரிஞ்சிருந்தா உன் இஷ்டப்படியே கல்யாணம் பண்ணி, வெச்சிருப்பேனேன்னுதான் உங்கப்பா உருகறார். இப்பவும் உங்களை வரவழைச்சு ஊரறியக் கல்யாணம் பண்ணிப் பார்க்கணும்னுதான் அந்த நல்லவர் ஆசைப்படறார். நீ இருக்கற இடத்தை சொல்லும்மா. நான் வரேன். வந்து ரகுராம்கிட்ட நானே பேசறேன். அவப்பாக்கும் நீ மருமகளா வரணும்னு ஏற்கனவே ஒரு ஆசை இருந்திருக்கு. நீங்க ரெண்டு பேரும்தான் யாரையும் புரிஞ்சுக்காம அவசரப்பட்டுட்டேள். இப்பவும் எதுவும் கெட்டுப் போகல. நீ இடத்தை சொல்லு. நான் வந்து உங்க ரெண்டு பேரையும் கூட்டிண்டு வரேன்'' ராஜாராமன் பேசப்பேச சரளா அழுதாள்.

''அவருக்கு பம்பாய்ல வேலை கிடைச்சிருக்கு, நாளைக்கு நாங்க பம்பாய் போறோம். போய் வேலைல சேர்ந்ததும் அப்பாகிட்ட போன்ல பேசிடுவோம்னு சொன்னார்.''

''உனக்கு கல்யாணமாய்டுத்தாடி?'' பானு கேட்டாள்.

''ரிஜிஸ்டர் மேரேஜ் ஆய்டுத்துக்கா. இருந்தாலும், அப்பா அம்மாவை சமாதானப்படுத்தி அவா எதிர்க்க தாலிகட்டி ஆசீர்வாதம் வாங்கிண்ட பிறகுதான் நம்ம வாழ்க்கையை வாழ ஆரம்பிக்கணும்ங்கறது அவரோட ஆசை, அதனால இதுவரை எங்க முதலிரவு நடக்கல. இதான் சத்தியம், நாங்க மனக்கட்டுப்பாட்டோடதான் இருக்கோம்.''

''இப்பொ எங்க இருக்கேள் சரளா?''

''அவர்கிட்ட கேக்காம நான் எப்டி இடத்தை சொல்றது அத்திம்பேர்?''

''சரி சொல்ல வேண்டாம். பம்பாய்ல எந்த கம்பெனி?''

''தெரியல... ஏதோ ஜப்பான கொலாபரேஷன்னார்.''

''ஃப்ளைட்ல போறேளா, டிரெயினா?''

"தெரியல. நாளைக்கு கார்த்தால கிளம்பணும்னா. டியூட்டி ஜாய்ன் பண்ணி வீடு பார்த்து செட்டில் ஆனதும் மறுபடியும் உங்களுக்கு ஃபோன் பண்றோம் அத்திம்பேர்." சரளா போனை வைத்தாள்.

"இவ்வளவு பேசறவ இருக்கற இடத்தை சொல்லப்படாதான்ன?" பானுமதி அங்கலாய்த்தாள்.

***

"**எ**னக்கு கல்யாணம் வேணாம்ப்பா" மெல்லிய குரலில் அவள் சொல்ல அம்மா அதிர்ச்சியோடு அவளைப் பார்த்தாள்,

"என்னடி சொல்ற நீ? கல்யாணம் வேண்டாம்னா என்ன அர்த்தம்? கல்யாணமே வேண்டாமா, இல்ல நாங்க பார்க்கற வரன் வேண்டாமா?"

"நீ சும்மார்க்கயா, இப்டி எதுக்கு அதட்டற...? இங்க வா தாயி, இப்டி உக்காரு" அப்பா அவளை அருகில் அழைத்து உட்கார்த்தி வைத்துப் பரிவோடு அவள் கேசம் வருடினார்

"உம் மனசுல இருக்கறதை புரியும்படியா சொல்லும்மா. சரளாவைப் பற்றி நீ பயப்பட வேண்டாம். புரியறதா? தைரியமா பேசு"

அப்பா கனிவோடு சொல்ல, அகிலா கண்ணீரோடு அவரைப் பார்த்தாள்

"எனக்கு கல்யாணம் வேண்டாம்ப்பா"

"ஏம்மா..."

"நானும் ஒருத்தரை நேசிக்கறேம்ப்பா" அகிலா சொல்ல அவர்கள் அனைவருமே திகைத்தார்கள்.

"இதுக்குதான் அக்கா ஓடினதை சப்போர்ட் பண்ணி பேசினயாடி பாவி...!"

"கொஞ்சம் சும்மார்க்கயா?" அப்பா அவளை அடக்கிவிட்டு அகிலாவைப் பார்த்தார்.

"நீ யாரை நேசிக்கற தாயி?"

"அவனைத்தாம்ப்பா"

❋❋❋

17

அகிலா கைதூக்கி சுட்டிக்காட்டிய இடத்திலிருந்த படத்தைப் பார்த்ததும் மூவரும் அதிர்ந்து போனார்கள்.

அகிலா சுட்டிக்காட்டிய இடத்தில் புல்லாங்குழலோடு மாடு மேய்க்கும் கிருஷ்ணனின் படம் இருந்தது. கிருஷ்ணனுக்கு அருகில் மயங்கிய கண்களோடு ராதை! அந்த படத்தைப் பார்த்ததும் ஒரு வினாடி அதிர்ந்தாலும் மறுவினாடி புன்னகை படர நடராஜன் பெண்ணைப் பரிவோடு பார்த்தார்.

"என்ன தாயி, அப்பாவோட விளையாடறயா...?"

"இல்லப்பா"

"பக்தி ரொம்ப முத்திப்போச்சு உங்க பெண்ணுக்கு; அதான் உளர்றா."

"ஒரு நிமிஷம்" ராஜாராமன் மாமா மாமி இருவரையும் சற்று சும்மாயிருக்கும்படி சொல்லிவிட்டு அகிலாவைப் பார்த்தான்.

"உன் காதலன் பேரு கிருஷ்ணனா அகிலா?"

"கிருஷ்ணன்தான்."

"எங்க இருக்கான்? ஐ மீன், இதே ஊரா? என்ன வேலை?"

"லோகம் பூரா இருக்கான், உலகத்தைக் காக்கற உத்யோகம்!"

"என்னடி சொல்ற... பக்தி முத்திப்போய் பித்துப் பிடிச்சுடுத்தா உனக்கு? அவன் பகவான்டி!"

"அகிலா" ராஜாராமன் வியப்போடு பார்த்தான் அவளை. "நீ என்னம்மா சொல்ற?"

"நிஜம்தான் சொல்றேன் அத்திம்பேர். இந்த லோகத்துல ஐந்து வகையான பக்தி இருக்கு. சாந்த பக்தி, தாஸ்ய பக்தி, சகீய பக்தி, வாத்சல்ய பக்தி, பிரேம பக்தி. சாந்த பக்தின்னா பகவானை

அமைதியோட பக்தி செய்யறது. தாஸ்ய பக்தின்னா பகவானுக்கு வேலைக்காரனா இருக்கறது. சகீய பக்தின்னா பகவானுக்கு நண்பனா இருக்கறது. வாத்ஸல்ய பக்தின்னா பகவானைக் குழந்தையா நினைக்கறது, பிரேம பக்தின்னா பகவானைக் காதலிக்கறது. ஆண்டாள், மீரா இவாளெல்லாம் பகவானைக் காதலிச்சவா, அவனோட ஐக்கியமானவா. நானும் அதுக்குதான் ஆசைப்படறேன். என் பக்தியும் இந்த வகையான பிரேமபக்திதான். இந்த பக்தி நானா ஏற்படுத்திண்டது இல்ல. எனக்கே தெரியாம எனக்குள்ள ஒரு விதையா விழுந்து இன்னிக்கு என்னை மீறி பலமா வேர்விட்டு வளர்ந்திருக்கு. இது தப்புன்னு எனக்கு தோணல''

''தப்பில்ல தாயி, ஆனா இது மனுஷ சக்தியால முடியற விஷயமா? ஆண்டாளும் மீராவும் தெய்வாம்சம் பொருந்தியவாம்மா. இருந்தாலும்கூட எத்தனையோ சோதனைகளையும் வேதனைகளையும் கடந்துதான் தெய்வத்தை அடைஞ்சா அவா. நாமள்ளாம் சாதாரண மனுஷாம்மா நம்ம சக்திக்கு மீறி ஆசைப்படக்கூடாது நாம.''

''எல்லா மனுஷனுக்குள்ளயும் தெய்வாம்சம் இருக்குப்பா. மறைஞ்சிருக்கு. மாயையும், நான்ங்கற அகங்காரமும் அதை மறைச்சிருக்கு. எல்லாம் அழிஞ்சுதுன்னா தெய்வாம்சம் தெய்வாம்சத்தோட சேர்ந்துடும்ப்பா. எனக்கு நம்பிக்கையிருக்கு, என்னை அந்த கிருஷ்ண பகவான் ஏத்துப்பான். ஆண்டாள், மீராக்கப்பறம் அகிலாவும் அந்த வரிசைல வருவா.''

அப்பா ஸ்தம்பித்து நின்றார். ராஜாராமன் விக்கித்துப்போய் அவளைப் பார்த்தான். அம்மா மட்டும் புலம்ப ஆரம்பித்தாள்.

''கடவுளே... யார் கண்பட்டுது என் குடும்பத்துமேல! இப்டி உளர்றாளே! வெளில யாரானும் கேட்டா என்ன சொல்லுவா? பைத்தியம்னு இல்ல பட்டம் கட்டுவா! என்னடி அகிலா, எல்லாரையும்விட உன்னை பண்பட்டவ புத்திசாலின்னு இல்ல நினைச்சுண்டிருந்தோம்? இப்டி பேசறயே நீ! போனாப்போகட்டும், இந்தப் பேச்சை எங்களோட நிறுத்திக்கோ.

வெளில யார்கிட்டயும் இதையெல்லாம் தத்துபித்துன்னு சொல்லி வெக்காத."

"மாமி கொஞ்சம் அமைதியா இருங்கோ. அகிலா, நீ உள்ள போம்மா. உன் பிரேமபக்தியை நான் மதிக்கறேன். உன் பக்தியை பகவான் ஏத்துக்க நான் பிரார்த்தனை பண்றேன் சரியா?"

அகிலா புன்சிரிப்போடு சலனமின்றி உள்ளே போனாள்.

"என்ன மாப்ள... நீங்களும் அவளுக்கு சரியா பேசிண்டு..."

ராஜாராமன் புறப்பட்டு வெளியில் வர அவன் பின்னால் வெளிவாசல் வரை நடராஜனும் வந்தார்.

"சின்ன வயசுலேர்ந்தே அவளுக்கு பக்தி அதிகம் பக்குவமும் அதிகம். அவ வயசுப் பெண்கள் எதெதுக்கோ ஆசைப்பட்டாலும் இவ மட்டும் எதுலயும் ஒட்டாம எல்லாத்தையும் கடந்த ஞானியாட்டம் இருப்பா. சிலநேரம் இதுக்கு முன்னால நானே புழுவாட்டம் நெளியறாப்பல தோணும் எனக்கு. முதலியார் அடிக்கடி சொல்லுவார், 'இது சாதாரண பொண்ணில்ல ஐயரே, துளசிச்செடி ஒன்னு பொண்ணா பொறந்தாப்பல தோணுது எனக்கு'ம்பார். கைக்குழந்தையா இவளை எடுத்துண்டு வந்தப்பவே முதலியார் சிலிர்த்துப் போய்ட்டார். அப்பல்லாம் பெருமையார்க்கும். இப்ப பயம்மார்க்கு. இது எனக்கா பிறந்துதுன்னு பூரிச்சுப்போனது போய் இப்ப கவலைப்பட ஆரம்பிச்சிருக்கேன்."

"தேவையில்லாத பயம். அவ தெளிவாதான் இருக்கா. அதைப் புரிஞ்சுக்கற பக்குவம் நமக்குதான் இல்ல."

"புரிஞ்சுண்டா மட்டும் என்ன செய்துட முடியும்? அந்த பகவானை கையப் பிடிச்சு கூட்டிண்டு வந்து என் பெண்ணைக் கட்டிவைக்க முடியுமா? நான் சாதாரண மனுஷன் மாப்ள. அகிலா எனக்குப் பிறந்த சாதாரணப் பெண்."

"இல்ல மாமா. ஆழ்ந்து யோசிச்சு பார்த்தா உண்மை இது இல்லன்னு புரியும். குழந்தைகள் நம் மூலம் பிறக்கின்றனவே

தவிர நம்முடையவை அல்லன்னு கலீல் ஜிப்ரன் சொல்லியிருக்கார். ஸோ, மனசை அமைதிப்படுத்திக்கறதுதான் நல்லது. நம் சக்திக்கு மீறின விஷயங்கள் நடக்கும்போது சாட்சியா இருந்து. அதை வேடிக்கை பார்க்கறதைத் தவிர வேறவழியில்ல. இப்போதைக்கு அகிலாவை எந்த கேள்வியும் கேட்டு குடைய வேண்டாம். அவளை வித்யாசமாவும் பார்க்க வேண்டாம். அவ போக்குலயே விட்டுடுங்கோ. அப்டிவிட்டா ரெண்டு ரிசல்ட் கிடைக்கும். ஒண்ணு அவ, தானா தன் இயலாமையைப் புரிஞ்சுண்டு நார்மலாவா. அல்லது அவ உறுதில அவ ஜெயிப்பா. ஆனா ஒண்ணு, அவ ஜெயிச்சாலும் தோற்றாலும் அது நமக்கு வெற்றிதான்ங்கறதை மறந்துடவேண்டாம். நான் சொல்றதெல்லாம் உங்களுக்கு புரியும்னு நினைக்கறேன். நான் கிளம்பறேன் மாமா.''

ராஜாராமன் தன் ஸ்கூட்டரைக் கிளப்பிச் சென்றதும் நடராஜன் உள்ளே வந்தார். அகிலா பூக்கூடையோடு கோயிலுக்குக் கிளம்பிக் கொண்டிருந்தாள். அம்மா பயத்தோடு அவளைப் பார்த்து ஏதோ சொல்ல வாயெடுக்க, நடராஜன் மனைவியை கண்களால் அடக்கினார்.

''நா கோவிலுக்கு போய்ட்டு வரேம்ப்பா.'' அகிலா எதுவுமே நடக்காததுபோல் செல்ல, அவள் தலை மறைந்தபிறகு அம்மா பொங்கினாள் புருஷனிடம்.

''த பாருங்கோ! இவ பைத்தியம் முத்தி வெளில சிரிப்பா சிரிக்க ஆரம்பிக்கறதுக்குள்ள முதல்ல இவளுக்கு ஒரு வரனைத் தேடிப் பிடிங்கோ. இவ கல்யாணம் உடனே நடந்தாதான் என் மனசு ஆறும் என்னால நிம்மதியா தூங்க முடியும். நம்மகிட்ட சொன்னதை இவ நாலுபேர்கிட்ட சொல்றதுக்கு முன்னாடி இவளை ஒருத்தன்கிட்ட ஒப்படைச்சுடணும். இல்லாட்டா நம்ம மானம் போய்டும். சரளா ஓடிப்போனா, அகிலா பைத்தியம் பிடிச்சு அலையறான்னு ஊர் கைகொட்டி சிரிக்கும்.''

"சும்மார்க்கயா நீ...! பைத்தியம் அவ இல்ல நீதான். எல்லாத்துக்கும் புலம்பறதே உனக்கு வேலையாப் போச்சு."

"ம்... சொல்லுவேளே... கிருஷ்ணன் படத்தை காட்டி அவனைக் காதலிக்கறேங்கறா உங்க பொண்ணு. யாராவது கேட்டா. சிரிக்க மாட்டா? தெய்வம்னு ஒரு பயம் வேண்டாம்? என்னமோ அடுத்த வீட்டு பையனைக் காட்டறாப்போல் காட்டறா! இது தப்புன்னு சொன்னா நான் பைத்தியம்! நன்னார்க்கே நியாயம்? முதல்ல உங்க பெண்ணை உட்கார வெச்சு பேசுங்கோ. தெய்வத்தை தெய்வமாதான் பார்க்கணும்னு சொல்லுங்கோ. மனுஷாளால தெய்வத்தை காதலிக்க முடியாதுன்னு சொல்லுங்கோ. அவ பைத்தியத்தை முதல்ல தெளிய வெச்சுட்டு என்னைப் பைத்தியம்னு சொல்லுங்கோ."

நடராஜன் யோசனையில் ஆழ்ந்தார்.

மாதவப் பெருமாள் கோயில் அமைதியாக இருந்தது. அகிலா பூக்கூடையோடு கோயிலின் பின்பக்கம் போனாள். செம்பருத்திச்செடி புதராய் மண்டியிருந்தது. கையகலத்திற்கு செக்கச் செவேலென்று செடி முழுக்க பூக்கள் பூத்திருந்தது ஏனோ அவளுக்கு செம்பருத்திப் பூக்கள் மிகவும் பிடித்தது. அவற்றில் கம்பீரம் கலந்த ஒரு புனிதம் மிளிர்வதாய்த் தோன்றியது. ரத்தச் சிவப்பு பூக்களைப் பறித்து அவற்றோடு இடையிடையே துளசி இலைகளையும் வைத்து மாலையாய்க் கட்டி கிருஷ்ணனுக்கு சார்த்தும்போது அந்தப் பூக்கள் இன்னும் தெய்வீக அழகு பெற்றுவிடும்.

அகிலா மாலை தொடுத்து எடுத்துக்கொண்டு கிருஷ்ணன் சந்நிதிக்கு வந்தாள். அர்ச்சகரிடம் மாலையைக் கொடுத்துவிட்டு கண்மூடி நின்றாள்.

'அவள் சூடிக்கொடுத்தாள். நான் சூடாமல் கொடுக்கிறேன். ஏற்றுக்கொள் அன்பனே! இந்த மாலையைப்போல் என்னையும் உன் மார்பில் சூடிக்கொள்ளும் நாளுக்காக நான் காத்திருப்பதையும் உணர்ந்துகொள். இதுநாள்வரை

உனக்கும் எனக்கும் மட்டுமே தெரிந்த நம் காதல் இன்று இன்னும் நான்கு பேருக்குத் தெரிந்துவிட்டது. இனி மெல்ல மெல்ல எனக்கு சோதனைகள் ஏற்படும். சோதனைகளைக் கண்டு என் மனம் அஞ்சவில்லை. நான் அஞ்சுவது உன்னை அடையாமல் போய்விடக்கூடாதே என்பதை எண்ணித்தான். என் காதலை உணர்ந்து என்மீது கருணை காட்டி என்னை உன்னில் ஐக்கியப்படுத்திக்கொண்டு விடு. இந்த உடலில் உயிர் உள்ளளவும் என் பிரார்த்தனை இதுவாகவே இருக்கும். மனிதர் இந்த காதலைக் கண்டு சிரிக்கலாம், எள்ளி நகையாடலாம், மனநிலை சரியில்லாதவள் என்று கூறலாம். என் பிரார்த்தனை மனிதர் உணர வேண்டும் என்பதல்ல. நீ உணர்ந்து எனக்கருள் புரியவேண்டும் என்பதுதான். கீதையில் நீதானே சொல்லி இருக்கிறாய், யார் என்னை எவ்விதம் எண்ணி வழிபடுகிறார்களோ அவ்விதமே அவர்களுக்குத் தோன்றி அருள்புரிவேன் என்று. உன்மீது மனிதர் வெவ்வேறுவிதமான பக்தி செலுத்தி உன் மனதை வசப்படுத்தியிருக்கிறார்கள். என் பக்தி பிரேமபக்தியானதற்கு காரணம் நானல்ல நீதான். நீயே எனக்குள் இருந்து என்னைத் தூண்டுகிறவன். இதற்கும் ஏதோ காரணமிருக்கிறது என்பதால் நான் இதற்கு கட்டுப்பட்டிருக்கிறேன். யார் மனதில் என்ன விதமான பக்தி ஏற்படவேண்டும் என்பதை தீர்மானிப்பவனும் நீயே என்பதில் எனக்கு சந்தேகம் இல்லை. அனைத்தும் நீயே என்றால் என் காதலும் நீயே காதலிக்கப்படுவனும் நீயே. நானும் நீயே. இப்பிறவி நீங்க உன்னை அடைய அருள்செய் அன்பனே!'

அகிலா வெகுநேரம் கண்மூடி நின்றிருந்தாள். தினம் அப்படித்தான் நிற்பாள். அவள் கண்திறந்து பார்த்தபோது செம்பருத்தி மாலை அவன் கரியநிற மேனியில் செக்கச்செவேலெனச் சிரிக்க, அந்த அழகில் அவள் மனம் சொக்கியது.

"என்னம்மா அகிலா, அதென்ன இந்த சந்நிதில மட்டும் இப்டி மணிக்கணக்கா நிக்கற..." அர்ச்சகர் சிரித்தபடி துளசியும்

தீர்த்தமும் கொடுக்க அகிலா சிரித்தபடி பதில் சொல்லாது நகர்ந்து கோயிலை வலம் வந்து நாலு கால் மண்டபத்திற்கு வந்து குளத்தை பார்த்தபடி அமர்ந்தாள். ரொம்ப நாளாகவே அவளுக்கு கோயில்தான் தன் வீடென்ற உணர்வு ஏற்பட்டிருந்தது. வீடுதான் வேறிடம் போல் தோன்றியது. இந்த உணர்வையும் அவளால் தடுக்க முடியவில்லை. தனக்குத்தானே வியப்பாய்த் தோன்றியது எல்லாமே..

இந்த பூமி பல அதிசயங்களைக் கண்டிருக்கிறது. பல அழிவுகளையும் கண்டிருக்கிறது பல யுத்தங்களைக் கண்டிருக்கிறது. இறைவன் இப்பூமியில் பல அவதாரங்கள் எடுத்திருக்கின்றான். பலரை மெய்சிலிர்க்க வைத்திருக்கிறான். பலபேருக்கு பிரத்யட்சமாய் தரிசனம் தந்திருக்கிறான். அவன்மீது தூய்மையான பக்தி கொண்டவர்களின் பக்தியை ஏற்று அந்த பக்தர்களை தெய்வீகத்தன்மை கொண்டோராக்கி யுகயுகமாய் அவர்களது புகழ் அழியாமல் காத்து வருகிறான். உண்மையான அன்பையும், பக்தியையும் இறைவன் ஒருபோதும் ஒதுக்குவதில்லை. நம்பிக்கையோடு காத்திரு, அவன் உனக்கு காட்சி தருவான் என்கிறது வேதங்கள். எனவே அவளும் காத்திருப்பாள். பக்தி செலுத்துவாள். ஆண்டாளைப்போல், மீராவைப் போல் 'மனிதர்க்கென்று பேசப்படில் வாழ்கில்லேன்' என்ற ஆண்டாள் இவளுக்குள் இருந்து இவளை அவனிடம் சேர்ப்பாள். மன்னனை மணந்தாலும் கண்ணனையே நினைத்து அவன் அன்பைப் பெற்ற மீரா இவளுக்குள் குடியேறி அவனை அடையும் மார்க்கம் சொல்லுவாள்.

தன்னை நினைக்கையில் அவளுக்கே வியப்பாக இருக்கும் சிலநேரம். இந்த ஆசை எப்படி துளிர்விட்டது என்று யோசித்தால் விடை கிடைக்காது. சின்ன வயதிலிருந்து கிருஷ்ணனைப் பிடிக்கும். அப்பா அவளுக்கு நிறையக் கதைகள் சொல்லியிருக்கிறார்... பாகவதக் கதைகளையும், விஷ்ணுவின் அவதாரங்களையும், சிவபுராணக் கதைகளையும் அவர் சொல்லும்போது மனம் முழுக்க வியப்பும் பக்தியும்

படரும். முக்கியமாய் கிருஷ்ணாவதாரமும் கிருஷ்ணனின் லீலைகளும் அவளை பிரமிக்க வைத்திருக்கிறது. மீண்டும் மீண்டும் கேட்டாள். படிக்கத் தெரிந்த பிறகு தானே படித்தாள். அப்பாவோடு அதுபற்றி விவாதித்திருக்கிறாள். அவள் கேட்கும் கேள்விகளுக்கெல்லாம் அப்பா பொறுமையாக பதில் சொல்லுவார். அவள் சந்தேகங்களைத் தீர்த்து வைப்பார்.

சின்ன வயதிலிருந்தே மனம் லௌகீக விஷயங்களிலிருந்து விலகி ஒதுங்கியது. போகப்பொருள்களில் பற்று குறைந்தது. கற்பனைகள் கடவுளோடு கைகோர்த்துச் சென்றதே தவிர வேறெந்த நினைப்பும் இல்லை. உள்ளுக்குள் இறையை நேசித்ததாலோ என்னவோ உலகமே அன்புமயமாய்த் தெரிந்தது. அண்டசராசரத்தையும் அரவணைத்து அனைத்து ஜீவராசிகளுக்கும் அன்னையாகிவிட்டாற்போல் உள்ளே அன்பும் கருணையும் பொங்கியது.

இந்துமதம் சுதந்திரமானது. மனிதனை அது சிறைப்படுத்துவதில்லை. கட்டுப்படுத்துவதில்லை. உன் அனுபவத்தினால் நீயே அறிந்துகொள் என்று விட்டுவிடுகிறது. இந்து தெய்வங்கள் மனித வடிவில் இயங்க மனித வாழ்க்கையோடு தன்னையும் சம்பந்தப்படுத்திக் கொண்டு இந்து தெய்வங்கள் காதலிக்கும், பரவசப்படும், காதலுக்கு தூது செல்லும், தர்மத்தை நிலைநாட்ட யுத்தம் செய்யும், தர்மம் ஜெயிக்க தேர் ஓட்டும். இந்த சாகசங்களைக் கண்டுதான் மனிதன் இறைவனை பயமின்றி நேசிக்கிறான்.வேலைக்காரனைப் போல் விரட்டுகிறான், அல்லது நண்பனைப்போல் பாவித்து இறைவனின் தோள்மீது கரம்போட்டு நடக்கிறான். இன்னும் சிலர் அவனைக் குழந்தையாக எண்ணிக் கொஞ்சி மகிழ்கின்றனர். மிகமிக அரிதாக சிலர் மெய்மறந்து அவனை காதலிக்கவும் ஆரம்பிக்கின்றனர். அப்படிப்பட்ட காதல் இறைவனால் அங்கீகரிக்கப்படவில்லை என்றால் ஆண்டாள் ஆழ்வாராகி இருக்க மாட்டாள், மீரா புகழ்பெற்றிருக்க மாட்டாள்.

இறைவனைக் காதலித்து வெற்றியடைந்த பெண்மையின் பிரத்யட்ச சாட்சிகள் இவர்கள். அப்பா சொல்லிய எத்தனையோ கதைகளில் இந்த ஆண்டாள் மீராவின் காதல்தான் அகிலாவின் மனதில் பசுமையாய்த் தங்கியது. இறையைக் காதலிக்க முடியுமா என்று யோசிக்கும்போதே அடிமனதில் காதல் மெல்ல மெல்ல வேர்விட்டு வளர்ந்தது. உலகமே பரிகசித்தாலும் சரி, அடைந்தால் அந்தக் கண்ணனை அடைவது, இல்லையேல் அவனையே நினைத்து உயிர் அடங்குவது என்ற உறுதி அவள் உள்ளத்தில் புகுந்தது.

❋❋❋

18

நாலைந்து பேரிடம் அகிலாவின் ஜாதகத்தைக் கொடுத்து வைத்திருந்தார் நடராஜன். பதிலுக்கு பிள்ளைகளின் ஜாதகத்தையும் வாங்கிவந்தார். தங்கள் குடும்ப ஜோசியரிடம் கொடுத்து பொருத்தம் பார்க்கச் சொன்னார். இரண்டு மூன்று ஜாதகம் நன்றாகச் சேர்ந்திருப்பதாக அவர் சொன்னபோது உற்சாகம் கிளம்பியது. மூன்று வரனுமே நல்ல இடங்கள்தான். நடராஜன் மூன்று இடங்களுக்கும் போய்ப் பேசினார். முதல் இடம் சரிப்படும் என்று தோன்றவில்லை. அவர்களுடைய எதிர்பார்ப்புகள் அவர் சக்திக்கு மீறியதாய் இருந்தது. அடுத்த இரண்டு இடங்களும் பெண்பார்த்து பிடித்த பிறகு லெளகீகம் பற்றிப்பேசலாம் என்று சொல்ல, அடுத்தவாரம் பெண்பார்க்க வரச்சொல்லிவிட்டு வந்தார்.

'இந்த பொண்ணு ஒத்துழைப்பாளா? எனக்கு கவலையார்க்கே!' மனைவி கவலைப்பட, அவளை சமாதானப்படுத்தினார்.

"இப்போதைக்கு அவகிட்ட எதுவும் சொல்லவேண்டாம். சமயத்துல நான் பதமாபேசி அவ மனசை மாத்தப்பாக்கறேன்."

வீட்டில் நடக்கும் ஏற்பாடுகள் எதுவும் தெரியாமல் அகிலா பாதிநேரத்தை மாதவப் பெருமாள் கோயிலிலேயே கழித்தாள்.

ஞாயிற்றுக்கிழமை காலையும் அப்படித்தான், செம்பருத்தி மாலையோடு கோயிலுக்குக் கிளம்பினவளை அம்மா மெல்ல அழைத்தாள்.

"கொஞ்சம் சீக்கிரமா வந்துடறயாடி அகிலா?"

"என்ன விஷயம்மா....? ஏதாவது வேலையிருக்கா?"

"அதெல்லாம் இல்ல, ரொம்ப நாழி கோயில்ல உக்கார்ந்துட வேண்டாம்னேன்."

"ஆத்துக்கு வந்து என்னம்மா பண்ணப்போறேன்?"

"எல்லாரும் என்னைக் கேக்கறாடி அகிலா. 'அகிலா என்ன சாமியாரிணி ஆய்டப் போறாளா? இப்படி கோவில்லயே பழி கிடக்காளே'ன்னு கேக்கறா"

அம்மா சொல்ல அகிலா சிரித்தாள். "இந்த மாதிரி கேள்விக்கெல்லாம் நீ ஏம்மா கவலைப்படற? இதுக்கெல்லாம் பதில் சொல்லணும்னு அவசியமில்ல விடு."

"அதெப்படி அகிலா விடமுடியும்? உன்னை பித்துன்னு சொன்னா பெத்த வயறு தாங்குமா?"

"அகிலா, இங்க வாம்மா, ஒரு நிமிஷம்" அப்பா அழைக்க அகிலா அவரிடம் போனாள்.

"என்னப்பா?"

"அப்பா சொல்றதை அமைதியா கேப்பயாம்மா?"

"என்ன விஷயம்பா?"

"இப்டி உக்காரு சொல்றேன்" அப்பா சொல்ல அகிலா அவர் அருகில் அமர்ந்தாள்.

"மனுஷனாப் பொறந்த எல்லார் மனசுலயும் ஒரொரு ஆசை இருக்கும் தாயி. ஆசைகள் மனசுக்கு மனசு வித்யாசப்படும். நியாயமான ஆசைகள், விபரீதமான ஆசைகள், விசித்திரமான ஆசைகள்னு ஆசைகளுக்கு அளவே கிடையாது. ஒரு தகப்பன்ங்கற ஸ்தானத்துல எம் பெண்களை நல்லபடி கல்யாணம் பண்ணிக் கொடுத்து அவா சௌக்கியமா வாழறதை பார்க்கணுங்கற சராசரி ஆசைதான் இப்போ எனக்குள்ள இருக்கு. பானு சௌக்கியமாயிருக்கா. சரளாவும் எங்கேயோ சௌக்கியமா இருப்பாங்கற நம்பிக்கை இருக்கு. அடுத்தாப்பல உன்னையும் கல்யாணக் கோலத்துல பார்த்துட்டேன்னா என் ஆசைகள் பூர்த்தியாய்டும் தாயி. நான் உன்னை வற்புறுத்த மாட்டேம்மா. ஆனா உன்னோட ஆசை விசித்திரமான ஆசைன்னு சொல்ல கடமைப்பட்டவன். நாம சாதாரண மனுஷா அகிலா! ரொம்ப ரொம்ப சாதாரண மனுஷா. ஆண்டாளுக்கு

நடந்தது உனக்கும் நடக்கும்ங்கற உன் நம்பிக்கையை நான் அலட்சியப்படுத்தல. ஆனா அதேநேரம் எங்க பரிதவிப்பையும் நீ கொஞ்சம் புரிஞ்சுக்கணும். கெஞ்சிக் கேட்டுக்கறேம்மா. இன்னிக்கு சாயங்காலம் உன்னைப் பெண்பார்க்க வரா. ஒரு தகப்பனா என் கடமையை நான் செய்யத்தானே வேணும்? எம்பொண்ணு ஆசைப்படறதை எல்லாம் அவ கையில் பிடிச்சு கொடுக்க எனக்கு சக்தியில்லையேம்மா. பகவானை மாப்பிள்ளையா நினைச்சு பார்க்க எனக்கென்ன அருகதை இருக்கு? நட்சத்திரங்களை கண்ணாலதாம்மா பார்க்க முடியும். கையால பிடிக்க முடியாது. பிடிக்கணும்னு ஆசைப்பட்டா அது பேராசை! நமக்கு வேணாம் தாயி அந்த மாதிரி விசித்திரமான ஆசை எல்லாம்! அப்பா எது சொன்னாலும் உன் நல்லதுக்குதான் சொல்லுவேன்னு புரிஞ்சுண்டு எனக்காக சாயங்காலம் டிரெஸ் பண்ணிண்டு வந்து வரவாளை நமஸ்காரம் பண்ணிக்கோம்மா. பிடிச்சுதோ பிடிக்கலையோ அப்பாக்கு இந்த உதவியைச் செய்டா!'' நடராஜன் கண்ணீர் மல்கக் கேட்க, அகிலா பதறிப்போனாள். தன்னைக் கும்பிட்ட அப்பாவின் கையைப் பிடித்துக் கொண்டாள். தாரை தாரையாய் கண்ணீர் வழிய உதட்டைக் கடித்துக்கொண்டாள்.

''நீங்க எங்கிட்ட கெஞ்சப்படாதுப்பா. என்னால தாங்க முடியாது. உங்களுக்காக நான் ஒரு பொம்மையா மாறத் தயாரா இருக்கேம்பா ஆனா....'' அதற்குமேல் எதுவும் பேசமுடியாமல் தன் மடியில் சுருண்டு விழுந்து அழுதவளின் முதுகைப் பரிவோடு தடவிக்கொடுத்தார்.,

சற்றுநேரம் அவள் அழட்டும் என்று விட்டுவிட்டார். இந்த அழுகையில் அவளுடைய அந்த பிரேமபக்தி கரையவேண்டும் என்று வேண்டிக்கொண்டார். பத்துநிமிடம் கழித்து அழுகை குறைந்து எழுந்து கொண்டவள் பூமாலையோடு கோயிலுக்கு கிளம்பினாள். ஏதோ சொல்ல வந்த பெண்டாட்டியை கண்களால் அடக்கினார் நடராஜன்.

கோயிலில் எப்போதும்போல் கூட்டம் குறைவாகவே இருந்தது. கிருஷ்ணன் சந்நிதியில் பூமாலையை கொடுத்துவிட்டு மண்டபத்தூணில் சாய்ந்தவாறு உட்கார்ந்து உள்ளிருந்த பகவானையே வைத்தவிழி எடுக்காமல் பார்த்தாள். என்னப்பா இதெல்லாம்? சோதனை செய்கிறாயா? என் பிரேமை பொய்யா நிஜமா என்று பார்க்கிறாயா? பொய்யல்ல பகவானே!. நிஜம்! இந்த உடம்பின் ஒவ்வொரு அணுவும் உன்னை நினைத்துதான் துடித்துக் கொண்டிருக்கிறது. ஒவ்வொரு துளி இரத்தமும் உன்பேர் சொல்லியபடிதான் ஓடிக் கொண்டிருக்கிறது. என் இரத்த நாளங்களின் நாமஜெபம் உனக்கு கேட்கவில்லையா என்ன? பிறகேன் இந்த விளையாட்டு? ஒருபக்கம் உன் மீதான பிரேமை, இன்னொரு பக்கம் என்னைப் பெற்றவர் என் மீது வைத்திருக்கும் அன்பு என்று இரண்டு பக்கத்திலும் இழுக்கப்பட்டு நான் அல்லாடுவதைக் காண உனக்கு அத்தனை சந்தோஷமா? வேண்டாம் கிருஷ்ணா! மனம் முழுக்க உன்னைச் சுமந்து கொண்டு வேறொரு மானிடனோடு வாழ்தல் எனக்கு அரிது. அப்படி ஒரு இக்கட்டான சோதனைக்கு என்னைத் தள்ளிவிடாதே பிரேமசாகரத்தில் தத்தளித்துக் கொண்டிருக்கும் என்னை மானிட வலையில் சிக்கவைத்துவிடாதே. அப்படி ஒருநிலை எனக்கு ஏற்படின், உன்னை எண்ணியே உயிர் துறப்பேன். இது சத்தியம்! எனவே ஏதாவது செய்! என்னைக் காப்பாற்று! உன்னை அடைய முடியாவிட்டாலும் பரவாயில்லை. இறுதிவரை உன்னையே நினைத்து வாழும் வரத்தையாவது எனக்கு அளி! என் பிரேமையை புரிந்துகொள். எனக்கு உதவிசெய். உன்னைவிட கருணா மூர்த்தி எவருண்டு? அழைத்த மாத்திரத்தில் நீ திரௌபதிக்கு உதவி, அவள் மானம் காத்திருக்கிறாய், கஜேந்திரனுக்கு மோட்சம் அளித்திருக்கிறாய். மஹாபலியின் சிரசில் பாதம் வைத்து அவனைப் பெருமைப்படுத்தியிருக்கிறாய். பஞ்சபாண்டவர்களின் ஒவ்வொரு கட்டத்திலும் அவர்களுக்குத் துணைநின்றிருக்கிறாய். உன் லீலைகள் துவாபரயுகத்தோடு முடிந்துவிடவில்லை.

இந்த கலியுகத்திலும் நீ எத்தனையோ பேரின் பக்தியை மெச்சி அவர்களை ஆட்கொண்டு, சரித்திரத்தில் அவர்களை அழியாப்புகழ் கொண்டவர்களாய் ஆக்கியிருக்கிறாய் அந்தப் பட்டியலில் நானும் சேர நினைக்கிறேன் அன்பனே! இது பேராசையல்ல, பிரேமபக்தி! இந்த பக்தி தோற்றுப் போனதாய் சரித்திரமில்லை. நான் நம்புகிறேன் கண்ணா, உன்னை நம்புகிறேன். இந்த மண்பொம்மையை காத்து ஏற்றுக்கொள்வாய் என்று நம்புகிறேன். அந்த நம்பிக்கையோடு இன்று மாலை அவர்களுக்கு முன்னால் நிற்கப் போகிறேன். நீ காக்கவில்லையெனில் நான் உயிர்நீப்பேன்!"

அகிலா கண்மூடி சிலைமாதிரி அமர்ந்திருந்தாள். அவளைத் தாண்டிச் சென்ற அத்தனை பேரும் அவளுடைய அந்த நிலையை தியானம் என நினைத்தது இவ்வளவு பக்தியா? என உள்ளூர வியந்தபடி கடந்து சென்றனர். யாரோ தோளைத் தொட்டாற்போல் இருக்க, திடுக்கிட்டு, திரும்பிப் பார்த்தாள்.

பானு அக்கா! அகிலா சட்டென்று எழுந்தாள். "என்ன அகிலா? என்னாச்சு உனக்கு? இப்படி கோவிலே கதின்னு உக்காந்துட்டா எப்டிடி? அப்பாவும், அம்மாவும் உன்னை நினைச்சு ரொம்ப கவலைப்படறா பார். எழுந்து வா. இன்னும் யாரும் சாப்டல. உனக்காக காத்துண்டிருக்கா"

அகிலா மீண்டும் ஒருமுறை சந்நிதிக்குள்ளிருந்த தெய்வத்தைப் பார்த்துவிட்டு, பானுவோடு நடந்தாள்.

கோபுரவாசலுக்கு வரும்வரை எதுவும் பேசாது நடந்தார்கள். கோபுரவாசல் காற்று தேகத்தைத்தாக்கி கடந்துசென்றது.

"அம்மா என்னென்னமோ சொல்றாளேடீ உன்னைப்பத்தி, என்னடி இதெல்லாம்? என்னால நம்பவும் முடியல, விடவும் முடியல. இதெல்லாம் நடக்கற காரியமாடி அகிலா? பகவானைப்போய்...! கடவுளே, நினைக்கவே நடுங்கறதடி இதெல்லாம் தப்பு! நாமள்ளாம் மனுஷப் பூச்சிகள்டி! ஆசைகள் நம்ம சக்திக்குட்ப்பட்டுதான் இருக்கணும். போனது போகட்டும்,

தெய்வத்தை நம்பு, பக்தி செலுத்து. ஆனா மனுஷனோடதான் நீ வாழ்ந்தாகணும். நடக்காத விஷயங்களுக்கு ஆசைப்பட்டு உன் வாழ்க்கையை வீணடிச்சுக்காதே! இதனால கஷ்டம் உனக்கு மட்டுமில்ல, அப்பா அம்மாவுக்கும்தான். நாலுபேர் நாலு கேள்வி கேட்டா அவா என்னடி பதில் சொல்லுவா?"

பானு படபடவென்று பேச, அகிலா எவ்வித பதிலும் பேசாது மௌனமாக நடந்தாள். எல்லாருக்கும் எல்லாவற்றையும் புரியவைத்துவிட முடியாது. புரிந்து கொள்ளுதல் என்பது மனதிற்கு மனம் மாறுபடும். எனவே மீண்டும் மீண்டும் பேசுவதைவிட மௌனமாயிருப்பது உத்தமம் என்று தோன்றியது. அவளுக்கு நம்பிக்கையிருக்கிறது. இதெல்லாம் வெறும் நாடகம். அப்பாவுக்காக நடக்கும் நாடகம். அவள் விரும்பியவன் அவளைக் கைவிடமாட்டான். ஏதாவது லீலைகள் செய்து அவளைக் காப்பாற்றுவான். தனக்குரியவளை மற்றொருவனோடு நிச்சயம் இணைக்கமாட்டான். அவன் காதலுக்கு இலக்கணம் வகுத்தவன். தன்னைக் காதலிப்போர் அனைவரையும் காதலிப்பவன். கோகுலத்து கோபிகைகள் அத்தனை பேரையும் மகிழ்வித்தவன். காதல் என்றால் அவன்தான். அவனது வடிவம்தான் காதல். என் காதல் பாலைப்போல் தூயது என்று அந்த பாற்கடல் பெருமானுக்குத் தெரியும். அவன் வருவான், என்றேனும் ஒருநாள் வருவான். அவளைக் கரம்பிடிப்பான் இறையை நம்பும் எத்தகைய பக்தியும் தோற்றதில்லை. பக்தர்களை ஆட்கொள்பவன் அவன். முக்கியமாய் பிரேமபக்தி தோற்றதேயில்லை.

வீட்டில் சொஜ்ஜி கிளறும் வாசனை வாசல்வரை வந்து தாக்கியது.

பானு சாப்பாடு எடுத்து வைத்தாள். அப்பாவையும் அவளையும் உட்கார வைத்துப் பரிமாறினாள். அகிலா அரைக்கரண்டி சாதம்கூட ஒழுங்காகச் சாப்பிடவில்லை. எழுந்து விட்டாள்.

"எனக்கென்னமோ பயமார்க்கு, இந்த பொண்ணு நாம சொல்றபடி கேக்குமா?" அம்மா கவலையோடு கேட்பாள்.

"இந்த பாரத்தை அந்த தெய்வத்துகிட்டே விட்டுடுவோம்" சொல்லிவிட்டு எழுந்து கைகழுவினார் நடராஜன்.

சரியாய் ஆறுமணிக்கு வந்தார்கள் மாப்பிள்ளை வீட்டுக்காரர்கள். பையன் வாட்டசாட்டமாக நன்றாகவே இருந்தான். அகிலா யாரையுமே ஏறிட்டுப் பார்க்காமல் இயந்திரமாக வந்து நமஸ்கரித்துவிட்டு அப்பாவின் அருகில் தலைகுனிந்து அமர்ந்தாள்.

"பொண்ணு பாடுவாளா?" யாரோ கேட்டார்கள். "ஒரு பாட்டு பாடு அகிலா" அப்பா மெல்லச் சொன்னார்.

அகிலா கண்ணை மூடிக்கொண்டாள். காதுக்குள் மிகமிக மெலிதாக குழலோசை கேட்டது.

"தகவிலை தகவிலையே நீ கண்ணா"

மெல்லிய குரலில் இனிமையும் பக்தியும், சோகமும் குழைத்துப்பாட ஆரம்பித்தாள்.

"மெலிவும், என் தனிமையும் யாதும் நோக்காக் காமரு குயில்களும் கூவும் ஆலோ."

நீ மிகக் கொடியவன் உன்னோடு அனுபவித்த இன்பவெள்ளம் வானைக் கடந்து அறிவை அழித்து இன்ப கனவைப்போல் மறையுமோ? என் உயிருள் புகுந்து என்னை வீழ்த்துகிறதே! நீ இந்தப் பசுக்களை மேய்க்கப் போவது ஒழிக.

ஆவியின் பரம் அல்ல வேட்கை! அந்தோ! இந்த வேட்கை உயிரைக் காட்டிலும் பெரிதாயிருக்கிறது. 'யாரும் துணையில்லை, யான் இருந்து உன் அஞ்சனமேனியை ஆட்டம் காணேன், போவதன்று ஒரு பகல், நீ அகன்றால் பொருகயல்கண் இணை நீரும் நில்லா சாவது இவ்வாய்குலத்து ஆய்ச்சியோமாய்ப் பிறந்த இத்தொழுத்தையோம் தனிமைதானே.'

உன்னைக் காணாமல் நான் உயிருடன் இருப்பது எப்படி? என் தனிமை ஒரு பகல் அல்ல. இந்தப் பகல் ஊழியைப் போல் நீள்கிறது. கண்களில் நீர் பெருகுவது நிற்கவில்லை, இந்த ஒருதலைக்காதல் என்று ஒழியும்?

மூடிய விழிகளிலிருந்து நீர் தாரை தாரையாய் வழிய பாட்டு முடிந்தும் அகிலா கண்களைத் திறக்கவில்லை. கூடம் நிசப்தமாக இருந்தது. சற்று நேரம் யாரும் எதுவும் பேசவில்லை. அப்பா பானுவை கண்களால் அழைத்தார். 'இவளை உள்ள கூட்டிண்டு போ' என்றார். பானு அகிலாவைத் தொட, அவள் திடுக்கிட்டுக் கண்விழித்தாள். கோகுலத்திலிருந்து திரும்பி வந்த கோபிகை மாதிரி, தன் வீடே தனக்கு அந்நியமாய்த் தோன்ற சட்டென்று எழுந்து உள்ளே வந்தாள்.

"பொண்ணுக்கு ரொம்ப பக்தி அதிகமோ?"

"ஆமா... சின்ன வயசுலேர்ந்தே அப்படித்தான்"

"பொண் நன்னாதான் இருக்கா. நன்னா பாடறா, இருந்தாலும் நாங்க வீட்டுக்குப்போய் கலந்து பேசிட்டு தகவல் சொல்றோமே"

அவர்கள் புறப்பட்டுச் சென்றார்கள்.

"பையன் நன்னார்க்கான். இந்த இடம் முடிஞ்சுட்டா நன்னார்க்கும்" அம்மா ஆதங்கப்பட்டாள்.

"எதுவும் நம்ம கைல இல்ல, அவாளுக்கும் பிடிக்கணுமே"

"ஏம்பா, அகிலாக்கென்ன? இவ கிடைக்க அவாளுக்குதான் குடுத்து வெச்சிருக்கணும்."

பானு சொன்னதற்கு அப்பா ஆமோதித்தார். ஆனால் மாப்பிள்ளை வீடு தாங்கள் கொடுத்து வைக்கவில்லை என்பதை நிரூபித்தது.

"பையனுக்கு பெண்ணை பிடிக்கவில்லை. சிரமத்திற்கு மன்னிக்கவும்" என்று இரண்டே வரியில் ஒரு கடிதம் அவர்களிடமிருந்து வந்தபோது அம்மா தலையில் கைவைத்துக்

கொண்டு உட்கார, அகிலா மனம் நிறைய மகிழ்ச்சியும் கண் நிறைய ஆனந்தக் கண்ணீருமாக, நன்றி சொல்ல கோயிலுக்கு ஓடினாள். சந்நிதிக்குள் கிருஷ்ணனின் சிரிப்பு இன்று பல கதைகளைச் சொல்வது போலிருந்தது. அகிலா வெகுநேரம் கோயிலில் உட்கார்ந்திருந்திருந்தாள்.

இன்னும் இரண்டு நாள் கழித்து இன்னொரு வரனை பெண் பார்க்க வரச்சொல்லிவிட்டு வந்தார் நடராஜன். "உங்களுக்கு எத்தனை பொண்ணு?"

"மூணு பேர்."

"இவ ரெண்டாவதா?"

"இல்ல மூணாவது"

"அப்பொ ரெண்டாவது பொண்ணு?"

"அவ..." நடராஜன் தடுமாறினார். பொய் சொல்லிப்பழக்கப்படாத வாய் உண்மையை உரைத்தது.

அவர்கள் ஒருவரை ஒருவர் மௌனமாய் பார்த்துக் கொண்டார்கள். அவரை விட்டுவிட்டு உள்ளே போய் திடீர் கூட்டம் போட்டார்கள். பிறகு பிள்ளையின் அப்பா மட்டும் வெளியில் வந்தார்.

"சாரி சார், ஓரளவுக்கு நாங்க கௌரவமா வாழற குடும்பம். உங்க ரெண்டாவது பெண் ஓடிப்போன விஷயம் தெரிஞ்சா எங்க உறவுகள் எங்களை மதிக்காது. உங்க பெண்ணைத்தான் உதாசீனப்படுத்தும். உறவுகள் வேணாம்னு வெக்கவும் முடியாதே"

அவர் கைகூப்ப நடராஜன் கூனிக் குறுகியபடி எழுந்து பதிலுக்கு கை கூப்பிவிட்டு வெளியில் வந்தார். நடை தளர்ந்துபோயிருந்தது.

"என்ன சொன்னா?" உள்ளே வந்ததுமே மனைவி கேட்க, உதட்டை பிதுக்கி விட்டு மௌனமாய் ஈஸிசேரில் உட்கார்ந்து சாய்ந்து கண்மூடிக் கொண்டார்.

"என்னாச்சு...?" அம்மா பயத்தோடு அவர் கையைத் தொட்டுக் கேட்டாள்.

"முதல் இடம் தட்டிப் போனதுக்கு காரணம் தெரியல.. இவா காரணத்தோட வேண்டாம்னு சொல்லிட்டா."

அம்மா பதற்றத்தோடு அவரையே பார்த்தாள் "என்ன சொன்னா...?" அவள் குரல் நடுங்கியது.

"சரளா பண்ணின காரியம் இவ தலைல பழியா இறங்கியிருக்கு. என்ன செய்ய?"

"தெய்வமே...!" அம்மா இடிந்துபோனாள். இது தீராப்பழியாய்டுமே! இந்த பாவி இப்டி பண்ணிட்டாளே! அவ நன்னார்ப்..."

"அம்மா, ப்ளீஸ்!..." அகிலா அவசரமாய் அவள் வாயை அடைத்தாள். "நல்ல வார்த்தை பேசும்மா. அதுக்குதான் பகவான் நாக்கை கொடுத்திருக்கான். திட்டவோ சபிக்கவோ இல்ல."

அம்மா எதுவுமே பேசாது எழுந்து போனாள். அகிலா வியந்தாள். இவர்களுக்கு அவமானத்தைத் தந்த சரளாவின் செயல் அவளை மற்றொரு மனிதனின் பிடியிலிருந்து விடுவித்து காத்திருக்கிறது. அவளைப் பொறுத்தவரை சரளாவுக்கு நன்றி சொன்னாள். அவள் எங்கிருந்தாலும் நன்றாக இருக்க வேண்டும் என பிரார்த்தனை செய்தாள்.

ஒன்றல்ல, இரண்டல்ல.. அதன்பிறகு அப்பா பார்த்த எல்லா வரனுமே ஏதோ காரணத்தால் தட்டிப்போக, அம்மாவின் புலம்பல் அதிகரித்தது. அப்பாவின் மௌனமும் அழுத்தமாயிற்று. யாரும் யாரோடும் பேசாது நாட்கள் நகர்ந்தன.

அகிலா கோயிலுக்குப் போன நேரம் தவிர மீதி எல்லா நேரமும் வேலைகளைச் செய்தபடி பகவானைக் காதலித்துக் கொண்டிருந்தாள். காதல் ஒவ்வொரு நிமிடமும் இன்னும் பிரகாசமாயிற்று. இடைவிடாத கிருஷ்ண மந்திரம் உள்ளத்தை

கோயிலாக்கிக் கொண்டிருந்தது. முகத்தில் தேஜஸ்ஸைக் கூட்டியது. உலகத்திலிருந்து மெல்ல மெல்ல விலகுவது போலிருந்தது. எதிலும் ஒட்டாது எந்நேரமும் அவள் கண்கள் கண்ணுக்குத் தெரியாத பரமானந்தத்தில் லயித்திருந்தது.

தன் முயற்சியில் சற்றும் தளராது அப்பா மீண்டும் மீண்டும் வரன் வேட்டையில் இறங்கினார்.

"உங்க பெண்ணைப் பத்தி என்னென்னமோ பேசிக்கறாளே! கோவில்லயே பழிகிடப்பாளாம்! மணிக்கணக்கா தியானம் பண்ணிண்டு உட்கார்ந்திருப்பாளாம்! இந்த வயசுக்கு இது அதிகமில்லையோ?"

"பக்தி தேவைதான் சார். ஆனா அன்றாட வாழ்க்கையை பாதிக்கற அளவுக்கு இருக்கப்படாதே! உங்க பொண்ணு கோவில்லயே சிலையோட சிலையா உட்கார்ந்திருந்தான்னா எம்பிள்ளை வயத்துல ஈரத் துணிய சுத்திண்டு வீட்ல சிலையா உக்கார வேண்டியதுதான். நமக்கெல்லாம் பக்தியில்லையான்ன?"

"சாரி சார், எங்களுக்கு சாதாரண பொண்ணு போதும். உங்க பெண்ணை, எல்லாரும் சாமியாரிணிங்கறாளே அப்படியா?"

ஒவ்வொருவர் ஒவ்வொரு விதமாகப் பேசி, தட்டிக்கழித்தார்கள்.

நடராஜன் சோர்ந்து போனார். இந்த ஆறுமாசத்தில் பாதியாய் இளைத்து விட்டார். அப்பாவைப் பார்க்கவே அகிலாவுக்கு கஷ்டமாக இருந்தது. விளக்கு வைத்த ஒரு சந்தியா காலத்தில் அவர் காலடியில் வந்து அமர்ந்தாள். ஈஸிசேரில் சாய்ந்து கண்மூடி படுத்திருந்தவரைத் தொட்டு, நிஷ்டையைக் கலைத்தாள்.

"என்னம்மா?"

"உங்களைப் பார்த்தா கஷ்டமார்க்குப்பா"

"ஏம்மா...?"

"விட்ருங்கோப்பா! இனி இப்டியே அலைஞ்சு உடம்பை கெடுத்துக்க வேண்டாமே"

"எப்டி தாயி விடமுடியும்?"

"இதுநாள்வரை உங்களுக்காகத்தாம்ப்பா எல்லாத்துக்கும் சம்மதிச்சேன். சம்மதிச்ச அதேநேரம் என் தெய்வத்துகிட்டயும் நான் அப்ளிகேஷன் போட்ருந்தேன். என்னைக் காப்பாத்துன்னு. எல்லா வரனும் தட்டிப் போனதுக்கு அவன்தாம்ப்பா காரணம். இன்னுமா புரியல உங்களுக்கு? அதான் சொல்றேன் விட்ருங்கோன்னு."

"போறுமே அகிலா..." இப்டி பேசிப் பேசிக் கொல்லாதே. பைத்தியம் பிடிச்சு அலையப் போற நீ" மனுஷா மதிக்கறா மாதிரி பேசு! நாலு பேரு கைகொட்டி சிரிக்கறாப்பல பேசாதே. நாலு இடம் தட்டிப் போச்சுன்னா அதுக்காக ஏதோதோ கற்பனை பண்ணிக்க வேண்டாம். பகவானை பகவானா பாரு! பயப்படு!"

அம்மா சிடுசிடுக்க, அகிலா மௌனமாய் எழுந்து சென்றாள்.

அதற்குப் பிறகும் அப்பா பார்த்த நாலைந்து வரன்கள் இன்ன காரணம் என்று புரியாமலேயே தட்டிப்போக, அம்மா கிட்டத்தட்ட மனநோயாளி ஆகிவிடுவாள் போல் கவலையின் வடிவமானாள். சாப்பாடில்லை தூக்கமில்லை என்று உடல் மெலிந்துபோனாள். அப்பா பேசுவது குறைந்து ஏதோ ஆழ்ந்த தியானத்தில் இருப்பவர்போல் எப்போதும் யோசனையில் இருந்தார்.

'நங்கையீர் நீரும் ஓர் பெண் பெற்று நல்கினீர். எங்ஙனே சொல்லுகேன், யான் பெற்ற ஏழையை? சங்கு என்னும், சக்கரம் என்னும் துழாய் என்னும் இங்ஙனே சொல்லும் இராப்பகல் என் செய்கேன்?'

நம்மாழ்வாரைப்போல் தானும் பாடவேண்டிய நிலைக்கு ஆளானது சந்தோஷமான விஷயமா என்று தெரியவில்லை.

ஆனால் அகிலாவைப் பார்க்கும்போது பயமாக இருந்தது. சாதாரண மனுஷப்பிறவியாக அவளைப் பார்த்தால் தெரியவில்லை மாதவனுக்கு அருகில் நிற்கும் தாயாரைப்போல் ஒளியும், காருண்யமும், சிரிக்காமலே சிரித்த இதழ்களுமாய், ஒரு பாரிஜாதப் பூவைப்போல் இருந்த இவளை வேண்டாம் என்று சொல்ல எப்படி அவர்களுக்கெல்லாம் மனம் வந்தது? இவளுக்கென்று பிறந்திருப்பவன் எங்கே இருக்கிறான்? எப்போது வருவான்? தேடித் தேடி நான் களைத்தபிறகு தானாய் ஒரு நாள் வந்து நிற்பானா? அல்லது இவள் நம்புவதைப்போல இவள் மானிடருக்கென்று பிறக்கவில்லையா? யார் இவள்? என் மூலம் இவள் பிறந்த காரணம்தான் என்ன?

உள்ளே கேள்விகள் முட்டிமோதியது. எதற்கும் விடை தெரியவில்லை.

அதற்கடுத்த இரண்டாம் மாதம் ஒரே ஒரு கேள்விக்கு மட்டும் விடை தெரிந்த போது நடராஜன் திகைத்துப் போனார். அகிலா அதிர்ந்து நின்றாள்.

❋❋❋

19

அன்று ஞாயிற்றுக்கிழமை. சாப்பாட்டுக்குப் பிறகு குடித்தனக்காரர்கள் அனைவரும் டிவியில் மூழ்கியிருக்க, நடராஜன் வராண்டாவில் சாய்வு நாற்காலியில் அமர்ந்தபடி ஆனந்தராமாயணம் வாசித்துக் கொண்டிருந்தார்.

"சௌக்கியம்தானே நடராஜன்?" பின்னால் குரல் கேட்டு திரும்பியவர் வியப்போடு எழுந்தார்.

"வாங்க முதலியார்! எவ்ளோ நாளாச்சு உங்களைப் பார்த்து!"

"நானும் உங்களைப் பார்க்கத்தான் வந்தேன்"

"வாங்க, உள்ள போய்ப் பேசுவோம்" நடராஜன் முதலியாரை உள்ளே அழைத்து வந்தார். மனைக் கட்டையில் தலைசாய்த்து உண்ட மயக்கத்தில் ஆழ்ந்திருந்த மனைவியை எழுப்பினார்.

வாரிச்சுருட்டிக்கொண்டு எழுந்த அம்மா, முதலியாரைப் பார்த்ததும் 'வாங்கோ' என்று வரவேற்றுவிட்டு அடுக்களைக்குப் போனாள்.

"கைகால் அலம்பிட்டு வாங்க, முதலியார்! முதல்ல சாப்டுங்க, அப்பறம் பேசலாம்."

"வர வழிலயே சாப்ட்டுட்டுதான் வரேன். ஆமா... அகிலா எங்கே...?"

"கோவிலுக்கு போனா, வந்துடுவா. என்ன விஷயம்?"

"அகிலாக்கு வந்த எல்லா வரனும் தட்டிப்போகுதுன்னு கேள்விப்பட்டேனே... நிஜம்தானா?"

நடராஜன் சட்டென்று மௌனமானார் "இந்த விஷயம் ரயிலேறி பெங்களூர் வரை வந்தாச்சா முதலியார்?" என்றபடி பெருமூச்சு விட்டார்.

"என்னாச்சு நடராஜன்?"

"என்னத்தைன்னு சொல்வேன் முதலியார்! சரளாவைக் காரணம் காட்டி பாதிப்பேர் வேணாம்னு போறா. இவளையே காரணம் காட்டி வேணாங்கறா சில பேர்"

"விடுங்க நடராஜன். இந்த அழகையும் தெய்வீகத்தையும் கட்டியாள எவனுக்கு இங்க யோக்யதை இருக்கு! குடுத்து வெச்சிருந்தா இல்ல இந்த தேவப்பிரசாதம் கிடைக்கும்!"

"நீங்க இப்டி சொல்றேள். ஆனா பொண்ணு பார்க்க வரவாளுக்குப் புரியலையே."

"புரிஞ்சுண்டவாளுக்கு பொண்ணைத் தரச்சம்மதமா உங்களுக்கு?"

முதலியார் கேட்க, நடராஜன் திகைப்போடு நிமிர்ந்தார்.

"என்ன சொல்றேள் நீங்க?"

"என் பிள்ளைக்கு அகிலாவை கல்யாணம் பண்ணித்தர சம்மதமா நடராஜன்?"

நேருக்கு நேர் முதலியார் கேட்டுவிட, நடராஜன் ஸ்தம்பித்துப் போனார். பதில் சொல்ல முடியாது திணறினார்.

"என்ன நடராஜன், தப்பா தோணுதா?"

"அது... அப்டியில்ல.. இப்டி திடுதிப்புனு கேட்டா. நான் என்னத்த..."

"நிதானமா யோசிச்சு சொன்னா போதும் உங்க பதிலை. நாங்க இன்னும் ஒரு வாரம் இங்கதான் இருப்போம்."

"நாங்கன்னா...?"

"நாங்கன்னா நான், சுந்தரம், என் மனைவி எல்லாரும்தான்"

நடராஜன் திகைப்போடு அவரைப் பார்த்தார்.

"என்ன பாக்கறீங்க? எங்க வரைக்கும் நாங்க ரொம்ப தெளிவா, தீர்மானமா இருக்கோம். அகிலாதான் எங்க

மருமகன்னு. அதே மாதிரி சுந்தரம்தான் உங்க மருமகனா வரணும்னு நீங்களும் விரும்பி ஒரு முடிவுக்கு வரவரை நாங்க காத்துட்டிருப்போம்.''

நடராஜன் மனைவியைத் திரும்பிப் பார்த்தார். அவள் முகம் கல்லுபோல இறுகி இருந்தது. அவள் மனதில் என்ன எண்ணம் ஓடுகிறதென்று அந்த முகத்தில் தெரியவில்லை.

''நான் இப்டி கேட்டது உங்களுக்கு ரொம்ப தர்மசங்கடமாதான் இருக்கும். ஜாதி ஒண்ணு நடுல நறநறன்னு உறுத்தும். சுந்தரம் அட்டைக்கரியா இருக்கானேன்னு கவலை தோணும். எந்த துணிச்சல்ல இந்த முதலியார்ப்பய வீடேறி வந்து என் வீட்டு விக்ரகத்தை பெண் கேக்கறான்னு ஆத்திரம் கூட வரும். ஆனா ஒண்ணு, நடராஜன் இப்ப சொன்ன எல்லாத்தையும் நானும் நினைச்சுதான் முதல்ல இங்க வரவேணாம்னு இருந்தேன். ஆனா முடியலையே! நான் தோள்ள தூக்கி கொஞ்சின தங்க விக்ரகத்தை ஒவ்வொரு மனுஷப்பூச்சியா ஏற இறங்கப் பார்த்துட்டு ஏதேதோ காரணம் சொல்லி வேணாம்னு சொல்லிட்டு போறதைக் கேட்டு வயித்தெறியுதே! மனசு தவிக்குதே! பாசத்துக்கு ஏது ஜாதி மதமெல்லாம்? அப்றம்தான் பெண்டாட்டிகிட்டயும் பிள்ளைகிட்டயும் கேட்டேன் அவ மனசுலயும் அப்டி ஒரு ஆசை இருக்குன்னு தெரிஞ்சுது. சுந்தரம் என்னிக்கும் எங்க பேச்சு தட்டினவன் இல்ல. சம்மதமாடான்னு கேட்டேன், அவங்க சம்மதம்தாம்ப்பா முக்கியம்னுட்டான் அதான் புறப்பட்டு வந்துட்டோம். நீங்க சரின்னு ஒரு வார்த்தை சொன்னா நிச்சயதார்த்தத்தைக்கூட முடிச்சுடலாம், சகல ஏற்பாடுகளோடயும்தான் நாங்க வந்திருக்கோம்'' முதலியார் நிறுத்தினார்.

நடராஜன் பிரமித்துப்போய் அமர்ந்திருந்தார். என்ன பதில் சொல்வது முதலியாருக்கு என்று புரியாமல் தடுமாறினார். இது அவர் மட்டும் எடுக்க வேண்டிய முடிவில்லையே! மனைவி மகள், மாப்பிள்ளை. எல்லாரையும் கலந்து பேசியல்லவா ஒரு

முடிவுக்கு வரவேண்டும்? யோசித்து சொல்வதாகக் கூறினால் முதலியாரை அவமானப்படுத்துவதாக ஆகிவிடுமா? நடராஜன் குழம்பியபோது முதலியாரே அவர் மனமறிந்தாற்போல் பேசினார்.

அவசரப்பட வேண்டாம் நடராஜன் எங்க மனசை நாங்க சொல்லிட்டோம். நாங்க மூணு பேரும் சேர்ந்து முடிவெடுத்தா மாதிரி நீங்களும் எல்லார்கிட்டயும் கலந்து பேசி முடிவெடுக்கணும். அதான் நல்லது. மாமி. அகிலா, பானு, உங்க மாப்பிள்ளை, சம்பந்தி எல்லார்கிட்டயும் கலந்து பேசிட்டு ஒரு முடிவுக்கு வாங்க. உங்க முடிவு நல்ல முடிவார்க்கணும்னு சாமிகிட்ட வேண்டிக்கறேன். அதேநேரம் வேணாம்னு நீங்க சொல்லிட்டா முதலியார் வீட்டை காலி பண்ணச் சொல்லிடுவானோ, கொடுத்த காசை திரும்பக் கேட்பானோன்ற பயமும் வேணாம். அது வேற இது வேற, அகிலாவைக் கட்டி வெச்சாலும் கடன் கடன்தான் வீட்டு வாடகையும் உண்டுதான். அதனால அதையும் இதையும் சேர்த்து குழப்பிக்கிட்டு பயப்பட வேணாம் நல்லதார்ந்தாலும் எதிர்மறையார்ந்தாலும் உங்க முடிவை தைரியமா சொல்லிடுங்க, நம்ம நட்பும் பாசமும் சாவறவரை அப்டியேதான் இருக்கும்.''

முதலியார் எழுந்து கொண்டார். நடராஜன் என்ன பேசுவதென்று தெரியாமல் வாயடைத்துப் போய் அவரோடு வாசல்வரை மௌனமாய் வந்து வழியனுப்பி விட்டு உள்ளே வந்தார்.

''முதலியார் என்ன இப்டி கேட்டுட்டு போறார்! நீங்க இதுக்கு ஒத்துக்கப் போறேளா?''

''நான் ஒத்துக்கறது இருக்கட்டும். நீ என்ன நினைக்கற?''.

''நான் என்ன நினைக்கறேனா? என்ன கேள்வி இது? இதெல்லாம் நடக்காத கதை. அவர் பணக்கார ஜாதி. நாம் நடுத்தர ஜாதி. அதை மறந்துட வேண்டாம்''

நடராஜன் பதில் சொல்லவில்லை.

அன்று இரவு முழுக்க யோசித்தவர் மறுநாள் அகிலாவையும் மனைவியையும் அழைத்துக் கொண்டு பானுவின் வீட்டுக்குச் சென்றார். பானு அகிலாவை அழைத்துக் கொண்டு மாடிக்குச் செல்ல நடராஜன், முதலியார் வந்து பேசிவிட்டுப் போனதை ராஜாராமனிடமும் அவன் அப்பா அம்மாவிடமும் சொன்னார்.

"எனக்கு என்ன சொல்றதுன்னு புரியல. முதலியாரை இருவது வருஷமா தெரியும். உத்தமமான மனுஷன். ஜாதி அது இதுன்னு பேசறது அவர் மனசைப் புண்படுத்தறாப்பல ஆய்டும்."

"கரெக்ட் மாமா. நீங்க நினைக்கறது ரொம்ப கரெக்ட். ஒரே ஜாதின்னு சொல்லிண்டு பொண்ணு பார்க்க வரவா ஏதோ காரணத்தை சொல்லி எல்லார் மனசையும் காயப்படுத்திட்டு போகும்போது, தான் தூக்கி கொஞ்சி மகிழ்ந்த குழந்தையை இப்டி மத்தவா சொல்றாளேன்னு கவலைப்பட்டு அவமேல இருக்கற அன்பினால் தன் ஜாதி அந்தஸ்து எல்லாத்தையும் ஒதுக்கி வெச்சுட்டு வீடுதேடி வந்து பெண்கேட்ட அந்த மனித நேயத்தை நீங்க மதிக்கத்தான் வேணும்."

"அப்டின்னா கல்யாணத்துக்கு ஒத்துக்கலாம்னு சொல்றேளா?" அகிலாவின் அம்மா பதற்றத்தோடு கேட்க, நடராஜன் அவளை முறைத்துப் பார்த்து கண்களால் அடக்கினார்.

"இதுக்கு அகிலா ஒத்துப்பாளா? அவதான் இப்போ ஏதேதோ சொல்லிண்டு இருக்காளே."

பானுவின் மாமியார் கவலையோடு கேட்டாள்.

"ஒத்துக்க மாட்டாதான். அதுக்காக விட்டுட முடியுமா?" நடராஜன் கேட்டார்.

"எதுக்கும் அவளைக் கூப்பிட்டு ஒருவார்த்தை கேட்டுடறது நல்லதுன்னு தோண்றது."

ராஜாராமன் மாடிக்குப் போய் பானுவையும் அகிலாவையும் அழைத்து வந்தான்.

"நீங்களே சொல்லுங்கோ" என்றார்! நடராஜன் ராஜாராமனைப் பார்த்து.

"இப்டி உட்கார் அகிலா" என்று ராஜாராமன் சொல்ல அகிலா அவன் அருகில் அமர்ந்தாள். சற்று நேரம் மௌனமாய்க் கரைய ராஜாராமன் ஒருவழியாய் விஷயத்தை சொல்லிமுடித்தான். அகிலாவின் முகத்தில் இருள் படிந்தது.

"நா சொல்றதை நல்லா கேட்டுக்கோ அகிலா. நாம் ஆசைப்படறதெல்லாம் நமக்கு கிடைக்கணும்னு எந்த கட்டாயமும் இல்ல. யதார்த்தங்களோட கைகோர்த்து வாழப் பழகிக்கறதுதான் புத்திசாலித்தனம் உனக்காக இல்லாட்டாலும் உங்கப்பா அம்மாவோட சந்தோஷத்துக்காகவாவது நீ இதுக்கு சம்மதிக்கணும் முதலியார் ரொம்ப நல்லவர். நல்லவாளுக்கு ஜாதியே கிடையாது. சுந்தரம் நல்ல பையன். உன் பக்திக்கு அவா எந்த இடையூறும் பண்ண மாட்டா. உன்னை கண்ணுக்குள்ள வெச்சு பொக்கிஷமா பாதுகாக்கும் அந்தக் குடும்பம். எங்க எல்லார்க்கும் நல்ல பதிலா சொல்லு அகிலா. முதலியாரோட அன்பையும் மனிதநேயத்தையும் நினைச்சுப் பார்த்து உன் பதிலைச் சொல்லு."

ராஜாராமன் சொல்ல, அகிலா எவ்வித அசைவுமின்றி தரையை வெறித்துப் பார்த்தபடி தலைகுனிந்து அமர்ந்திருந்தாள்.

"என்னடி அகிலா யோசனை?" பானுமதி மெல்ல அவள் தோளைத் தொட அகிலா விழிகள் பளபளக்க அனைவரையும் நிமிர்ந்து பார்த்தாள்.

"நா பைத்தியம் அத்திம்பேர். கிருஷ்ணர் பைத்தியம், முதலியாரையோ சுந்தரத்தையோ நா அவமானப்படுத்தல. எதுக்கு அவாளைக் கஷ்டப்படுத்தறேள்ங்கறதுதான் என் கேள்வி. என்னால அவர் சந்தோஷமும் நிம்மதியும் போய்டும்.

முதலியார் குடும்பத்து மேல எனக்கும் அதீத மரியாதையும் அன்பும் உண்டு. அதனாலதான் சொல்றேன். சுந்தரம் நன்னார்க்கணும், அவருக்கு என்னால் நல்ல மனைவியா இருக்க முடியாது. என்னை மன்னிச்சுடுங்கோ. முதலியார் கண்டிப்பா என்னை புரிஞ்சுப்பார்ங்கற நம்பிக்கை எனக்கிருக்கு''

இதற்குமேல் பேச எதுவுமில்லை என்பதுபோல் அகிலா மீண்டும் மௌனமானாள்.

''நா சொல்லலையா, இவ நம்பளை பைத்தியமாக்கிட்டுதான் போவான்னு.'' அம்மா குரல் உடையச் சொல்ல, ராஜாராமனின் குடும்பம் என்ன செய்வதென்று புரியாமல் தர்மசங்கடத்தோடு பார்த்தது.

''முதலியார்க்கு நா என்ன பதில் சொல்லட்டும் அகிலா, முடியாதுன்னா?''

''அவர் புரிஞ்சுப்பார்ப்பா.''

''வீட்டுக்கு வந்ததும் ஒரு துளி விஷத்தைக் கொடுத்து எங்க ரெண்டு பேரையும் கொன்னுட்டு நீயே போய் சொல்லுடி இந்த பதிலை''

''கடவுளே! ஏன் இப்டி பேசறேள்? அவசரப்படற விஷயமா இது! அவளை யோசிக்க விடுங்கோ அகிலா, நீ உன் முடிவை மறுபரிசீலனை பண்ணிப்பாரு. ரெண்டுநாள்கூட அவகாசம் எடுத்துக்கோ. எது நடக்கும் எது நடக்காதுன்னு அமைதியா யோசி. நீ விவேகின்னு நிரூபி. இந்தப் பேச்சை இதோட நாம் நிறுத்திப்போம். அகிலா நிச்சயம் நல்ல முடிவெடுப்பாங்ற நம்பிக்கை எனக்கிருக்கு. பானு எல்லார்க்கும் சாப்ட ஏதாவது கொண்டு வா.''

ராஜாராமன் எல்லாரையும் டைனிங் டேபிளுக்கு அழைத்துச் சென்றான்,

அன்று முழுக்க அகிலா தூங்கவில்லை. இது ஒரு இக்கட்டான நிலைதான் பெற்றவர்களை அலட்சியப்படுத்துவது

மிகவும் கடினம். சுந்தரம் எனும் மனிதனை மணப்பது அதைவிட கடினம். வேண்டாம் என்று தான் சொன்னால் அம்மா நிச்சயம் ஏதாவது முடிவுக்குச் செல்வாள் என்று தோன்றியது. அதே நேரம் இன்னும் எத்தனை நாள் இவர்களிடமிருந்து தப்பிக்க முடியும் என்ற ஆயாசமும் ஏற்பட்டது. இதைவிட கோயில் குளத்தில் விழுந்து சேர வேண்டியவனிடம் சேர்ந்துவிட்டால் என்ன என்று தோன்றியது. அதுதான் சரி.. உடல் விடுக்கும் நேரம் வந்துவிட்டது. கிருஷ்ணனுக்கு ஆத்ம அர்ப்பணம் செய்யும் வேளை வந்துவிட்டது. உலகம் தப்பாய்ப் பேசும், பேசட்டும். அம்மாவும் அப்பாவும் மற்றவர்களும் அழுவார்கள். அழட்டும். எல்லாம் கொஞ்ச நாளில் சரியாகி விடும். இந்த உறவும் பாசமும் இந்த ஜென்மாவோடு துண்டாகிவிடும் என்ற உண்மையை அவர்கள் புரிந்து கொள்ளும்போது எல்லாம் சரியாகிவிடும். அகிலா மறுநாள் மாதவப் பெருமாள் கோயிலில் உள்ள குளத்தில் ஆத்ம அர்ப்பணம் செய்து மாதவனிடம் சேர்ந்துவிடுவதென்று தீர்மானித்தாள். அதன் பிறகு நிம்மதியாகத் தூங்கினாள்.

மறுநாள் எப்போதையும்விட மனது சந்தோஷமாக இருந்தது.

ஜாதி வேறாயிற்றே என்று முதலில் தயங்கிய அம்மாகூட யோசிக்க யோசிக்க முதலியாரின் வீட்டில் தன் பெண் சௌக்கியமாயிருப்பாள் என்று புரிந்துகொண்டு, மகளின் பதிலுக்காக பரிதவித்துக் கொண்டிருந்தாள்.

கோயிலுக்கு கிளம்பிய அகிலாவை வழிமறித்து நிறுத்திக் கெஞ்சினாள்.

"முதலியார்க்கு நல்ல பதிலா சொல்லி எங்க வயத்துல பாலை வாருடி அகிலா."

அகிலா சிரித்தாள். "என் பதில் என்னன்னு கோயிலுக்கு போய்ட்டு வந்து சொல்றேம்மா. நா சொல்லாட்டாலும் நீங்களே புரிஞ்சுப்பேள்."

"என்னடி புதிர் போட்டுட்டு போற?"

அகிலா, புன்சிரிப்போடு நடந்து சென்றாள் எப்போதுமில்லாத அளவுக்கு தன்னை அழகாக அலங்கரித்திருந்தாள். நல்ல புடவை, தலை நிறைய மல்லிகைப் பூ, குங்குமப் பொட்டு, அதன்மேல் சந்தனக்கீற்று, இரண்டு கைகளிலும் கண்ணாடி வயைல்கள்.

கோயில் அமைதியாக இருந்தது. கோபுரவாசல் காற்று உற்சாகமாய் வரவேற்றது. கல்யானை மீது விளையாடிக் கொண்டிருந்த குழந்தையை அதன் தாய் விழுந்துவிடாமல் தாங்கிப் பிடித்துக் கொண்டிருந்தாள். பழுத்த சுமங்கலிகள் இரண்டுபேர் தங்கள் வீட்டின் இளைய வாரிசுகளைப் பற்றி பரஸ்பரம் புலம்பிக் கொண்டு தாயார் சன்னிதி நோக்கிச் சென்று கொண்டிருந்தார்கள். கொடிமரத்தை சேவித்துவிட்டு மாதவனின் கருவறை நோக்கி நடந்தாள். பேச்சற்று, எண்ணங்களற்று, மௌனமாய் எவ்வளவு நாழி நின்றாளென்று அவளுக்கே தெரியாது. இனி பேச என்ன இருக்கிறது! கிருஷ்ணன் சந்நிதியில் யாருமில்லை. அங்கேயும் எதுவும் பேசவில்லை. இது பேச்சற்ற, அனைத்தும் துறந்த நிர்வாண நிலை. ஐக்கியமாதல் ஒன்றே குறியாய் அமைதியாய் அங்கே சற்றுநேரம் அமர்ந்திருந்தாள். பிறகு எழுந்து கோயிலை சுற்றிக் கொண்டு, குளத்திற்கருகில் வந்தாள். கோயிலில் யாருமில்லை. இருந்த ஒன்றிரண்டுபேரும் மண்டபத்து நிழலில் கண்ணயர்ந்திருக்க அகிலா குளத்தை நோக்கினாள். தண்ணீர் சிரிப்பது போலிருந்தது. காதுகளில் சன்னமாய் குழலோசை கேட்டது. கண்கள் கிறங்க படிக்கட்டில் காலை வைத்து மெல்ல இறங்கினாள். கடைசிப்படியில் நின்று வலதுகாலை நீருக்குள் வைத்தவளை யாரோ தொட்டது போலிருக்க தூக்கிவாரிப்போடத் திரும்பினாள்.

சுந்தரம்!

அந்த இடத்தில் அவனைச் சற்றும் எதிர்பார்க்காத அகிலா உடலும் மனசும் நடுங்க அவனைப் பார்த்தாள்.

"மேல வா அகிலா. உங்கிட்ட கொஞ்சம் பேசணும். அதுக்கப்பறமா நீ செத்துப் போ. நான் தடுக்கமாட்டேன்."

அகிலா திடுக்கிட்டாள். தன் நோக்கம் அவனுக்குப் புரிந்துவிட்ட சங்கடத்தோடு அவன் பின்னால் மேலே ஏறிவந்தாள்.

சுந்தரம் கிருஷ்ணன் சந்நிதிக்கு வந்தான்.

"உன்னைப்பத்தி எல்லா விஷயமும் எனக்குத் தெரியும், அகிலா, இதுவரை உங்கிட்ட நான் பேசினதில்ல. அப்பாதான் எல்லாத்தையும் எங்கிட்ட சொன்னார். 'அகிலா நம்ம வீட்டு குழந்தைடா... அவளோட அருமை யாருக்கும் தெரியல... நீ அவளைக் கல்யாணம் பண்ணிக்கிட்டா நான் ரொம்ப சந்தோஷப்படுவேன்'னார் உங்க இஷ்டம்னுட்டேன். நீ இந்த முடிவுக்குப் போவன்னு தெரிஞ்சிருந்தா அப்படி சொல்லியிருக்க மாட்டேன். பிரேம பக்தியை நான் தப்புன்னு சொல்லல. ஆனா உயிரை விடலாமான்னு உன் பகவான்கிட்ட நீ சம்மதம் கேட்டயா?"

அகிலா 'இல்லை' என்று தலையசைத்தாள்.

"இப்ப கேளு. அவன் சம்மதம் குடுத்துட்டான்னா நான் உன்னைத் தடுக்க மாட்டேன். பகவானே சொன்னதுக்கப்பறம் யாராலதான் தடுக்க முடியும்? ஆனா அவன் சம்மதம் வாங்காம நீ உயிரை விடறது தப்பு அகிலா. இந்தா இதுல ஒரு பொட்டலத்துல குங்குமமும் இன்னொரு பொட்டலத்துல விபூதியும் இருக்கு. விபூதின்னா சுடுகாடு. குங்குமம்னா நீ ரத்தமும் சதையுமா வாழ்ந்துதான் ஆகணும். இதை உன் கிருஷ்ணனுக்கு முன்னால போட்டு கண்ணை மூடிண்டு நீயே ஒரு பொட்டலத்தை எடு"

அகிலா கைநடுங்க அவன் நீட்டிய பொட்டலங்களை வாங்கினாள். கிருஷ்ணனுக்கு முன்னால் குலுக்கிப் போட்டாள். கண்ணை மூடிக் கொண்டு கைகள் நடுங்க ஒரு பொட்டலத்தை எடுத்து சுந்தரத்திடம் கொடுத்தாள்.

❋❋❋

20

சுந்தரம் நிதானமாக பொட்டலத்தை பிரித்தான் அகிலா உயிர் நடுங்க அவன் பிரிப்பதைப் பார்த்தாள். உள்ளே செக்கச்செவேலென்று குங்குமம் சிரித்தது. அகிலா கண்களை மூடிக்கொண்டாள். ஏமாற்றம் கண்களில் அருவியாய் வழிந்தது. சுந்தரம் அவளையே பார்த்தான்.

"வீட்டுக்கு கிளம்பு அகிலா. நீ என்னைத்தான் கல்யாணம் பண்ணிக்கணும்னு நா வற்புறுத்த மாட்டேன். ஆனா இந்த குங்குமத்தைப் பார்த்தபிறகும் நீ உயிரை விட முயற்சி செய்தா உன் பிரேமபக்தி பொய்யின்னுதான் அர்த்தம். இந்த கல்யாணத்துக்கு நீ சம்மதிச்சா என்னால் ஒரே ஒரு வாக்குறுதி மட்டும் கொடுக்கமுடியும். உன் பிரேமபக்திக்கு எந்த இடையூறும் என்னால் ஏற்படாது. கல்யாணத்துக்கப்பறமும் நீ தொடர்ந்து உன் கிருஷ்ணனைக் காதலி. என்னால முடிஞ்சவரை உன்னை அவனோட, சேர்த்து வைக்க முயற்சிக்கறேன். உன்னை அவன் ஏத்துக்கணும்னு வேண்டிக்கறேன், எனக்குள்ள சத்தமில்லாம ஒரு தவமே செய்யறேன். மனுஷாகிட்டேர்ந்து உன்னைக் காப்பாத்தவும், உன் பக்தியை ஆராதனை செய்யவும்தான் இந்த கல்யாணத்துக்கு நான் சம்மதிச்சேனே தவிர சம்பிரதாயமா குடும்பம் நடத்த இல்ல, நீ என்னை நம்பினா வீட்டுக்குப் போய் கல்யாணத்துக்கு சம்மதம் சொல்லு."

சுந்தரம் போய்விட்டான்.

பிரமித்துப் போய் அதே இடத்திலேயே நின்றிருந்தாள் அகிலா. மனிதன் தெய்வத்தை விட உயருவானா? தெய்வத்தைக் காட்டிலும் கருணை மிக்கவனாய் இருப்பானா? இருப்பான் என்று நிரூபிப்பது போலிருந்தது சுந்தரத்தின் பேச்சு. அவை வெறும் வாய்வார்த்தையல்ல அடிமனசின் குரல் என்பதை அந்த கண்கள் சொல்லியது. இவன் மூலம் அவள் மரணம் தடுத்து, இவன் வாயினால் இப்படி ஒரு வாக்குறுதியைக்

கொடுத்திருப்பதும் அவன் தானா? அப்படித்தான் இருக்க வேண்டும்! அப்படியானால் கல்யாணத்துக்கு சம்மதிக்க வேண்டியதுதானா? வேறு வழி? இப்படி ஒரு வாக்குறுதியை வேறு எந்த மனிதன் தருவான்?

அகிலா அந்த குங்குமப் பொட்டலத்தை மறுபடியும் பார்த்தாள். வீட்டுக்கு வந்து அப்பாவிடம் சுந்தரத்தை கல்யாணம் செய்துகொள்ள சம்மதம் என்றாள். வீடு வியந்தது மகிழ்ந்தது. அதிகம் மகிழ்ந்தவர் முதலியார்தான்! அவர் ஆராதித்த துளசிச்செடி அவர் வீட்டுக்கு வரப்போகிறது. அது சாதாரண துளசியல்ல, கிருஷ்ண துளசி. முதலியார் கல்யாண ஏற்பாடுகளை கவனித்தார். அதிக ஆடம்பரம் கூடாதென்று சுந்தரம் கண்டிப்பாகச் சொல்லி விட்டதால் மிக மிக நெருங்கியவர்களை மட்டுமே கல்யாணத்திற்கு அழைப்பதென்று தீர்மானித்தார்.

நடராஜன் பெண்ணுக்கு எவ்வளவு நகை போடுவது, என்ன சீர் செய்வது என்று புரியாமல் தடுமாறினார். கையில் பெரிதாய் ஒன்றுமில்லை. பானுவின் கல்யாணத்திற்காக முதலியார் கொடுத்த கடனே இன்னும் அடைந்த பாடில்லை. முதலியார் எதுவும் கேட்கவில்லை என்றாலும் எப்படியாவது அடைத்துத்தானே ஆகவேண்டும்..? அது தவிர அகிலாவுக்கும் கௌரவமாய் நகைநட்டு போட்டு அனுப்பவேண்டும். நடராஜன் தன் கையிருப்புகளையும், எவ்வளவு கடன் வாங்கமுடியும் என்றும் கணக்குப் பார்த்தார். எப்படிப் பார்த்தாலும் நாற்பதாயிரத்தைக்கூடத் தொடமுடியவில்லை இந்த பணத்தை நம்பியா பெண்ணுக்கு கல்யாணம் செய்ய நினைத்தோம் என்று வெட்கம் ஏற்பட்டது இதை வைத்துக்கொண்டு என்ன செய்யப் போகிறோம் என்ற பயமும் கவலையும் கூடவே ஏற்பட்டது.

‘எம் பொண்ணுக்கு கல்யாணம் நிச்சயம் பண்ணியிருக்கேன். நான் ஏழை பிராமணன். உங்களால் ஆன உதவியை நீங்க பண்ணினா என் பொண்ணுக்கு மாங்கல்யம் கிடைக்கும்.’

'சாரி, அப்றம் வாங்க.' கதவு சாத்தப்பட்டது நடராஜன் அடுத்தவீட்டுக் கதவைத்தட்டினார்.

'எம்பொண்ணுக்கு கல்யாணம் நிச்சயம் பண்ணியிருக்கேன். நான் ஏழை பிராமணன். உங்களால் முடிஞ்ச உபகாரம் பண்ணினா ரொம்ப உதவியா இருக்கும்.'

'ஏங்க... எத்தனை பேர் இந்த மாதிரி புறப்பட்ருக்கீங்க? பிச்சை எடுக்க இப்டி ஒரு நூதன வழியா? போய்ட்டுவாங்க.'

சாட்டையடி! வலி பொறுத்தபடி அடுத்த வீட்டுக்கதவைத் தட்டினார்.

'நான் ஏழை பிராமணன். பொண்ணுக்கு...'

'இந்த மாசம் நீங்க அம்பதாவது ஆள். வரவனுக்கெல்லாம் இப்டி உபகாரம் பண்ணிண்டு இருந்தா எம் பொண்ணு கல்யாணத்துக்கு நானும் இப்படித்தான் சொம்பைத் தூக்கிண்டு தெருவுல இறங்கணும். போய்ட்டு வாரும் பிராமணா!'

வெயில் உச்சிக்கு ஏறியது ஒற்றை ரூபாய்கூட சொம்பில் விழவில்லை. கடவுளே என்ன செய்யப் போகிறோம்?

கால் கொதித்தது. நிற்க நிழலில்லை. சாலை நீண்டுகிடந்தது. தலை சுற்றுவது போலிருந்தது. கண்கள் இருட்டிக்கொண்டு வந்தது. கால் துவண்டது. உடல் வேரோடு கொதிக்கும் தார்ச்சாலையில் சரிந்தது.

"அப்பா... ஆஆ..." சரளாவின் அலறல் கேட்டு அருகில் படுத்திருந்த ரகுராமன் திடுக்கிட்டு எழுந்தான். ஏஸி அறையிலும் வியர்வையில் குளித்தபடி அப்பா அப்பா என்று புலம்பிக் கொண்டிருந்தவளை கவலையோடு தொட்டான்."

"ஏய்... சரளா.... என்னாச்சு..?"

'ம்'...சரளா திடுக்கிட்டு கண்விழித்தாள். ரகுராமனை கலங்கலாய்ப் பார்த்தாள் அப்பா தார்ச்சாலையில் விழுந்தது

கனவா, ரகுராம் தன்னை எழுப்பியது கனவா? எது கனவு? எது நிஜம்?

"என்னப்பா ஆச்சு... கனவு கண்டயா? அப்பா பத்தியா?"

சரளா அவன் நெஞ்சில் சாய்ந்து கொண்டாள் கண்கள் அருவியாய்க் கொட்டியது.

"என்னாச்சுடா.. அப்பா பத்தி கெட்ட சொப்பனமா?"

"அப்பா ஏதோ கஷ்டப்படறார்னு தோணறதுப்பா. எனக்கு பயம்மார்க்கு அவரைப் பார்க்கணும் போல இருக்கு."

"ஒண்ணும் இருக்காது படுத்துக்கோ"

"நாம எப்பொ ஊருக்கு போலாம்?"

"சீக்கிரமே போலாம். தூங்கு!"

"எனக்கு எல்லாரையும் பார்க்கணும்பா. அம்மா கையால சாப்டணும்போல இருக்கு. அம்மா மடில தலைசாய்ச்சு படுக்கணும்போல இருக்கு. அப்பாவோட நிறைய பேசணும்போல இருக்கு. இதுக்கு மேல என்னால முடியாது. ராஜு, உங்களுக்கு எப்பொ லீவு கிடைக்கும்?"

ராஜாராமன் அவள் கேசத்தை வருடிவிட்டான். மேடிட்டிருந்த வயிற்றின் மீது அவன் கண்கள் பரிவோடு பதிந்தது. இந்த நிலையில் எந்தப் பெண்ணுக்கும் இயல்பாய் ஏற்படும் ஆசைகள். இரண்டு வீடும் அவர்களை மன்னித்து வரவேற்கத் தயாராகிவிட்டன என்று அறிந்து கொண்டபின் வைராக்கியம் தளர்ந்துவிட்டது. இயற்கைக்கு இருவருமே கட்டுப்பட்டார்கள். மூன்றாவது உயிர் பூமிக்கு வரத்தயாராகிவிட்டது. இவள் ஆசைகளை நிறைவேற்ற வேண்டியது அவன் கடமை.

ராஜாராம் மறுநாளே லீவுக்கு விண்ணப்பித்துவிட்டு சென்னைக்கு டிக்கெட் ரிஸர்வ் செய்துவிட்டு வந்தான். சரளா கிச்சனில் ஏதோ செய்து கொண்டிருந்தாள்.

“ஹாய் குட்டி” பின்னால் நின்றபடி அவளை இடுப்போடு சேர்த்து கட்டிக் கொண்டான்.

“அய்யோ என் குழந்தை! இப்டி இறுக்கினா அதுக்கு மூச்சு முட்டாதா?”

“ஒண்ணும் முட்டாது. சும்மா பிச்சு உதறுங்கப்பான்னு சொல்றது.”

“ம்... சொல்லும் சொல்லும்”

“சரி இங்க வா. நான் உனக்கு ஒரு பரிசு வாங்கிண்டு வந்திருக்கேன். என்னன்னு சொல்லு பார்ப்போம்.”

“என்ன புடவையா?”

“பொம்பளை புத்திடா...!”

“நகை...?”

“ம் ஹூம்.”

“வேறென்ன... எனக்கு தெரியலையே”

“இந்தா...” அவன் பர்ஸிலிருந்து ரிஸர்வேஷன் டிக்கெட் எடுத்து காட்டினான்.

“மை காட்... நாம நிஜம்மா ஊருக்குப் போறோமா?”

“சந்தேகப்பட்டா டிக்கெட்டை கேன்ஸல் பண்ணிடுவேன்.”

“சந்தேகமா இது... ஆச்சர்யம்!”

“திரும்பி நாம எல்லாரையும் பார்க்கும்போது நாம் நன்னார்க்கோம்ங்கற சந்தோஷமும் நிம்மதியும் அவாளுக்கு ஏற்படணும்னுதானே இத்தனை நாள் போகாம இருந்தோம்?. இப்பொ கைநிறைய பணமிருக்கு, உன்னை நான் நன்னா வெச்சுண்டிருக்கேன்னு உங்கப்பா புரிஞ்சுக்கணும். அதனால இதுவரைக்கும் நான் வாங்கிக் கொடுத்த நகை அத்தனையும் ஊருக்கு எடுத்துண்டு வா. அப்பறம் நாளைக்கு சாயங்காலம் நாம ஷாப்பிங் போறோம். ஊர்ல இருக்கற எல்லாருக்கும்

ஏதாவது வாங்கறோம். யாருக்கு என்ன வாங்கணும்னு நீ லிஸ்ட் போட்டு வெச்சுடு. நான் வந்ததும் கிளம்பிடுவோம் சரியா?''

சரளா அவனையே பார்த்தாள்.

''என்ன பார்க்கற?''

''பார்க்கக்கூடாதா? எம்புருஷன நான் பார்க்கறேன். நீ என்ன கேக்கறது...''

''அப்டியா. அப்ப என் பொண்டாட்டியை நான் தூக்கிக்கவா..?''

''அய்யோ வேணாம்பா...'' சரளா அவசரமாய் நகர்ந்து கொண்டு சிரித்தாள்.

மறுநாள் அவன் ஆபீசுக்குப் போனதும் பானு அக்காவுக்கு ஃபோன் பண்ணினாள்.

''சரளாவா... மை காட்.. எப்டிடி இருக்க? நேத்தெல்லாம் இங்க உங்களைப் பத்திதான் பேசிண்டு இருந்தோம்.''

''என்ன பேசினேள்?''

''அகிலாக்கு கல்யாணம் நிச்சயமாயிருக்கு.''

''அப்டியா... பையன் யாரு?''

''முதலியாரோட பிள்ளை சுந்தரம்.''

சரளா திகைத்துப்போனாள். ''சுந்தரமா'' என்றாள் நம்ப முடியாமல், ''சுந்தரம் எப்படி...''

''அது ஒரு பெரிய கதைடி சரளா.''

''அகிலாவும் சுந்தரமும்...''

''ச்சேச்சே... அதெல்லாம் இல்ல. இது முழுக்க முழுக்க அரேஞ்ச்டு மேரேஜ்தான், இதுக்குப் பின்னாடி ஒரு கதை இருக்குன்னேன்.''

''என்ன கதை''

"அதை டெலிபோன்ல சொன்னா உனக்கு பில் எகிறிடும்."

"அப்ப அடுத்த வாரம் வந்து கேட்டுக்கறேன்."

"என்னடி சொன்ன...? நீ வரயா... எப்பொ....?"

"வியாழக்கிழமை கிளம்பி வரோம். அதைச் சொல்லதான் உனக்கு ஃபோன் பண்ணினோம்."

"வாவ்.. சந்தோஷமார்க்குடி. உன்னைப் பார்க்க இங்க எல்லாரும் துடிச்சுண்டு இருக்கோம். நீ எப்படி இருக்க?"

"நேர்ல வந்தப்புறம் எப்டியிருக்கேன்னு பார்த்துக்கோயேன். என்னை விடு. அப்பா எப்டி இருக்கார்?"

"ரொம்ப கவலைப்படறார்"

"எதுக்கு?"

"கல்யாணத்தை எப்டி பண்ணப்போறோம்னு."

"ஏன்?"

"அப்பாக்கு வேறென்ன பிரச்சனை, பணம்தான்." சரளாவுக்கு தான் கண்ட கனவு நினைவுக்கு வந்தது. சட்டென்று கண் கலங்கியது. அப்பாவின் பிரச்சனை எப்படி தனக்கு கனவாய்... என்ற வியப்பேற்பட்டது.

வீட்டுக்கு வந்து வெகுநேரம் அப்பாவையே நினைத்துக் கொண்டு உட்கார்ந்திருந்தாள்.

சாயங்காலம் ரகுராமன் கடைக்குப் போகும்போது அவள் முகம் சரியில்லாததைப் பார்த்து என்னவென்று கேட்டான்,

"ப்ஸ்..."

"எங்கிட்ட சொல்லக்கூடாத ரகசியமா?"

"ரகசியமெல்லாம் ஒண்ணுல்ல. இன்னிக்கு பானு அக்காட்ட பேசினேன். அகிலாக்கு கல்யாணம் நிச்சயமாயிருக்காம்."

"சந்தோஷமான விஷயம்தானே?"

"ஆச்சர்யமும் இருக்கு. அன்னிக்கு நான் கனவு கண்டேன் பாருங்கோ. அப்பாவைப் பத்தி."

"ஆமா... அப்பா அப்பான்னு நீ கத்தினது அவர் காதுக்கே கேட்டுடுத்தாமா?"

"கிண்டல்தானே... அப்பா வீடு வீடா மடிப்பிச்சை கேக்கறார் பொண்ணுக்கு கல்யாணம் பண்றேன், ஏதாவது தானம் பண்ணுங்கோன்னு. எல்லாரும் கதவை சார்த்தி மூடிக்கறா. உச்சி வெய்யில்ல அப்பா சுருண்டு கீழ விழறா மாதிரி கனவு கண்டேன். அது சாதாரண கனவா தோணல."

சரளாவின் கண்கள் நிறைய, ரகுராம் பதறினான். "என்னாச்சு?" என்றான்.

"நிஜமாவே அப்பா பணத்துக்கு கஷ்டப்படறாராம் அக்கா சொன்னா."

"அவ்ளோதான். இதுக்கா அழற?"

"பின்ன... அவருக்கென்ன பிள்ளையா இருக்கான் கஷ்டத்துக்கு தோள் கொடுக்க?"

"மாப்பிள்ளைகள் இருக்கோமே. அப்பறம் என்ன?" ரகுராம் சொல்ல திகைப்போடு அவனைப் பார்த்தவள் அவன் சொன்னதன் அர்த்தம் புரிந்து கொண்டு நடுவீதி என்பதையும் மறந்து அவன் கையைப் பிடித்து முத்தமிட்டாள்,

"இங்க இல்லையா?" ரகுராம் உதட்டைத் தொட்டுக் காட்டினான். அவள் முகம் வெட்கத்தில் சிவப்பதை ரசித்தும் பார்த்தான். பெண் பேரழகியாய் தெரிவது இந்த தாய்மைக் கோலத்தில்தான். சரளாவின் அழகை ரசித்துப் பார்த்தபடியே நடந்தான்.

ஜுவல்லரி ஒன்றில் அவன் நுழைந்த போது சரளா அவனை ஏறிட்டுப் பார்த்தாள். "எதுக்கு இங்க? மாமனார்க்கு மோதிரம் போடப்போறேளா?"

"கல்யாணப் பொண்ணுக்கு நகை வாங்கப் போறேன்."

"நிஜமாவா... நான் இப்பதானே விஷயத்தை சொல்றேன். நீங்க ஏற்கனவே பிளானோட வந்திருக்காப்பல இல்ல தெரியறது."

"பிளான்தான் வேறென்ன?"

"அதான் எப்டி?"

"உனக்கு முன்னாலயே எனக்கு அகிலா கல்யாண விஷயம் தெரியும், ராஜாராமன் மூலமா."

"பின்ன ஏன் எங்கிட்ட சொல்லலை?"

"சர்ப்ரைஸா சென்னைக்கு கூட்டிண்டு போனப்பறம் சொல்லலாம்னு இருந்தேன். அதுக்குள்ள உங்கக்கா போட்டு உடைச்சுட்டா."

"அத்திம்பேர் இன்னும் என்ன சொன்னார்?"

"மாமனார் கஷ்டத்தை எப்டி குறைக்கலாம்னு நாங்க ரெண்டு பேரும் பேசிண்டோம், கல்யாணச்செலவை ஒரு எஸ்டிமேஷன் போட்டோம், செலவை ஆளுக்கு பாதியா ஷேர் பண்ணிக்கறதா பிளான். பம்பாய்ல கோல்டு ரேட் கம்மி. நகையெல்லாம். நான் இங்கேர்ந்து வாங்கிண்டு வந்துடறேன்னு சொன்னேன்."

"பெரிய ஆள்தாம்ப்பா...!" அதற்குமேல் எந்தப் பேச்சும் வரவில்லை. இதற்கு எவ்வளவு பெரிய மனம் வேண்டும் என்று நினைத்தபோது பிரமிப்பாக இருந்தது. இப்படிப்பட்டவனை புருஷனாக அடைந்திருப்பது தன் பூர்வ ஜென்ம புண்ணியம்தான் என்று நினைத்தவளுக்கு பெருமையாக இருந்தது.

வியாழக்கிழமை அவர்களை எதிர்பார்த்து மொத்த குடும்பமும் ஆவலோடு காத்திருந்தது. தாய்மையின் பொலிவோடு, உடலிலும் முகத்திலும் தனி பளபளப்போடு வந்திறங்கிய பெண்ணைப் பார்த்ததும் அழுதுகொண்டே

அணைத்துக்கொண்டாள் அம்மா. அவளை விழுங்கிவிடுவது போல் பார்த்தார் அப்பா.

இருவரும் சேர்ந்து அவர்களுக்கு நமஸ்காரம் செய்தனர். ரகுராம் அவர் கைகளைப் பிடித்துக் கொண்டான்.

"நான் பெரிய தப்பு பண்ணிட்டேன். காதல்னாலே எதிர்ப்பு மட்டும்தான் வரும்னு தப்புக்கணக்கு போட்டு உங்க மனசைக் காயப்படுத்திட்டோம். உங்க பிள்ளை மாதிரி நினைச்சு. என்னை மன்னிக்கணும்."

"அதைப்பத்தி இப்ப என்ன...? அப்பொ வேதனைப்பட்டது உண்மைதான். ஆனா சரளா நன்னார்க்காங்கற சந்தோஷமும் நிம்மதியும் எல்லாத்தையும் சரி பண்ணிடுத்து. நீங்க வந்ததுல எனக்கு ரொம்ப சந்தோஷம். அகிலா கல்யாணம்வரை இருந்தா இன்னும் சந்தோஷப்படுவேன்."

"இப்ப ஒரு வாரம் இருப்பேன். சரளாவை இங்கேயே விட்டுட்டு போறேன். எனக்கு லீவு அதிகமில்ல. முகூர்த்தத்துக்கு ரெண்டுநாள் முந்தி வந்துடறேன். சரளா எல்லாத்தையும் பார்த்துப்பா. கவலைப்படாதீங்கோ. எல்லாம் நல்லபடியா நடக்கும்."

"நல்லபடியா நடக்கணும்!" அப்பாவின் குரலில் சுரத்தே இல்லாததைக் கவனித்தாள் சரளா. ராஜாராமனும் ரகுராமனும் ஒருவரை ஒருவர் பார்த்துக் கொண்டார்கள்.

அன்றிரவு இரண்டு மாப்பிள்ளைகளும் நடராஜனின் பக்கத்திற்கொருவராக உட்கார்ந்து கொண்டனர்.

"கல்யாணத்துக்கு உங்க பட்ஜெட் எவ்ளோ மாமா?" ராஜாராமன் கேட்டான்.

"மொத்தமே எங்கிட்ட நாப்பதாயிரம்தான் தேறும் மாப்ள. இதான் இப்போதைய நிலமை. இதுலதான் புடவை வாங்கணும் நகை வாங்கணும். சத்திரம், சாப்பாடு எல்லாம்... நா என்ன செய்யப்போறேன்னு எனக்கே தெரியல."

"என்ன செய்யலாம்னு நாங்க சொன்னா கேப்பேளா?"

"சொல்லுங்கோ"

"இந்தப் பணத்தை அப்டியே பத்திரமா உங்க ரெண்டு பேர் பேர்லயும் பாங்க்ல போட்டு வெச்சுட்டு நீங்க ஹாயா இருந்தா போதும். இப்போதைக்கு நாங்க மாப்பிள்ளைகள் இல்ல. உங்க பிள்ளைகள். அதனால அகிலா கல்யாணம் எங்க பொறுப்பு, நீங்க எதைப்பத்தியும் கவலைப்படப்படாது."

ராஜாராமன் சொல்ல நடராஜன் ஸ்தம்பித்துப் போய் அவர்களைப் பார்த்தார்.

"இதெப்படி... நான் எப்டி இதுக்கு..."

"அப்பொ மாப்பிள்ளைன்னு எங்களை அன்னியமாத்தான் நினைக்கறேள்."

"அய்யோ... அப்படியில்ல... இப்பல்லாம் பிள்ளைகூட இப்டி செய்ய மாட்டாளே. எனக்கு என்ன சொல்றதுன்னு புரியல, அழுகைதான் வரது."

அவர் துண்டை எடுத்து முகத்தைப் பொத்திக்கொண்டு சின்னக் குழந்தை மாதிரி குலுங்கி அழ ஆரம்பித்தார்.

சரளா நகைப்பெட்டியை எடுத்துக்கொண்டு வந்தாள். "அப்பா இதையெல்லாம் பாரேன்."

அத்தனை பேரும் அவளைச் சுற்றி அமர்ந்துகொள்ள, அகிலா மட்டும் கிருஷ்ணன் படத்துக்கு முன் கண்மூடி நிற்க. அம்மா அவளை பயத்தோடு பார்த்தாள்.

❋❋❋

21

உச்சஸ்தாயியில் நாதஸ்வரம் ஒலிக்க, சுந்தரம் மூன்று முடிச்சிட்டபோது கண்களை இறுக மூடிக்கொண்டாள் அகிலா. தாலி கட்டும்போது தன் விரல்கள் அவள்மீது பட்டுவிடாமல் சர்வஜாக்கிரதையாகக் கட்டினான் சுந்தரம், சடங்குகள், சம்பிரதாயங்கள் எல்லாம் முடிந்து மணமேடையை விட்டு இறங்கும்போது யார் யாரோ கை குலுக்கினார்கள். பரிசுப் பொட்டலங்களை கொடுத்து வாழ்த்தி விட்டுப்போனார்கள். முகூர்த்தப் பந்திகள் முடிந்த கையோடு நலங்கு ஏற்பாடுகள் நடந்தது. சுந்தரம் அப்பாவை அழைத்தான்.

"என்னடா?"

"இனிமே எந்த சடங்கும் வேண்டாம்ப்பா,"

"ஏண்டா... அதுக்குள்ள டயர்டாய்ட்டயா?"

"ஆமாம்ப்பா... இந்த நலங்கு அது இதுன்னு எதுக்கு சும்மா?"

"அது அவங்க சம்பிரதாயம்ப்பா."

"ப்ளீஸ்ப்பா." சுந்தரம் கெஞ்ச

"சரிசரி... வேணாம்னு சொல்லிடறேன். நீ போய் கொஞ்சநேரம் தூங்கு."

அப்போதைக்கு நலங்கு பிரச்சனை தீர்ந்தாலும் முதலிரவு பிரச்சனை தலை தூக்கியபோது சுந்தரத்தால் எதுவும் செய்ய இயலவில்லை.

நடு நடுங்கியபடி உள்ளே வந்த அகிலாவை இரக்கத்தோடு பார்த்தான்.

"என்னைப் பார்த்து பயப்படாதே அகிலா! எனக்கு கஷ்டமார்க்கு. இது வேணாம்னு வாய்விட்டு சொல்லமுடியல. சந்தேகங்களுக்கும் கிசுகிசுப்புகளுக்கும் வீணா இடம் கொடுக்க

வேண்டாமேன்னுதான் நான் இங்க வந்தேன் என் தேகத்துல உசிர் இருக்கறவரை என் சுண்டு விரல் நகம்கூட உன்மேல படாது. நீ என்னை நம்பலாம். நீ விரும்பற அந்த பரமாத்மாவோட நீ சேர, ஒரு சாதாரண மனுஷனான என்னால என்னல்லாம் உதவி செய்ய முடியுமோ அத்தனையும் செய்யத் தயாரா இருக்கேன் உன் காதல், பக்தி, பூஜை புனஸ்காரம் எதுக்கும் எந்த தடங்கலும் ஏற்படாம பாதுகாக்கறதுதான் இனி என் முதல் கடமை. நீ எதைப் பத்தியும் கவலைப்பட வேண்டாம். யாரை நினைச்சும் பயப்பட வேண்டாம். இதுவரை உங்க வீட்ல எப்டியிருந்தயோ அதே மாதிரி இனி எங்க வீட்ல இரு!''

சுந்தரம் பரிவோடு சொல்ல, அகிலா கண்கள் பளபளக்க அவனைப் பார்த்து கைகூப்பினாள்.

"நீ படு அகிலா, நிம்மதியா தூங்கு'' என்றவன் ஒரு தலையணையும் பெட்ஷீட்டும் எடுத்துக்கொண்டு தரையில் படுக்க, அகிலா பதறினாள்.

"ப்ளீஸ்... நான் கீழ படுத்துக்கறேன். நீங்க கட்டில்ல படுத்துக்கோங்கோ.''

"பரவால்ல அகிலா...''

"ப்ளீஸ்...'' அகிலா கண்ணீரோடு கெஞ்ச சுந்தரம் புன்சிரிப்போடு கட்டிலில் ஏறி படுத்தான்.. அகிலா மரவட்டை மாதிரி சுருண்டு படுத்தாள்.

"தூக்கம் வரலையே அகிலா, ஏதாவது பேசலாமே, உனக்கு எப்பொலேர்ந்து பகவான்மேல காதல் ஏற்பட்டுதுன்னு சொல்லேன்.''

முதலில் கூச்சப்பட்ட அகிலா பிறகு மெல்லிய குரலில் சொல்ல ஆரம்பித்தாள். அவன் கேட்ட கேள்விக்கெல்லாம் பதில் சொல்லப்போய் விடிவதற்குள் அவனோடு சகஜமாக பேச ஆரம்பித்துவிட்டாள். அவளை அப்படி பேசவைக்க வேண்டும் என்றுதான் அவனும் மாற்றி மாற்றிக் கேட்டான்.

மற்றவர்களின் பார்வையில் சகஜமாய்த் தெரிய இது மிகவும் உதவும் என்று நினைத்தான் அவன்.

இரவெல்லாம் பேசிக்கொண்டிருந்ததால் கண்களில் சோர்வும் சிவப்பும் படிய வெளியில் வந்தவளை பானு நேராக குளிக்க அழைத்துச் சென்றாள். குளித்த அரைமணியில் தூங்கிப் போனவளை உறவுகள் சந்தோஷமாக பார்த்தன. "கழுத்துல தாலி ஏறின மறு நிமிஷம் புருஷன்தான் எல்லாம்னு நினைக்கற நாட்டுல பொறந்தவதானே அகிலாவும். அதுமட்டும் வேற மாதிரியா இருப்பா? இனிமே பாரு சுந்தரத்தை விட்டு அந்தண்ட. இந்தண்ட நகர மாட்டா." பானு அம்மாவிடம் சொல்ல அம்மாவின் முகம் மலர்ந்தது.

இரண்டு மாப்பிள்ளைகளும் பிள்ளைகளாய் மாறி அத்தனை பொறுப்புக்களையும் தலையில் சுமந்து, பம்பரமாய்ச் சுழன்று கட்டுசாதக் கூடைவரை தயார் செய்து முடிக்க, "உன்னை மாதிரி அதிர்ஷ்டசாலி லோகத்துலயே யாரும் இல்லை நடராஜன்" தெரிந்தவர்களும் உறவுகளும் மாய்ந்து மாய்ந்து சொல்லிச் சென்றனர்.

"இங்கேர்ந்து கிளம்பறதுக்கு முந்தி எல்லாரையும் உட்கார வெச்சு உப்பும் மிளகாயும் சுத்திப்போடணும். அவ்ளோ கண் திருஷ்டி!" அம்மா பெண்களிடம் சொன்னாள். நடராஜன் மாப்பிள்ளைகளின் கைகளைப் பிடித்துக் கொண்டார். நன்றி சொல்ல வார்த்தைகளைத் தேடித்தடுமாறி எதுவுமே பேசாமல் முக உணர்வுகளால் மௌனமாய் நன்றி சொன்னார்.

"பொண்ணைப் பெத்தப்பொ இதுகளை எல்லாம் இந்த அரசாங்க உத்யோகத்தை வெச்சுண்டு எப்டி. கரையேத்தப் போறேன்னு பிரமிச்சு போயிருக்கேன். பொன் இல்லாதவனுக்கு ஏண்டா பகவானே இவ்ளோ அழகான பெண்களைக் கொடுத்தன்னு பகவானைக் கோச்சுண்டிருக்கேன். ஆனா பகவான் யாரையும் கைவிடறதில்ல, காரணமில்லாம யாருக்கும் எதையும் அவன் தந்துடமாட்டான்னு இப்ப புரியறது.

பணமில்லாட்டா என்னடா உனக்கு? பத்தரைமாத்துத் தங்கம் மாதிரி உன்னைச் சுத்தி மனுஷாளைக் கொடுத்திருக்கேனே, பத்தாதான்னு அவன் கேக்காம கேக்கறது புரியறது. உங்களுக்கெல்லாம் நான் என்ன செய்யப்போறேன்...? எப்டி இந்த கடனைத் தீர்க்கப் போறேன்னு தெரியல.''

''தீர்க்கலாமே. நீங்க மனசு வெச்சா கடனை இப்பவே தீர்க்கலாம்.''

''எப்டி?''

''எங்களை எல்லாம் ஆசீர்வாதம் பண்ணுங்கோ போதும்.''

மாப்பிள்ளைகள் இருவரும் காலில் விழ, ''என் ஆசீர்வாதத்துக்கா பஞ்சம்?'' என்று நெகிழ்ந்தபடி அவர்களை குனிந்து எழுப்பினார்.

''கார் ரெடி. பெண்ணை அனுப்பி வைக்க வேண்டாமா?'' முதலியார் வந்து முதுகைத் தட்டினார்.

பானுவை விடவும், சரளாவை விடவும் அகிலாவைப் பிரிந்தபோது அதிகமாய் அழுகை வந்தது. பாரிஜாத புஷ்பம் ஒன்றைப் பிரிவது போலிருந்தது. முதலியார் சமாதானப்படுத்தினர். ''இது சாதாரண குழந்தையில்ல நடராஜன். எங்களுக்கு அது தெரியும். உங்களைவிட நூறு மடங்கு இதை நாங்க ஆராதிச்சு சந்தோஷமா கண் கலங்காம வெச்சுப்போம்.''

''எனக்குத் தெரியும் முதலியார்.''

''கார்ல ஏறும்மா அகிலா.''

அகிலா அப்பாவைக் கட்டிக்கொண்டாள் ''நான் போய்ட்டு வரேம்ப்பா. உங்களைப் பிரிஞ்சு நான் எப்டி இருப்பேன் அங்கன்னு புரியல.''

''அதான் தாயி வாழ்க்கை. பெண்கள்னா பிரிஞ்சுதானே ஆகணும். போ... போய்ட்டு நல்ல பேர் எடு, சுந்தரத்துக்கு எந்தக் கஷ்டமும் கொடுக்கப்படாது புரிஞ்சுதா?''

அப்பா எந்த அர்த்தத்தில் இதைச் சொன்னார் என்று புரியவில்லை. அகிலா வண்டியில் ஏறினாள்.

மிக மிக அழகாக இருந்தது முதலியாரின் பெங்களூர் வீடு, குட்டி பங்களா போல் அழகான அலங்காரமும் இயற்கைச் சூழலுமாய் இருந்தது.

"ஒரு வழியா நீ வந்தாச்சு. அகிலா இனிமே நாங்க சென்னைக்கே போயிடலாம்னு இருக்கோம். இந்த ஊர் உங்கத்தைக்கு ஒத்துக்கல. ஆஸ்த்மா பேஷண்ட்டாச்சே! ஒரு ரெண்டு மூணு மாசம் உங்களோட இருந்து உன்னை இந்த சூழலுக்கு பழக்கப்படுத்திட்டு நாங்க அங்க போயிடலாம்னு இருக்கோம்."

முதலியார் சொல்ல, இதுவும் நல்லதற்குதான் என்று நினைத்தாள் அகிலா. பல தர்ம சங்கடங்கள் இதனால் குறையக்கூடும்,

சுந்தரம் சகஜமாக பேசினான். சிநேகமாக அவளை நடத்தினான். தன் வேலைகளைத் தானே செய்து கொண்டான். அவள் உதவியை எதற்கும் எதிர்பார்க்கவில்லை. மனசுக்குள் இப்படி ஒரு விசித்திரக்காதல் இல்லாவிட்டால் அவனைப்போல் ஒரு புருஷன் கிடைத்ததற்கு அவள் இந்நேரம் அகமகிழ்ந்து கொண்டிருப்பாள். ஆனால் இப்போது சுந்தரத்தைப் பார்த்து பிரமிக்க முடிந்ததே தவிர மகிழ முடியவில்லை. தன்னால் அவன் வாழ்க்கை பாழாகிவிட்டதோ என்று மனசு உறுத்த ஆரம்பித்தது. வேறு ஒரு பெண்ணை அவன் மணந்து கொண்டிருந்தால் அவளோடு மனமொத்த சந்தோஷமான தாம்பத்யம் நடத்திக் கொண்டிருப்பானோ என்று தோன்றியது. தான் நினைத்ததை ஒரு நாள் அவனிடம் கேட்டே விட்டாள்,

"ஏன் சுந்தரம்? எனக்கு நல்லது செய்ய நினைச்ச அதேநேரம் உங்க வாழ்க்கை பாழாய்டுமேன்னு கவலைப்படவே தோணலையா உங்களுக்கு?"

சுந்தரம் புன்னகையோடு அவளைப் பார்த்துவிட்டு திரும்பிக் கொண்டான்.

"உன்னைப் பத்தி அப்பா எங்கிட்ட சொன்னப்பொ மொதல்ல எனக்கு பயமாதான் இருந்தது. பகவானைக் காதலிக்கற ஒரு பொண்ணு மனுஷனோட வாழ எப்டிப்பா சம்மதிப்பா"ன்னு அப்பாகிட்ட கேட்டேன்,

"ஆண்டாளையும் மீராவையும் நினைச்சு அந்த பொண்ணு குழம்பிப்போய் தானும் கிருஷ்ணனை அடையணும்னு ஆசைப்பட்டிருக்கா... சின்னப் பொண்ணுதானே அவளை அப்டியே விட்டுட்டா உலகம் அவளுக்கு பைத்தியம்னு பட்டம் கட்டிடும். குழந்தைலேர்ந்து அவளை பார்த்தவங்க நாம, அதுக்கு அப்பவே பக்தி அதிகம். அந்த பக்தியினால் அது தன்னையே தெய்வத்துக்கு அர்ப்பணிச்சுக்க துடிக்குது, அவளுக்கொரு கல்யாணம் பண்ணினா சரியாய்டுவா. எது நடக்கும், எது நடக்காதுன்னு தானா புரிஞ்சுக்கிட்டு கடவுளை மறந்து கணவனை கடவுளா நினைச்சு சந்தோஷமா வாழ ஆரம்பிச்சுடுவான்னு நடராஜன் நினைக்கறார். ஆனா அவளை பெண் பார்த்த யாரும் அவ கழுத்துல தாலி கட்டத் துணியல. அந்த பொண்ணு கண் கலங்கறதையோ ஊரார் அவளை ஒரு மாதிரின்னு பேசறதையோ என்னால தாங்கமுடியாதுடா சுந்தரம். கைக்குழந்தையா நம்ம வீட்டுக்கு வந்த நாள்லேர்ந்து அவளை எனக்குத் தெரியும். அது ஒரு துளசிச்செடி. மாதிரி. அதை நடுவீட்ல வெச்சு கும்பிடணும்டா சுந்தரம். நீ மனசு வெச்சா அது முடியும்னார். கல்யாணத்துக்கப்பறம் அவ மனசை மாத்தற பொறுமை உங்கிட்ட மட்டும்தான் இருக்கு, வேற யார் கையிலயாவது போய் அந்த பூ சிக்கி சின்னா பின்னமாய்டக் கூடாது"ன்னு சொன்னார் அப்பா.

"நானும் சரின்னுட்டேன். ஆனா அதுக்கப்பறம் எனக்கு தூக்கம் வரல. உன் பிரேம பக்தியை அவ்ளோ சாதாரணமா என்னால நினைக்க முடியல, அதை அலட்சியப்படுத்தவும்

முடியல. அந்த பக்தியின் விளிம்பில் நின்னு நீ ஆத்மஹத்தி செய்யத் துணிஞ்சதைப் பார்த்தபிறகு என் மனசுக்குள்ள பிரமிப்பும் மரியாதையும் பலமடங்கு அதிகரிச்சுது. என் சந்தோஷம் தனிப்பட்ட சுகம் எல்லாத்தையும்விட உன் பக்திதான் பெரிய விஷயமா தெரிஞ்சுது. நீ அதுல ஜெயிக்கறது சந்தோஷமா? தோக்கறது எனக்கு சந்தோஷமான்னு என்னையே கேட்டு பார்த்தக்கிட்டப்போ எனக்கு கிடைச்ச பதில் நீ ஜெயிக்கணுங்கறது தான். நீ ஜெயிக்க என்னால் என்ன உதவி செய்ய முடியும்னு யோசிச்சேன். நான் உன்னை வேண்டாம்னு சொன்னா நிச்சயம் வேற யாருக்காவது உன்னை கல்யாணம் பண்ணி வெச்சிருப்பாங்க. அதைவிட நானே உன்னை கல்யாணம் பண்ணிக்கிட்டு உன் பக்தியை ஆராதிக்கறதுதான் நல்லதுன்னு தோணிச்சு. நீ உன் காதலனை அடைய நான் ஒரு கருவியா இருக்கமுடியும்னா அதைவிட பெரிய பேறு என்னவா இருக்க முடியும்?'' சுந்தரம் நிறுத்த அகிலா அவனை பிரமிப்போடு பார்த்தாள். அவள் கண்கள் நெகிழ்ச்சியில் பளபளத்தது. அவனுக்கு நன்றி சொல்ல வார்த்தைகளைத் தேடினாள்.

''நீ எதுவும் சொல்ல வேண்டாம் அகிலா! உன் பக்தியை ஆராதிக்கற சாதாரண தொண்டன் நான். நான் என்ன செய்யணும்னு சொல்லு. செய்ய காத்துட்ருக்கேன்!''

அகிலா கைகூப்பினாள். ''வேண்டாம் சுந்தரம், என்னை கடன் காரியாக்கிடாதிங்கோ, இப்பவும் ஒண்ணும் கெட்டுப் போயிடல. என்னைப்பத்தி கவலைப்படாதிங்கோ. உங்க மனசுக்குப் பிடிச்ச ஒரு பெண்ணைப் பார்த்து நீங்க கல்யாணம் பண்ணிண்டு சந்தோஷமா இருக்கறதுதான் நல்லது. நான் கையெழுத்து போட்டுத் தரத்தயாரா இருக்கேன்.''

சுந்தரம் சிரித்தான்.

''வேற ஏதாவது பேசு அகிலா.''

“என்னால் எத்தனை பேருக்கு மனக்கஷ்டம்னு நினைச்சா ரொம்ப சங்கடமார்க்கு, கடவுள் என்னைச் சுத்தி நல்லவாளை படைச்சு அவா அத்தனை பேருக்கும் என்னால கஷ்டமும் கொடுக்கறான்.”

“நம்ம ரெண்டு பேருக்கும், அப்பா ஊருக்குப் போய்ட்டு வர டிக்கெட் புக் பண்ணி வெச்சிருக்கார் தெரியுமா?”

“எந்த ஊருக்கு?”

“ஊட்டிக்குதான் பண்ணியிருக்கார்.”

“இதை அவாய்ட் பண்ண முடியாதா சுந்தரம்?”

“ஏன் பயப்படணும் அகிலா? நாம போலாம் ஆனா ஊட்டிக்கில்ல!”

“வேறெங்க?”

“சௌத் டூர் போறோம். உன் கிருஷ்ணன் எந்தெந்த ஊர்லல்லாம் பிரசித்தமா இருக்கானோ அங்கல்லாம் போகலாம். உன்னை எப்போ ஏத்துக்கப் போறான் அவன்னு நேர்ல போய் கேட்போம் சரியா?”

சுந்தரம் சிரிக்க அகிலா சிலையாய் நின்றாள்.

❋❋❋

22

மங்களூர் வழியாக முதலில் உடுப்பிக்கு வந்து சேர்ந்தார்கள், உடுப்பி கிருஷ்ணனின் அழகில் மதிமயங்கி நின்றாள் அகிலா. சுந்தரம் அவளை ஒரு பூவைப்போல் அழைத்துச் சென்றான். அவள் தேகத்திற்கு எவ்வித சோர்வும் சிரமமும் ஏற்படாதவாறு ஒரு டூரிஸ்ட் டாக்ஸி ஏற்பாடு செய்துகொண்டு அருகிலிருக்கும் அனைத்துக் கோயில்களுக்கும் அழைத்துச் சென்றான். அவள் தன்னை மறந்து எவ்வளவு நேரம் சந்நிதியில் நின்றிருந்தாலும் அவளுக்காக பொறுமையாய் சற்று தள்ளி அமர்ந்தபடி காத்திருப்பான். திருவனந்தபுரம் துவங்கி. குருவாயூர்வரை சுவாமி தரிசனம் நீண்டது. இப்படி ஒரு க்ஷேத்திர தரிசனம் இதுவரை அவள் செய்ததில்லை.

சுற்றுலாவுக்கென்று அப்பாவால் பணம் செலவழிக்க முடியாது. எப்போதாவது குலதெய்வத்தின் கோயிலுக்குப் போய் வருவதோடு சரி. தன் சந்நிதிகளுக்கு அவளை வரவழைப்பதற்காகவே சுந்தரத்தை தெய்வம் அவள் கழுத்தில் தாலிகட்ட வைத்தாற்போலிருந்தது. ஒவ்வொரு சந்நிதியிலும் இவளைவிட அதிகமாக இவளுக்காக பிரார்த்தனை செய்தான் சுந்தரம். பார்க்கிறவர் கண்களுக்கெல்லாம் நல்ல புருஷன் மனைவியாய்த் தெரிந்தாலும் தனிமையில் அவளுக்கு ஒரு கண்ணியமான சேவகனாகவும். காவலனாகவும் இருந்தது அவள் ஹிருதயத்தைப் பிசைந்தது.

ஒரு மனித தெய்வத்தைப் பக்கத்தில் வைத்துக் கொண்டு மற்றொரு தெய்வத்தை அடையத் துடிக்கும் தன்மனம் அவளுக்கே விசித்திரமாக இருந்தது. ஒவ்வொரு கோயிலிலும் உன்னதமான அனுபவங்கள் ஏற்பட்டது. குருவாயூரில் ஏகாதசி உத்சவக் கூட்டத்தில் எங்கே தனக்கு தரிசனம் கிடைக்கப் போகிறதென்று அவள் பயந்து சோர்ந்த நேரம், முகம் தெரியாத

ஒரு புது மனிதர் இப்டி வாங்கோ என்று இருவரையும் பக்கவாட்டிலிருந்த நுழைவாயில் நின்று அழைத்து உள்ளே போகச் சொல்ல, நிமிட நேரத்தில் தெய்வ தரிசனம் கிடைத்தது. ஆனந்தக்கண்ணீர் சிலிர்ப்போடு பொங்கிவழிய ஆண்டவனை உன்னிகிருஷ்ண ரூபத்தில் வெளபீனமும் புல்லாங்குழலுமாக தரிசித்துவிட்டு சந்நிதியை சுற்றிக்கொண்டு நன்றி சொல்வதற்காக அந்த பெரியவரை கோயில் முழுக்க தேடியும் காணவில்லை. ஐந்து நிமிடத்தில் எப்படி மாயமாய் மறைந்து விட்டாரென்று தெரியவில்லை.

யாருக்கும் சுலபத்தில் கிடைக்காத ஏகாதசி தரிசனம் எப்படித் தங்களுக்கு கிடைத்தது? யாரந்த பெரியவர்? ஒரு வினாடியில் எப்படி அந்த வாயிலில் நின்று அவர்களை உள்ளேவரச் செய்தார்...? ஒன்றும் புரியவில்லை. செம்பைக்கு குரல் கொடுத்த அந்த சக்திதான் அவளுக்கு விரைவான தரிசனத்தை ஏற்படுத்திக் கொடுத்ததா? கண்ணீர் ஆறாக வழிந்தது. தேகம் சிலிர்த்தது வெளியில் சொன்னால் யாரும் நம்ப மாட்டார்கள். இது அதிசயம் என்று ஒப்புக்கொள்ளமாட்டார்கள். ஊட்டுப்புரையில் பொதிஞ்சு கிடக்கும் தத்துவங்களுக்கு ஈடு இணையே கிடையாதுன்னு கேள்வி

சுந்தரத்தின் தேகம் சிலிர்த்தது. கோயில் இருந்த திசைநோக்கி கைகள் தானாய்க் கும்பிட்டது. இந்தக் காதலியை எப்போது ஏற்றுக்கொண்டு என்னை இந்த பொறுப்பிலிருந்து விடுவிக்கப் போகிறாய் கிருஷ்ணா! என்று மனசுக்குள் மௌனமாய் கேட்டான். நிச்சயம் அகிலாவை அந்த பரந்தாமன் ஆட்கொள்வான் என்ற நம்பிக்கை ஏற்பட்டது. எப்போது என்ற கேள்விக்கு தான் விடை தெரியவில்லை.

பத்து நாள் க்ஷேத்திராடனத்திற்குப் பிறகு ஊருக்குப் புறப்பட்டார்கள்.

இருவர் முகத்திலும் தெரிந்த அமைதியும் சந்துஷ்டியும் பார்த்த பெரியவர்கள் முகத்தில் திருப்தி படர்ந்தது. அந்த

திருப்தி கொஞ்சநாட்களே நீடித்தது. ஏதேனும் விசேஷம் உண்டா என்று ஊரிலிருந்து முதலியாரின் மனைவி மாதம் ஒருமுறை கேட்டு எழுதியபோது பூமிக்குள் புதைந்துவிட மாட்டோமா என்றிருந்தது. நடுவில் ஒருமுறை அப்பாவும் அம்மாவும் பெங்களூருக்கு வந்தார்கள்.

"என்னடி அகிலா, கல்யாணமாகி ஏழெட்டு மாசமாறது... ஒரு நல்ல சேதியும் இல்லையே உங்கிட்டேர்ந்து. அதான் நேர்லயே ஒரு நடை வந்துட்டோம்."

அம்மா சொல்ல அகிலா தன் முகச்சுளிப்பை மறைத்துக் கொண்டாள்.

"நீயும் மாப்ளயும் சந்தோஷமாதானே இருக்கேள்?"

"இல்லம்மா தினம் அடிச்சுண்டிருக்கோம்" உள்ளிருந்து வந்த சுந்தரம் சொல்லி விட்டுச் சிரித்தான். அம்மா மரியாதையாக எழுந்து நின்று தலைப்பை போர்த்திக் கொண்டாள்.

"சௌக்கியம் தானே சுந்தரம்?" நடராஜன் கேட்க சுந்தரம்

"ரொம்ப சௌக்கியம்" என்றபடி அவர் அருகில் உட்கார்ந்தான்.

"உங்கம்மா தான் ரொம்ப கவலைப்படறா. பெத்தது ஒரு பிள்ளை, அவன் எப்பொ ஒரு பிள்ளை பெத்துக் கொடுத்து எப்பொ நாங்க கொஞ்சன்னு புலம்பறா."

சுந்தரம் பதில் சொல்லாமல் சிரித்தபடி மேலே கையைக் காட்டினான்.

"தெய்வம் தயவு பண்ணலன்னு சொல்றேளா? எதுக்கும் ஒரு டாக்டரைப் பார்க்கலாம் இல்லையா?"

"பிரயாணக் களைப்பு தீர முதல்ல குளிச்சு டிபன் சாப்டுங்க. அப்பறம் நிறைய பேசலாம்."

சுந்தரம் வெளியில கிளம்பிப் போனான். அம்மா, புருஷனைப் பார்த்தாள் அவள் முகத்தில் ஆயிரம் கேள்விகள் இருந்தது. நடராஜன் யோசனையோடு எழுந்தார்.

“வந்ததும் வராததுமே அவாளைக் கேள்வி மேல கேள்வி கேட்டு தொந்தரவு செய்யாதே.” என்றவர் சூட்கேஸ் திறந்து டவல் எடுத்தார்.

அன்றிரவு காய்கறியும் பழங்களும் வாங்க கடைத்தெரு வரை புறப்பட்ட சுந்தரத்தோடு அவரும் புறப்பட்டார்.

“நீங்க எதுக்கு குளிர்ல வரேள்?”

“பரவால்ல. இதெல்லாம் ஒரு குளிரா? நானும் வரேன்”

அகிலா சஞ்சலத்தோடு அப்பாவையும், சுந்தரத்தையும் பார்த்தாள். கவலைப்படாதே என்பதுபோல் சுந்தரம் அவளைப் பார்த்துவிட்டு அவரோடு போனான்.

“பெங்களூர் முன்ன மாதிரி இல்ல. இப்பொ ஹீட் ஜாஸ்தியாய்டுச்சு, மரத்தை எல்லாம் நிறைய வெட்டிட்டாங்க. இன்னும் பத்து வருஷம் போனா சென்னை மாதிரியே செம ஹீட் ஆய்டும்.”

“மனுஷா ஜாஸ்தியாயிண்டே வரா. இயற்கை அழிஞ்சுண்டே வரது.”

“நீங்க இப்பதான் முதல்முறையாக வரீங்க இல்ல?”

“ம். என் பிரண்டு ஒருத்தன் ராஜாஜி நகர்ல இருக்கான். அவன் பொண்ணுக்கு போன வருஷம் கல்யாணம்னு பத்திரிகை அனுப்பினான். அப்ப வரமுடியல. இப்ப பேரன் பொறந்திருக்காம் அவனுக்கு. முடிஞ்சா போய்ப் பார்க்கணும். ஏன் சுந்தரம், உங்கிட்ட மனசுவிட்டு சில கேள்விகள் கேக்கலாமா? மூடி மறைக்காம பதில் சொல்லுவயா?” சுந்தரம் அவரை ஏறிட்டுப் பார்த்தான்.

“நீங்க என்ன கேக்கப் போறீங்கன்னு என்னால புரிஞ்சுக்க முடியறது. அகிலாவை நான் சந்தோஷமாதான் வெச்சிருக்கேன்.”

“அது தெரியறது. என் கேள்வி அவ உன்னை சந்தோஷமா வெச்சிருக்காளாங்கறதுதான்.”

''திடீர்னு ஏன் சந்தேகம்?''

''நார்மலா அடுத்தடுத்து நடக்க வேண்டிய விசேஷங்கள் எதுவும் வரலையே. அதனாலதான் சந்தேகம், பொம்மனாட்டிகள் மாதிரி எனக்கு பகிரங்கமா கேட்கத் தெரியாது. மனசுக்குள்ள ஒரு உணர்வு இருந்துண்டே இருக்கு. என் பொண்ணைப் பத்தி எனக்கு நன்னா தெரியும். பிரேமபக்திங்கற வேர் அவளுக்குள்ள பலமா வளர்ந்திருக்கு. என் சந்தேகம் சரின்னா நீயும் அவளுக்கு அனுசரணையா இருக்க! கரெக்டா?''

அவர் கேட்க சுந்தரம் திகைப்போடு அவரைப் பார்த்தான்.

''எங்கிட்ட எதையும் மறைக்காதே சுந்தரம். அகிலாவும் நீயும் எப்டி பழகறேள்? எதுவார்ந்தாலும் எங்கிட்ட சொல்லு. நான் பொம்மனாட்டிகளை சமாளிச்சுக்கறேன். அதுக்குதான் கேட்கறேன்.''

சுந்தரம் ஒரு நிமிடம் மௌனமாக நடந்தான். பிறகு அவரைப் பார்த்தான். ''உங்க ஊகம் சரிதான் மாமா. அகிலாவோட பிரேமபக்தியை நான் ரொம்பவே மதிக்கறேன், நம்பறேன். அவ விரும்பற அந்த கடவுளும் இவ பக்தியையும் காதலையும் மதிச்சு இவளை ஏத்துப்பான்னு நம்பறேன்.''

''எனக்கு ஒண்ணும் புரியல சுந்தரம்,''

''அகிலா இன்னொரு மீரான்னு நான் நம்பறேன். நான் அவளுக்கு புருஷனில்ல. கார்டியன். அவ விரும்பற கடவுள்கிட்ட அவளை சேர்க்கற பொறுப்பை ஏத்துட்ருக்கற சாதாரண கார்டியன். இதுக்குமேல என்னை எதுவும் கேக்க மாட்டீங்கன்னு நம்பறேன். எங்க ரெண்டு பேரோட மன உணர்வுகளும் உங்களுக்கு புரியும்னு நினைக்கறேன்.''

''புரியறது. ஆனா ஏன் சுந்தரம்...? எம் பொண்ணுக்காக உன் வாழ்க்கையை ஏன் ஒண்ணுமில்லாம ஆக்கிக்கற?''

''இதுவும் ஒரு சந்தோஷம்தான் மாமா. அகிலாவை அந்த கடவுள் ஏத்துண்டா நம்ம எல்லார்க்குமே அது

பெருமைதானே. அவளோட வாழ்க்கையில் என் பங்கு ஒரு சின்ன அணிலோடதுதான், இதுவும்கூட தெய்வம் எனக்கு போட்ட பிச்சை."

அவன் பேசப்பேச நடராஜன் மலைத்துப் போனார். அவரையும் அறியாமல் அவர் கைகள் அவனை நோக்கிக் கும்பிட்டன.

"அமிர்தத்தை கைலயே வெச்சுண்டு பாற்கடலை கடையறாளே எம்பொண்ணு!. நான் என்ன செய்வேன். நல்ல ஆம்படையானுக்கு முன்னால் தெய்வம்கூட ஒரு மாத்து கம்மியாய்டும்னு ஏன் புரியல அவளுக்கு? அந்த தெய்வம்கூட உன் அளவுக்கு அனுசரணையா இருக்குமா சுந்தரம்? எனக்கு தெரியல."

"அய்யோ. என்ன நீங்க... விடிய விடிய ராமாயணம் கேட்டுட்டு மறுபடியும் பழைய பல்லவிக்கு வரேளே."

"நாமள்ளாம் மனுஷா சுந்தரம். அவ நினைக்கறது அவ்ளோ சுலபத்துல நடந்துடாது. ஆண்டவன் தன் பக்தாளை ரொம்பவே சோதிப்பான். அவனோட ஒவ்வொரு சோதனையும் நம்மை தலைகீழா தள்றாப்பல இருக்கும். அந்த சோதனை எல்லாம் தாங்கற சக்தி நமக்கு கிடையாதுப்பா. புராணங்களைப் புரட்டிப்பாரு. பிள்ளைக்கறி சமைச்சுக் கொடுத்திருக்கார் ஒருத்தர், நம்பளால் முடியுமா? மரணத்தோட உச்சில நிறுத்தி வெச்ச பிறகுதான் அபிராமிபட்டர்க்கு நிலவைக் காட்டித்து. ஆண்டாளும் மீராவும் மட்டும் சுலபத்துல அடைஞ்சுட்டாளா? தெய்வ அருள் கிடைக்கறது அவ்ளோ சுலபமில்ல சுந்தரம், அந்த சோதனைகளை தாங்கிக்கற சக்தியும் நமக்கு கிடையாது. இதையெல்லாம் நீதான் அவளுக்கு பக்குவமா சொல்லி புரிய வெக்கணும்."

"நீங்க கவலைப்படாதீங்க மாமா. எங்க உயிரே போற அளவுக்கு அவன் சோதிச்சாலும் அதைத்தாங்கிக்கற ஆத்ம பலம் எங்க ரெண்டு பேருக்குமே இருக்கு."

தீர்மானமாக அவன் சொல்ல, நடராஜன் திகைத்துப் போனார்.

✻✻✻

23

பெங்களூரில் இருந்த ஒரு வாரமும் அகிலாவைப் பிடுங்கி எடுத்து விட்டாள் அம்மா. டாக்டரிடம் போய்க் காட்டினால்தான் ஆயிற்று என்று அடம்பிடித்தாள். அருவருப்பாயிருந்தது அகிலாவிற்கு. தாலி கட்டினவன்தான் என்றாலும் சுந்தரத்தோடு அவளைச் சேர்த்துப் பேசுவது சங்கடமாயிருந்தது. அம்மாவை எப்படி சமாளிப்பதென்று புரியாமல் திகைத்தாள். அம்மா ஊருக்குப் போனால் போதும் என்றாகிவிட்டது. புறப்படும் அன்று அம்மா கொஞ்சம் காய்கறிகள் வாங்கிக் கொள்ளலாம் என்று மார்க்கெட்டுக்குப் போனாள். சுந்தரம் அவளோடு துணைக்குப் போயிருந்தான் அடுக்களையில் சமைத்துக் கொண்டிருந்த பெண்ணிடம் வந்தார் நடராஜன்.

“என்னப்பா. இன்னொரு காப்பி தரட்டுமா?”

அப்பா பதில் சொல்லாமல் அவளையே பார்க்க அகிலா திரும்பினாள்,

“என்னப்பா இப்டி பார்க்கறேள்...?”

“நீ செய்யறது உனக்கு சரியா தோண்றதா, அகிலா?”

அப்பா கேட்க அகிலாவுக்கு வியர்த்தது. மலங்க மலங்க விழித்தபடி அவரையே பார்த்தாள்.

“இருக்கறதை விட்டுட்டு பறக்கறதுக்கு ஆசைப்படற அகிலா நீ!”

“அப்பா...”

“உனக்கு ஒரே ஒரு வார்த்தை சொல்றேன் அகிலா, சுந்தரம் ஆயிரம் கிருஷ்ணனுக்கு சமானம். தெய்வம் மனுஷ்ய ரூபேணன்னு சொல்லுவா. அப்டி பார்த்தா உன் பிரேம பக்தியை சுந்தரம்ங்கற மனுஷரூபத்துல அவன் ஏத்துண்ருக்கான்னு நினைச்சுண்டு அவனோட வாழறதுதான்

உத்தமம். ஒரு நல்ல மனுஷனோட வாழ்க்கையை பத்திங்கற பேரால ஒண்ணுமில்லாம பண்ணிடாதே அகிலா. அவனைப் பெத்தவா கொஞ்சம் வருத்தப்பட்டாகூட நம்ம குடும்பம் அழிஞ்சுடும். இதுக்குமேல சொல்ல ஒண்ணும் இல்ல.''

அகிலா மரம் மாதிரி நின்றிருந்தாள்.

மாமனார் மாமியாரை ரயிலேற்றிவிட்டு சுந்தரம் திரும்பி வந்தபோது.. அவள் பூஜையறையில் சுருண்டு படுத்திருந்தாள். கண்ணீர் வழிந்து முகத்துக்கருகில் குளம் கட்டியிருந்தது.

''என்னாச்சு அகிலா?'' சுந்தரம் பதற்றத்தோடு கதவருகில் நின்று கேட்டான். அகிலா சட்டென்று கண்ணைத் துடைத்தபடி எழுந்து உட்கார்ந்தாள்.

''ஒண்ணுல்ல.''

''ஏதோ இருக்கு. எனனன்னு நான் சொல்லவா...?''

''உங்களுக்கெப்டி...? அப்பா உங்ககிட்ட ஏதாவது...''

''யெஸ்!... உங்கிட்ட என்ன பேசினாரோ தெரியாது. ஆனா எங்கிட்டயும் பேசினார்.''

''என்னன்னு...?''

சுந்தரம் தனக்கும் அவருக்குமிடையில் நடந்த சம்பாஷணைகளை அவளிடம் சொன்னான்.

''அப்பா சொன்னது சரிதான் சுந்தரம். என்னால உங்களுக்கு என்ன பிரயோஜனம்? எனக்காக எதுக்கு உங்க வாழ்க்கையை ஒண்ணுமில்லாம ஆக்கிக்கணும்?''

''இப்பதான் என் வாழ்க்கைக்கு ஒரு அர்த்தம் கிடைச்சிருக்கு அகிலா. இந்த உலகத்துல பிறந்து வளர்ந்து ஒரு பெண்ணைக் கல்யாணம் பண்ணிண்டு குழந்தைகள் பெத்துக்கிட்டு சம்பிரதாயமா வாழ எத்தனையோ கோடி பேர் உண்டு இந்த பூமில. அப்டி ஒரு சம்பிரதாய வாழ்க்கைலேர்ந்து விலகின அற்புதமான ஒரு பொறுப்பும் அதைச் சார்ந்த வாழ்க்கையும்

ஒரு சிலருக்குதான் ரொம்ப அபூர்வமா கிடைக்கும். எனக்கு கிடைச்சிருக்கு அகிலா. சாதாரண காதல் இல்ல உன்னோடது. கடவுளைக் காதலிக்கறவ நீ. ஆயிரம் சோதனை வந்தாலும் நீ கலங்கக்கூடாது. உன் காதல்ல உறுதியா இருக்கணும், நிச்சயம் நீ ஜெயிப்ப. ஆண்டாள் மீராக்கு அப்பறம் பிரேம பக்தில ஜெயிச்சு பகவானை அடைஞ்சவ யாருங்கற கேள்விக்கு அகிலாண்டேஸ்வரின்னு ஒவ்வொரு மனுஷனும் உன் பேர் சொல்லணும். பூவோட சேர்ந்த நாருக்கும் கொஞ்சம் மணம் கிடைக்கறாப்பல உன்னால எனக்கும் கொஞ்சம் மரியாதை கிடைக்கும். என் வாழ்க்கைக்கு ஒரு அர்த்தமும் கிடைக்கும்.''

சுந்தரம் நிறுத்த அகிலா பிரமிப்போடு அவனைப் பார்த்தாள். அப்பா சொன்ன வார்த்தைகள் நினைவுக்கு வந்தது. சுந்தரம் ஆயிரம் கிருஷ்ணனுக்கு சமானம்! அகிலா மெல்லச் சரிந்து அவன் காலில் விழுந்து நமஸ்கரித்தாள்.

''அய்யோ என்ன அகிலா இது... நீ என் கால்ல... அவனோட நீ சேர்ந்துட்டா நீ இந்த உலகத்துக்கே தாயாய்டுவ. இந்த உலகமே உன்னை வணங்கப் போறது. அதுவரை உன் கண்ணுலேர்ந்து சொட்டுத் தண்ணிகூட வராம உன்னைப் பார்த்துக்கற பெரிய பொறுப்பை கடவுள் என்கிட்ட ஒப்படைச்சிருக்கார். தயவுசெஞ்சு எல்லாத்தையும் உதறிட்டு சந்தோஷமா இரு. சோதனைகளைக் கடந்து உன் காதலில் நீ வெற்றியடையணும் சரியா...? எங்க சிரி பார்க்கலாம்.'' அகிலா கண்ணீரைத் துடைத்துக்கொண்டு அவனைப் பார்த்து சிரித்தாள்.

ரயில் கிளம்பியதுமே புருஷனிடம் புலம்ப ஆரம்பித்து விட்டாள் அகிலாவின் அம்மா.

''ஆனாலும் உங்க பொண்ணுக்கு மகா அழுத்தம். ஆனவரைக்கும் டாக்டர்ட்ட வாடின்னு கெஞ்சினேன், கேட்டாத்தானே? ஊருக்குப் போனதும் சம்பந்தியம்மா ஏதாவது கேட்டா நான் என்ன பதிலைச் சொல்லுவேன் அவளுக்கு!''

"எதுவும் சொல்ல வேண்டாம். ரெண்டு பேரும் சௌக்கியமாயிருக்கான்னு சொல்லு."

"அப்பறம் ஏன் குழந்தை பிறக்கலன்னு கேட்டா...?"

"தெய்வம் அனுக்கிரகம் பண்ணினா பிறக்கும்னு சொல்லு."

"என்னமோ போங்கோ. உங்களுக்கு உங்க பொண்ணுதான் உசத்தி அவளை விட்டுக்கொடுத்துப் பேசுவேளா....?"

நடராஜன் பதில் சொல்லாது வேடிக்கை பார்க்க ஆரம்பித்தார்.

ஊருக்கு வந்து சேர்ந்த மறுநாள் கொஞ்சம் காய்கறிகளோடு சம்பந்தி வீட்டுக்கு கிளம்பிய மனைவியைக் கவலையோடு பார்த்தார்.

"நீ டாக்டர்கிட்ட கூப்ட்டதை அவ வரமாட்டேன்னு சொன்னதை எல்லாம் அங்க சொல்லிண்டிருக்க வேண்டாம். புரிஞ்சுதா?"

"நான் சொல்லாட்டா அது தெரியாமயே இருந்துடப் போறதா."

"கடவுளே! இதோ பாருடி... உலகத்துலயே இதுதான் முக்கியமான விஷயம் மாதிரி இதை பெரிசுபடுத்தாதே. எல்லாத்துக்கும் நேரம் காலம்னு இருக்கும். முதல்ல அவ கல்யாணத்தைப் பத்தி புலம்பின. இப்ப அடுத்த பிரச்சனை இதுவா...?"

புருஷன் சுள்ளென்று எரிந்துவிழ அதன் பிறகு அவள் வாயே திறக்கவில்லை. இருந்தாலும் பெற்றவயிறு உள்ளுக்குள் பதறத்தான் செய்தது. ஏற்கனவே பிரேமபக்தி மண்ணாங்கட்டி என்று அவள் உளறியும்கூட, அந்த விஷயம் தெரிந்தும் பரந்த மனசோடு முதலியார் அவளை மருமகளாக்கிக் கொண்டிருக்கிறார், இந்நிலையில் அவருடைய ஒரே பிள்ளைக்கு வாரிசில்லாமல் போய்விட்டால் எங்கே அகிலாவைத் தள்ளிவைத்துவிட்டு பிள்ளைக்கு வேறு ஒரு

பெண் பார்க்க ஆரம்பித்துவிடப் போகிறாரோ என்ற பயம் பந்து மாதிரி உள்ளே உருண்டு திரண்டது. ஆனால் இதெல்லாம் இந்த மனிதருக்கு எங்கே புரிகிறது?

ஊருக்குப் போனதும் பானுவிடம் சொல்லி அவளை விட்டுத்தான் அகிலாவிடம் பேசச்சொல்ல வேண்டும் என்று நினைத்தாள்.

ஊருக்கு வந்ததும் நடராஜன் தானே போய் காய்கறிகளைக் கொடுத்துவிட்டு முதலியாரைப் பார்த்துவிட்டு வந்தார்.

"ஏதாவது நல்ல விஷயம் உண்டா?" எடுத்த எடுப்பிலேயே கேட்டு விட்டாள் முதலியாரின் மனைவி..

"அப்படி ஒண்ணும் தெரியல."

"ம்... இந்த காலத்து பசங்களைப் புரிஞ்சுக்கவே முடியல. அப்பல்லாம் ஏழெட்டுக்குக்கூட அஞ்சவே மாட்டாங்க இப்ப என்னடான்னா ஒண்ணு பெத்துக்கவே மூக்கால அழறாங்க. அப்டி என்ன பயமோ தெரியல."

"அப்டியெல்லாம் இல்ல. எதுக்கும் வேளை வரணுமில்லையா...?"

"என்னமோ போங்க சம்பந்தி! ஒரு பேரக்குழந்தைய பார்த்துட்டேன்னா எப்ப வேணா உயிரைவிடலாம்னு நினைச்சேன். எங்க நடக்குது! அப்டி இப்டி ஒரு வருஷமாய்டுச்சு. அவன் சிநேகிதனோட. குழந்தைங்கள்ளாம் ஸ்கூலுக்கே போக ஆரம்பிச்சாச்சு. நம்ம வீட்ல இன்னும் தொட்டிலே ஆடல. என்னத்த சொல்ல...!"

நடராஜன் பதிலே பேசவில்லை.

"அப்பொ நான் புறப்படறேன்" என்று உத்தரவு வாங்கிக் கொண்டு கிளம்பினார். முதலியார் வாசல்வரை வந்தார்.

"அவ அப்படித்தான். நீங்க எதையும் மனசுல வெச்சுக்காதிங்க" என்றார் படியிறங்கியதும்,

"பெத்த மனசோட வேதனை அது. எனக்குப் புரியறது. இருந்தாலும் இதெல்லாம் நம்ம கைல இல்லையே."

"என் பிள்ளையைப்பத்தி எனக்குத் தெரியும் நடராஜன். அவன் சம்சாரம் பண்ணி எங்களைக் கடைத்தேத்தறதுக்காக அகிலாவைக் கல்யாணம் பண்ணிக்கல."

நடராஜன் அவரை திகைப்போடு பார்த்தார்.

"என்ன சொல்றேள் நீங்க...?"

"கல்யாணம் கல்யாணம்னு அந்த துளசிச்செடிய பயமுறுத்திருந்தீங்களே நீங்க, அதான் அவன் பண்ணிக்கிட்டான். இப்ப உங்களுக்கும் நிம்மதி. அவளுக்கும் நிம்மதி. அவ விருப்பம் எப்டியோ அப்டி நடக்கும். நீங்க எதையும் நினைச்சு குழம்பாம வீட்டுக்கு போங்க."

"என்ன முதலியார் - இவ்ளோ... சாதாரணமா சொல்றேள்? இதெல்லாம் உங்களுக்கெப்டி...?"

"அதைப் பத்தி இப்பொ என்ன? அந்த துளசி மாலை கிருஷ்ணன் கழுத்துல போய் விழணுங்கறதுதான் என்னோட ஆசையும்கூட. கைக்குழந்தையா அது இந்த கைல வந்து, என் மடில தூங்கிச்சே. அப்பவே எனக்கு தோணிச்சு. அய்யரே, இது மனுஷனுக்கு... இல்ல மனுஷன் தொட்டு அனுபவிக்கப் பிறந்ததில்லைன்னு. அதேமாதிரி என் உணர்வுகள் உண்மையாயிருக்கும். நாமலாம் இதுக்கு பெருமைப்படணும்."

"சம்பந்தியம்மாளை நினைச்சா எனக்கு கவலையார்க்கே"

"எங்களுக்கே ஒரு குழந்தை பிறக்கலன்னா என்ன செய்வாளாம் இவ...!"

முதலியார் கேட்க நடராஜனால் எதுவும் பேசமுடியவில்லை. அகிலாவின் மீதுதான் வருத்தமேற்பட்டது. இப்படிப்பட்ட நல்ல மனிதர்கள் புக்ககத்தினராய் கிடைக்க எவ்வளவு பாக்கியம் செய்திருக்க வேண்டும்!

இந்த பெண்ணுக்கு ஏன் இது புரியவில்லை? நடக்கமுடியாத விஷயங்களின் மீது ஆசை வைத்து, இருக்கிறவர்களை எதற்கு வதைக்கிறாள்! அதுவும் இப்படிப்பட்ட நல்லவர்களை!

நடராஜன் பெருமூச்சு விட்டார்.

முதலியார் உள்ளே வந்தார்.

"நடராஜய்யர் போயாச்சா?"

"ஏன் என்ன?"

"அவருக்கென்ன... பொண்ணு சௌக்கியமார்க்கா! அதுபோதும்னு நினைக்கறார் போல!"

"பைத்தியம் மாதரி உளறாதே! இருபது வருஷத்துக்கும் மேலா நம்ம வீட்ல குடியிருக்கறவர் அவர் எப்டிப்பட்டவர்னு தெரிஞ்சும் இப்டி பேசறயே! பாட்டி ஸ்தானம்ங்கறது அவ்ளோ பெரிய விஷயமா, இப்டி பழகினவங்களைக் கூட குத்தலா பேசற அளவுக்கு?"

"நீங்க ஆம்பளைங்க! உங்களுக்கு வெளியுலகம்னு ஒண்ணு இருக்கு எங்களுக்கு? புருஷனும் பிள்ளையும்தானே எங்க உலகம்னு இருக்கோம். பெண்டாட்டிங்கற பதவிக்கப்பறம் அம்மாங்கற பதவி. அதுக்கப்பறம் பாட்டியாகணும், அதுக்கும் பிறவும் ஆயுசு இருந்தா. கொள்ளுப்பாட்டி. எள்ளுப்பாட்டின்னு பதவி உயர்வு மட்டும் தாங்க எங்களுக்கு பெரிய விஷயம்."

"தெரியாமதான் கேக்கறேன். உனக்கு குழந்தையே பிறக்கலன்னு வெச்சுக்கோ என்ன செய்வ நீ?"

"போதுமே உங்க அசட்டுத்தனம். கல்லு மாதிரி ஒரு கருவேப்பிலை கொழுந்து இருக்கும்போது என்ன பேச்சு இது?"

"ஒருவேளை இவன் பொறக்காட்டின்னுதான் கேட்டேன். என்ன செய்வ?"

"என்ன செய்ய முடியும்...? கடவுளை வேண்டிட்ருப்பேன், கருணை காட்டுடான்னு."

"அதை இப்ப செய்!"

முதலியார் கம்பராமாயணத்தைப் பிரிக்க அவர் மனைவி. அயர்ந்து போய் அவரைப் பார்த்தாள்.

சுந்தரம் மிக சந்தோஷமான முகத்தோடு வீட்டுக்கு வந்தான். அகிலா விளக்கேற்றிவிட்டு தன்னை மறந்து மீரா பஜன்களை பாடிக்கொண்டிருந்தாள். அந்த பாடலின் உருக்கத்திலும், பக்தியிலும் காதலிலும் தன்னை மறந்து கண்ணீர் வழிய பாடிக் கொண்டிருந்தாள்.

"எப்போதடா கிருஷ்ணா?... எப்போது?... இந்த ஹிம்சைகள் இன்னும் எத்தனை நாள்...? என்றைக்கு நீ விழிதிறக்கப் போகிறாய்? இன்னும் எத்தனை காலம் நான் காத்திருக்க வேண்டும்? என்னை ஒரு பூவாய் மாற்றி உன் காலடியில் கிடத்திக்கொண்டாலும் போதுமே. என் ஜென்மம் கடைத்தேறி விடுமே! உன் ஒவ்வொரு அவதாரத்திலும் எவ்வளவு லீலைகள் செய்திருக்கிறாய்! எத்தனை பேருக்கு எத்தனை விதமாக அருள் புரிந்திருக்கிறாய்! அதேபோல் என்னிடமும் உன் அன்பைக் காட்டமாட்டாயா? உன்னை அடைய எவ்வளவு சோதனைகளையும் ஏற்க நான் தயாராகவே இருக்கிறேனே!. ஆனால் பாவம் அந்த நல்ல ஆத்மா. அது ஏன் என்னால் சிரமப்பட வேண்டும்? என்னால் அவர் வாழ்க்கை ஏன் வறண்டு போக வேண்டும்? அவர் பாதையிலிருந்து என்னை நீ எவ்வளவு விரைவில் ஏற்றுக்கொள்கிறாயோ அவ்வளவு விரைவில் அவர் வேறு ஒரு நல்ல பெண்ணை மணமுடித்து சம்சார சாகரத்தில் இன்பப் படகோட்டி முத்துக்கள் எடுக்கலாம் அல்லவா? உன்னை வந்தடைய எனக்கு இளமையும் வயதும் தேவையில்லை. ஆனால் அவர் இளமையும் வயதும் என் காரணமாக கரைவானேன்? அவர் குடும்பம் செழித்து வளர இளமை முக்கியமல்லவா! இப்போதே நான் அகன்றால்தானே

அந்த நல்லவரின் வாழ்க்கையில் பூக்கள் பூக்கும். வசந்தம் வரும்! இதெல்லாம் நான் சொல்லியா உனக்குப் புரிய வேண்டும்! எல்லாம் அறிந்தும் இன்னும் ஏனப்பா என்னை அலைக்கழிக்கிறாய்? நூற்றுக்கணக்கான கோபிகைகளை ஆட்கொண்டாய், என் ஒருத்திக்குத் தானா உன் காதல் சாம்ராஜ்யத்தில் இடமில்லை! இரு கை தூக்கி உன்னை சரணாகதி அடைந்துவிட்டால் அடுத்த வினாடி நீ ரட்சிப்பாய் என்றல்லவா உன் அவதாரக் கதைகள் கூறுகின்றன! நானும் என் இரு கை தூக்கி உன்னை சரணடைந்து எவ்வளவு நாளாகி விட்டது! என்னை மட்டும் ஏன் இன்னும் ரட்சிக்க மறுக்கிறாய்!''

சுந்தரம் குளித்து, தானே காப்பி கலந்து கொண்டு கூடத்திற்கு வந்தான். அகிலா தம்புராவை கீழே வைத்துவிட்டு கண்ணீரைத் துடைத்துக் கொண்டு கற்பூரத்தை ஏற்றினாள். அதைக் கண்ணில் ஒற்றிக்கொண்டு திரும்பினவள் சுந்தரத்தை பார்த்ததும் அவனுக்கும் கற்பூர ஹாரத்தியைக் காட்டினாள்.

''வந்து ரொம்ப நேரமாச்சா?''

''ஜஸ்ட் ஒரு மணி நேரமாச்சு.'' சுந்தரம் சிரித்தான்.

''சாரி... நான் பூஜைல''...

''நான் தப்பா சொல்லலையே, வேலை எதுவும் இல்லாட்டா ஒரு பத்து நிமிஷம் உட்கார் அகிலா, உங்கிட்ட ஒரு சந்தோஷமான விஷயம் சொல்லணும்.''

''என்ன...? ஏதாவது புரொமோஷனா...''

''இல்ல, நாம மறுபடியும் ஒரு டூர் போறோம். ஷேத்திராடனம். சௌத், நார்த் எல்லாம் கம்பைன் பண்ணி ஒரு டூர் புரோகிராம் போட்டு டிக்கெட்கூட வாங்கியாச்சு. அடுத்த வாரம் கிளம்பணும். திரும்பி வர ஒரு மாசமாகும்.''

அகிலா அவனையே பார்த்தாள்.

“என்ன அகிலா, நீ சந்தோஷப்படுவன்னு நினைச்சா இப்டி பார்க்கற?”

“இந்த லெட்டரைப் படிங்கோ முதல்ல” அகிலா டிவி மேலிருந்து அந்த கடிதத்தை எடுத்து நீட்டினாள்

அதைப் படிக்க ஆரம்பித்த சில நொடிகளில் சுந்தரத்தின் முகம் மாறியது.

❃❃❃

24

'அகிலாவிற்கு என் ஆசிகள்' என்று ஆரம்பித்திருந்தது அந்த கடிதம், அவன் அம்மாவின் கையெழுத்து! சுந்தரம் அகிலாவை நிமிர்ந்து பார்த்தான். அவள் முகம் சோர்ந்திருந்ததை கவனித்தவன் கடிதத்தை தொடர்ந்து படிக்க ஆரம்பித்தான்.

"நீயும் சுந்தரமும் சந்தோஷமாக சௌக்கியமாக நீண்ட ஆயுளுடன் வாழ இறைவனை வேண்டிக்கொள்கிறேன். இப்படி ஒரு கடிதம் எழுதலாமா என்று முதலில் தயங்கினேன். இருந்தாலும் நான் ஒரு தாய் என்பதையும் என் தவிப்பையும் ஆசைகளையும் நீ புரிந்து கொள்வாய் என்ற நம்பிக்கையில் எழுதுகிறேன். ஒரு பெண் குழந்தை பூமியில் ஜனிக்கும்போதே அதற்குரிய கடமைகளும் அதனோடு சேர்ந்து ஜனித்துவிடுகிறது என்பது என் அபிப்பிராயம். ஆணாயிருப்பினும் சரி. பெண்ணாயிருப்பினும் சரி அவர்கள் தன் வாழ்நாளில் பலவித நிலைகளை கடந்தேயாக வேண்டும். பொறுப்புக்களையும் சுமந்தேயாக வேண்டும். இளமைப்பருவம் என்பது இருவருக்குமே படிக்கும் நிலைதான். அதன்பின் பொருளீட்டும் நிலை. பின்னர் ஆணாயிருந்தால் கணவன் என்ற பதவியிலும், பெண்ணாயிருந்தால் மனைவி என்ற பதவிக்கும் உயர்வது. பெற்றவர்களுக்கு அவன் பிள்ளை, மனைவிக்கு கணவன். உன் கணவனுக்கு நீ மனைவி, மாமியாருக்கு மருமகள் என்ற ஸ்தானம். இதன் அடுத்த கட்டம் தாய் என்ற அந்தஸ்து உலகத்தில் எவராலும் வெறுக்கமுடியாத ஒன்று உண்டென்றால் அது தாய்மைதான். தன் மழலையைத்தான்.

தான் பிறந்ததன் பேரானந்தத்தை ஆண் பெண் இருவருமே அனுபவிப்பது, அந்த நிலையில்தான். அதைவிட பேரானந்த நிலையும் ஒன்று உண்டு. அது, தன் மகளுக்கோ மகனுக்கோ ஒரு குழந்தை பிறப்பது. இந்த பேரானந்தத்தை நீங்கள் இருவருமே எனக்குத் தருவீர்கள் என்ற நம்பிக்கையோடுதான் என் ஒவ்வொரு நாளும் விடிந்து கரைகிறது. நேற்றுவரை இருந்த நம்பிக்கை ஏன் மெல்ல மெல்ல வலுவிழந்து கொண்டு வருகிறது என்று எனக்குப் புரியவில்லை. அடிமனதை ஒரு சின்ன சந்தேகம் அரித்துக்கொண்டேயிருக்கிறது. நீ கைக்குழந்தையாய் எங்கள் மடியில் தவழ்ந்து, எங்கள் வீட்டு கூடத்தில் கண்ணுறங்கிய காலத்திலிருந்து எனக்குத் தெரியும். பசும்பொன் நீ. உன்னைக் குற்றம் சொன்னால் நான் எரிந்து சாம்பலாகி விடுவேன். உன்னிடம் நிச்சயமாக ஆண்டவன் எந்தக் குறையும் வைத்திருக்க மாட்டான். ஏனெனில் நீ சாதாரணமானவள் அல்ல. தெய்வத்தின் அம்சங்களைக் கொண்டவளாகத்தான் உன்னை நாங்கள் கருதுகிறோம். ஒருவேளை குறை என் பிள்ளையிடம்கூட இருக்கலாம். அப்படியிருக்கிறது என்று உறுதியாகத் தெரிந்துவிட்டால் பொங்கும் என் மனதை நான் அமைதிபடுத்திக்கொள்ள ஆயத்தமாவேன். அப்படி இருவரிடமுமே குறையில்லை எனில்... ஏன் இன்னும் எனக்கு அந்த பேரானந்தம் கிடைக்கவில்லை என்பதுதான் என் கேள்வி. கடவுள் கண் திறக்கவில்லையா அல்லது நீங்கள் இருவரும் சந்தோஷமாக இல்லையா? எது உண்மை? இதை நீ எனக்கு சொல்லியே தீரவேண்டும். அகிலா, தெய்வத்தின்மீது ஆணை! என்னை ஏமாற்றாதீர்கள் இருவரும். உங்களுக்குள் என்ன உண்மைகள் ஒளிந்திருந்தாலும் அதை சொல்லிவிடுங்கள், அல்லது உங்களிடம் எந்த பிரச்சனையுமில்லை,

தெய்வம்தான் கண்திறக்கவில்லை என்றால் அதையும் சொல்லிவிடுங்கள். சீக்கிரமே அந்த தெய்வம் கண்திறக்க நான் கடுமையாய் விரதமிருக்கிறேன். பிரார்த்தனை செய்கிறேன். என் நியாயமான உணர்வுகளை நீ புரிந்து கொண்டிருப்பாய் என நம்புகிறேன். உடனடியாக உன்னிடமிருந்து கடிதத்தை எதிர்பார்க்கிறேன்."

இப்படிக்கு உன் தாயைப் போன்ற மாமியார்.

சுந்தரம் அகிலாவைப் பார்த்தான். "இந்த லெட்டர்தான் உன் கண்ணீருக்கு காரணமா? பெரியவங்க அப்டிதான், உடனே உடனேன்னு அவங்களுக்கு எல்லாம் நடந்தாகணும். இதுக்கெல்லாம் சோர்ந்து போய்ட்டா எப்டி? இதுவும் ஒரு சோதனைன்னு நினைச்சு இன்னும் உறுதியாக்கிக்கப்பார்."

"இல்ல சுந்தரம்! ஒரு தாயோட கண்ணீர் என்னை கடைத்தேற்றுமா? நிச்சயமா இல்ல. நீங்க என்னை எதுக்கு கல்யாணம் பண்ணிண்டேள்ங்கற உண்மையை அவாகிட்டேர்ந்து மறைச்சு ஏமாத்தி... இதெல்லாம் பாவமில்லையா சுந்தரம்? இந்தப் பாவம் என் முதுகுமேல இருக்கும்போது எப்டி சுந்தரம் அந்த தெய்வம் என்னை ஏத்துக்கும்?"

"அதுக்கென்ன செய்ய அகிலா?"

"தாய்தான் கடவுளின் பிரதிநிதின்னு உங்களுக்குத் தெரியாதா? தாயை ஏமாத்தறது தெய்வத்தை ஏமாத்தறா மாதிரின்னு நான் சொல்லியா தெரியணும்? வேண்டாம் சுந்தரம் உங்கம்மாவோட ஆசை நியாயமான ஆசை! உங்களைப் பத்து மாசம் சுமந்து பெத்தவ அவ. எங்கேர்ந்தோ வந்த எனக்கு உதவறதா நினைச்சு பெத்த தாயை கண்ணீரில் மிதக்கவிடறது பெரிய பாவம்."

"சம்சாரம்ங்கறது சம்பிரதாயமான விஷயம் அகிலா. இது ஒரு புனிதமான கடமை."

"பெத்த தாய் அதைவிட புனிதமானவ சுந்தரம்,"

"என்னை என்ன செய்யச் சொல்ற அதுக்கு?"

"விட்ருங்கோ! என்னை விட்ருங்கோ. எல்லா உண்மையையும் அம்மாகிட்ட சொல்லிட்டு இனிமேயானம் நீங்க நல்லபடியா வாழற வழியைப் பாருங்கோ. உங்கம்மாவோட நியாயமான ஆசைகளை நிறைவேத்தி வைக்கற கடமை உங்களுக்கு இருக்குன்றதை மறந்துட வேண்டாம். தாயை வேதனைப்படுத்திட்டு தனக்கு சேவை செய்யறதை தெய்வம் விரும்பவும் விரும்பாது."

அகிலா சொல்ல சுந்தரம் புன்சிரிப்போடு அவளைப் பார்த்தான்.

"நீ சொல்றபடியே பார்த்தா ஆர்யாம்பாளை வேதனைப்பட வெச்ச ஆதிசங்கரன் பண்ணினதும் தப்புதானே..? தெய்வம் அவர் சேவையை ஏத்துக்கலையா என்ன?"

"அது சந்நியாசம். லோக ஷேமத்துக்காக தன்னை அர்ப்பணிச்சுக்கறது. சந்நியாசிகள் எல்லா உறவையும் அறுத்துடணும்னுதான் சொல்லுவா."

"இதுவும் ஒருவகை சந்நியாசம்தான். என் தாயை நான் வேதனைப்படுத்தவே இல்ல. ஒருவேளை நீ சொல்றாப்புல நான் வேற யாரையானம் கல்யாணம் செய்துக்கிட்டாகூட எனக்கு புத்திர பாக்கியமில்லாம போய்ட்டா? அப்பொ என்ன செய்வா எங்கம்மா?"

"இது வீண் வியாக்கியானம் சுந்தரம்."

"நீ என்ன வேணா சொல்லிக்கோ அகிலா! ஆனா உன் பிரேம பக்தியை நான் அப்டி சொல்லவே மாட்டேன். உன் பக்தியை நான் நம்பறாப்பல முடிஞ்சா நீயும் என் நோக்கத்தை புரிஞ்சுக்கிட்டு நம்பு."

அகிலா திகைத்து நின்றாள். பிறகு மெல்லிய குரலில் கேட்டாள்.

"உங்கம்மாக்கு நான் பதில் போட வேண்டாமா?"

"போடு, யார் வேண்டாம்னா?"

"என்னன்னு பதில் எழுதட்டும்?"

"குழந்தைங்கறது நம்ம கைல இல்ல. உங்களுக்கு அவசரமா தேவைன்னா ஒரு குழந்தையைத் தத்தெடுத்து தரோம். கொஞ்சுங்கன்னு எழுதிப்போடு."

அகிலா தூக்கிவாரிப்போட அவனைப் பார்த்தாள்.

"என்ன சொல்றேள் நீங்க?"

"வேறென்ன வழி, இதை விட்டா...? கொஞ்சறதுக்கு ஆளில்லாம எவ்வளவோ குழந்தைகள் தவிக்குது. அதுல ஒரு குழந்தையை எங்கம்மா, தான் கொஞ்சட்டுமே.! என்ன குறைஞ்சு போய்டும்? ஒருவேளை எனக்கு குழந்தை பாக்கியமே இல்லாட்டா இதைத்தானே செய்வேன்!"

"என்னால இப்டியெல்லாம் எடுத்தோம் கவுத்தோம்னு எழுத முடியாது."

"அப்டின்னா இதை இப்டியே விட்ரு. எந்த பதிலும் எழுத வேண்டாம். அடுத்த வாரம் நாம டூர் போய்டப் போறோம். எப்டியும் திரும்பி வர ஒரு மாசமாகும். வந்தப்பறம் இதைப்பத்தி யோசிப்போம், புரிஞ்சுதா?"

"தப்பு சுந்தரம். என் லெட்டருக்காக அந்த நல்ல ஆத்மா ஒவ்வொரு நாளும் காத்துண்டு தெருவையே பாத்துண்டிருக்கும் அவளைத் தவிக்க விட்டுட்டு என்னால கோயில் கோயிலா நின்னு சாமி தரிசனம் பண்ண முடியாது."

சுந்தரம் யோசித்தான். "ஒண்ணு பண்றேன். நானே லெட்டர் எழுதறேன் அம்மாக்கு. இது விஷயமா எல்லா விவரமும் டூர் போய்ட்டு வந்த பிறகு எழுதறேன்னு ஜஸ்ட். நாலுவரி எழுதிப்போட்டுட்டு கிளம்பிடுவோம் சரிதானே?"

அகிலா அரை மனதோடு தலையாட்டினாள். "இந்த ஒரு மாசத்துக்குள்ள இந்த பிரச்சனை ஒரு முடிவுக்கு வரணும் சுந்தரம்."

"நம்புவோம்."

"ஒருவேளை என் பக்தியும், நீங்க எனக்கு செய்யற உதவியும் ஜெயிச்சுட்டா, அந்த தெய்வம் என்னை ஏத்துண்ட்டா நீங்க இன்னோரு கல்யாணம் பண்ணிண்டு உங்கம்மாவோட ஆசையை நிறைவேத்துவேளா சுந்தரம்?"

"நிச்சயமா நிறைவேத்தறேன் போதுமா? இவ்ளோ கேள்வி கேக்கறயே, உங்கிட்ட நான் ஒரு கேள்வி கேக்கட்டா?"

"என்ன...?"

"உன் கிருஷ்ணன் எப்பொ உன்னை ஏத்துப்பான்னு தெரியாது. எனக்கு தெரிஞ்சு கூட்டிண்டு போறானோ, இல்ல நான் தூங்கும்போதோ ஆபீஸ் போயிருக்கும்போதோ உன்னை கூட்டிண்டு போறானோ... தெரியாதே! அப்டி நான் இல்லாத நேரத்துல அவன் உன் எதிர்ல காட்சி தந்து உன்னை தன்னோட ஐக்கியப்படுத்திக் கொண்டுட்டான்னா அதை நான் எப்டி தெரிஞ்சுக்கறது? நீயாவது எப்படியாவது எனக்கு தெரிவிப்பாயா?"

அகிலா முகம் மலர, வெட்கச்சிவப்போடு அவனைப் பார்த்தாள். "நீங்க சொல்லும்போதே அவனோட சேர்ந்துட்டாப்பல இருக்கு."

"நிச்சயம் சேருவ, ஆனா எனக்கு எப்டி தெரிவிப்பன்னு இப்பவே சொல்லிடு. நான் தவிக்க மாட்டேன் இல்லையா?"

அகிலா சற்றுநேரம் புன்சிரிப்போடு யோசித்தாள். கிருஷ்ணன் படத்தின் மீதிருந்த ரத்தநிற செம்பருத்திப் பூவின்மீது அவள் விழிகள் நிலைத்தது.

"எனக்கு செம்பருத்திப் பூ ரொம்ப பிடிக்கும் சுந்தரம். எனக்கு பிடிச்ச இந்த பூவைத்தான் நான் கிருஷ்ணனுக்குகூட

ஆசையா வெப்பேன். ஒருவேளை உங்க வாக்கு பலிச்சு என்னை அவன் ஏத்துண்டட்டான்னா இந்த செம்பருத்தி மூலம்தான் உங்களுக்கு சேதி செல்லுவேன்."

"எப்டி...?"

"தெரியல. ஆனா எப்படியாவது சொல்லுவேன்." அகிலா சிரித்தபடி தொடர்ந்தாள்.

"அப்டி நான் போனப்பறம் நீங்க நல்ல பொண்ணா பார்த்து உடனே கல்யாணம் பண்ணிக்கணும், உங்களுக்கு பிள்ளை பொறந்தா..."

"நான் சொல்றேன். எனக்கு பிள்ளை பிறந்தா அகிலனு பேர் வெப்பேன். பெண் பிறந்தா அகிலான்னு பேர் வெப்பேன்."

சுந்தரம் சிரிக்க அகிலா விழி விரிய அவனைப் பார்த்தாள்.

"இன்னும் ஒரே மாசம் சுந்தரம். அதுக்குள்ள அவன் என்னை ஏத்துக்கணும். நான் அவனுக்கு கெடு வெச்சுட்டேன். எனக்காக இல்லாட்டாலும் உங்களுக்காக, உங்கம்மா அப்பாவோட நல்ல மனசுக்காகவாவது அவன் என்னை ஏத்துக்கணும். இந்த பிரச்சனைக்கெல்லாம் ஒரு முற்றுப்புள்ளி வெக்கணும். கோயில் கோயிலா இதான் என் வேண்டுதலா இருக்கும். இந்த ஒரு மாசமும். துளசி தீர்த்தத்தை தவிர நான் வேற எதுவும் சாப்டப் போறதுமில்ல. பார்த்துடறேன். அவனுக்காச்சு எனக்காச்சு. அவன் ஜெயிக்கிறானா இல்ல என் காதல் ஜெயிக்கறதான்னு ஏதாவது ஒரு முடிவு தெரிஞ்சாகணும். அப்டி அவன் என்னை ஏத்துக்காட்டி என் உயிர் தானா அடங்கிடும்."

அகிலா குரல் நடுங்க நிறுத்த, சுந்தரம் திகைப்போடு அவளைப் பார்த்தான். அவன் அடி வயிறு ஏதோ செய்தது.

சுந்தரம் பட்டும் படாமலும் அம்மாவை சமாதானப்படுத்தி ஒரு கடிதம் எழுதிப் போட்டான். இன்னும் கொஞ்சநாள் பொறு என்று கெஞ்சியிருந்தான். அகிலா சொன்னதுபோல் இந்த

ஒரு மாதத்திற்குள் எல்லாம் நல்லபடியாக முடிந்து விட்டால் எவ்வளவு நன்றாக இருக்கும். யாரும் சிரமப்படாமல், யார் மனதும் புண்படாமல்... சுந்தரம் பெருமூச்சு விட்டான். ஊருக்கு புறப்படுவதற்கான ஏற்பாடுகளைச் செய்ய ஆரம்பித்தான்.

"முதல்ல நாம எங்க போறோம்?" அகிலா கேட்டாள்.

"முதல்ல ஒரிஸ்ஸா போறோம். பூரி ஜெகன்னாதர்ல ஆரம்பிச்சு முக்கியமான எல்லா வைஷ்ணவ ஸ்தலங்களுக்கும் போறோம். போற வழில சின்னச் சின்னதா என்னல்லாம் கோயில் தென்படறதோ அங்கயும் போறோம். இவ்ளோ அசைச்சல்ல வெறும் துளசி தீர்த்தம்தான் சாப்டுவேன்னு நீ சொல்றதுதான் எனக்கு கவலையார்க்கு."

"ஒண்ணும் ஆகாது. துளசி நீரே எனக்கு தேவையான சக்தியைத் தரும். தவிர இது ஒரு வைராக்கியம் அவனுக்கும் எனக்கும் நடக்கற தார்மீக போராட்டம், மௌன யுத்தம். இதுல ஜெயிச்சா நான் அவனோட ஐயக்கியமாவேன். தோற்றா மண்ணோட மண்ணாவேன். அப்பவும் என் ஜீவாத்மா அந்த பரமாத்வோட சேர்ந்துடும். மொத்தத்துல இந்த ஒரு மாசத்துக்குள்ள என் பக்திக்கு அவன் ஒரு பதில் சொல்லியே ஆகணும்."

அகிலா நிறைய துளசி இலைகளை சேகரித்து பதப்படுத்தி எடுத்து வைத்துக் கொண்டாள்.

ஊருக்குக் கிளம்புவதற்கு முன் அப்பா, பானு, சரளா எல்லோருடனும் தொலைபேசியில் பேசினாள். டூர் போகும் விஷயத்தை அவர்களுக்குத் தெரியப்படுத்தினாள், சரளாவும் பானுவும் மிகுந்த கவலையோடு அவளுக்கு புத்தி சொன்னார்கள்.

"அகிலா நீ இப்பொ முந்தி மாதிரி சின்ன பொண்ணு இல்ல. மனைவிங்கற பொறுப்பைக் சுமந்துண்டிருக்க. பின்னாடி தாய்மைங்கற பொறுப்பும் உன்னை வந்தடையக்

காத்துண்டுருக்கு. இந்த நிலையில் இன்னமும் நீ இப்டி கண்மூடித்தனமான பக்தியில உன் நேரத்தையெல்லாம் செலவழிக்கறது அவ்ளோ சரியில்லன்னு எங்களுக்குபடறது. பக்தி தேவைதான். ஆனா கடமைகள் அதைவிட முக்கியம். நீ சன்யாசினி இல்ல, இருபத்தி நாலு மணி நேரமும் சாமி பூஜைன்னு முடங்கியிருக்க! குடும்பஸ்தி! உனக்கு பக்தியோட சேர்ந்து பலப்பல கடமைகளும் இருக்குன்றதை மறந்துடாதே, உன்னால சுந்தரம் கஷ்டப்படறான்னு நாளைக்கு யாரும் ஒரு வார்த்தை சொல்லிடப்படாது, சரியா?"

பானுவின் அறிவுரைக்கு சரி என்ற ஒற்றை வார்த்தையில் பதில் சொல்லிவிட்டு ஃபோனை வைத்தாள். தன் உணர்வுகளை அவர்களிடம் சொல்வதில் ஒரு பயனுமிருக்காது என்று தோன்றியது அப்பா அதிகம் பேசவில்லை. ஜாக்கிரதையா போய்ட்டு வாங்கோ என்று மட்டும் சொன்னார். இந்த உடலும் உயிரும் அவர் போட்ட பிச்சை! அதற்காக அவருக்கு மௌனமாய் நன்றி சொல்லிவிட்டு அவரிடம் விடை பெற்றாள். இந்த டூர் முடிஞ்சாவது அவளை நல்ல சேதி சொல்லச் சொல்லுங்கோ! டெலிபோனில் அம்மாவின் குரலும் சேர்த்து கேட்க புன்சிரிப்போடு அதை வைத்தாள். நல்ல சேதி வரும்மா. உன் பொண்ணு நற்கதியடைஞ்சுட்டேன்ங்கற நல்ல சேதி உன்னைத்தேடி வரும்.

குறிப்பிட்ட நாளன்று அவளை அழைத்துக் கொண்டு க்ஷேத்ராடனம் கிளம்பினான் சுந்தரம்.

❋❋❋

25

ஜெகஜ்ஜோதியாய் ஜெகன்னாதனைப் பார்த்ததும் பரவசத்தில் மயக்கமே வந்தது. கண்கள் கரகரவென்று வழிந்தது. தலைக்குமேலே கைகள் உயர்ந்து கும்பிட்டன. சரணாகதி அடைந்து விட்டேன் என் அன்பனே! ஓடி வா! சீக்கிரம் வா, உன் கருணையைத் துளியேனும் என் மீது காட்டு. எத்தனை பேரை ஆட்கொண்டிருக்கிறாய்? என்னிடம் மட்டும் ஏன் இவ்வளவு கடுமை? எங்கே எந்த இடத்தில் வைத்து என்னை ஆட்கொள்ளப் போகிறாய்? இதோ இந்த மனித தெய்வத்திற்கு, எப்போது என்னிடமிருந்து விடுதலையளித்து அவரை வாழ வைக்கப் போகிறாய்? உன் மீது நான் கொண்ட காதல் ஒரு நல்ல மனிதனின் வாழ்க்கையைப் பாழாக்கியது என்ற பழி ஏற்படலாமா? வழிகாட்டு கண்ணா. வாழ்வளி. ஆண்டாளும் மீராவும் அடைந்த நற்கதியை நானும் அடைய அருள்புரி. இது பேராசையோ சுயநலமோ அல்ல. கலப்படமில்லாத காதலால் கேட்கிறேன் இந்த முப்பது நாட்களுக்குள் என்னை ஏற்றுக்கொள் அல்லது என் உயிரை எடுத்து விடு.''

''அகிலா...!'' தன்னை மறந்து கண்ணீர் வழிய நின்றிருந்தவளை சுந்தரம் அழைத்தான் ''இன்னிக்கு பூரா இங்கதான் இருக்கப் போறோம், கும்பல் குறைஞ்சதும் இன்னொருமுறை வரலாம். இப்பொ வந்து கொஞ்சநாழி ரெஸ்ட் எடுத்துக்கோ. நீ எதுவும் சாப்டவும் இல்ல. வைராக்கியமார்க்க''

அகிலா அவனோடு நடந்தாள். துளசி தீர்த்தத்தை வயிறுமுட்ட குடித்துவிட்டு ஜெகந்நாதனையே நினைத்தபடி. கட்டாந்தரையில் சுருண்டு படுத்துக் கொண்டாள்.

சுந்தரம் அவளைக் கவலையோடு பார்த்தான். வெறும் துளசிநீர்...! எவ்வளவு நாள் அது சக்தி தரும்? தாங்குமா இந்த மலர்? சுந்தரம் கண்மூடி உள்ளே ஜெகன்னாதரை நிறுத்தி வணங்கினான். ''இது. ஒரு சுகமான சுமை அப்பனே! உனக்கும்

இவளுக்கும் இடையில் தெய்வத் தூதுவனாய் இன்னும் எத்தனை நாள்? இந்த சுமையை ஏற்றுக்கொண்டு என்னை என்று விடுவிக்கப் போகிறாய்? இந்த சுடர்க்கொடியை நீ என்று சூடிக்கொள்ளப் போகிறாய்? வெறும் துளசிநீர் அருந்தி இன்னும் எத்தனை நாள் இந்த பாரிஜாதப்பூ உயிர் வாழுமோ தெரியவில்லையே.? அதிகம் சோதிக்காதே, பகவானே! இந்த பெண்ணின் புனிதமான காதலை ஏற்றுக்கொண்டு எங்கள் எல்லோரையும் புனிதப்படுத்து. தன்னை வருத்திக்கொண்டு உன்னில் கலக்கவிரும்பும் இந்த பெண் பூவை இன்னும் பரிசோதிக்காமல் மேலும் இது வாடிப்போகும் முன் வழி காட்டு!''

மறுநாள் அங்கிருந்து அவர்கள் கிளம்பினார்கள். பயணம், பயணம் என்று நெடிய பயணம், ஷேத்திரம் ஷேத்திரமாய் நின்று பக்தியோடு தரிசனம், எங்கே தென்படுவான், எப்போது அவனோடு கரைந்து காணாமல் போவோம் என்ற ஏக்கம். துளசி நீர் அருந்திய தேகம் தேஜஸ்வியாய் ஜொலிக்க, முகத்தில் ஒருவித தெய்வீக ஒளி நிரம்பியிருக்க அகிலாவைப் பார்க்கவே கண் கூசியது.

நாம் எதை நினைக்கிறோமோ அதுவாகவே ஆகிவிடுவோம் என்பது நிஜமோ என்று தோன்றியது. சுந்தரதிற்கு. சதாசர்வகாலமும் கிருஷ்ணப் பிரேமையில் ஆழ்த்து ஆழ்ந்து அவளே கிருஷ்ணமயமாய் ஆகிவிட்டாற்போல் தோன்றினாள். உணவு உண்ணாத நிலையிலும் கொஞ்சம்கூட சோர்ந்தாற்போல் தெரியவில்லை. உடலும் முகமும் வாடவில்லை. துளசி நீர் பெரும் சக்தியாய் அவளுக்குள் பரவியிருந்தது, அவளைப் பார்த்துப் பார்த்து சுந்தரமும் தன் சாப்பாட்டை ஒருவேளையாய் சுருக்கிக்கொண்டான் காலையில் மட்டும் கொஞ்சமாய் உணவு உண்டுவிட்டு மிச்ச நாள் முழுக்க துளசி நீரே அவனுக்கும் ஆகாரமாயிற்று.

பதினைந்து நாள் போனதே தெரியவில்லை. வடக்கிலிருந்து தெற்கிற்கு வந்தார்கள். திருவனந்தபுரத்தில் பத்மநாப சுவாமி,

திருவட்டாரில் ஆதிகேசுவரர் என்று துவங்கி திருவம்பாடி, குருவாயூர் என்று கேரளத்தின் முக்கியமான கிருஷ்ண ஸ்தலங்களை தரிசித்தபோது மேலும் ஒரு வாரம் ஓடியது. அகிலாவின் முகம் சோகத்தில் ஆழ்ந்தது. உடம்பில் சோர்வு தெரிய ஆரம்பித்தது. பேசக்கூட சக்தியில்லாதவள்போல் இருந்தாள்.

"என் காதல்ல ஏதோ குறை தெரியறதோ என்னவோ, சுந்தரம். அவனுக்கு என்னை ஏத்துக்க விருப்பமில்ல. இருந்தாலும் அவனை தரிசிச்சுண்டே, அவனை நினைச்சுண்டே என் உயிர் அடங்கறதும்கூட எனக்கு சந்தோஷம் தான்."

"அப்டி சொல்லாதே அகிலா. நம்பிக்கையா இருக்க வேண்டிய நீயே இப்டி பேசினா எப்டி?"

"உங்களுக்கு இன்னும் நம்பிக்கையிருக்கா சுந்தரம், என் ஜென்மம் கடைத்தேறுமா?" அகிலா மெல்லிய குரலில் கேட்டாள்.

"நிச்சயமா! நாம் நாளைக்கு தமிழ்நாட்டுக்குக் கிளம்பறோம். அங்க உப்பிலியப்பன் கோயில், கும்பகோணம் ராமன், எல்லாரையும் பார்த்துட்டு ஸ்ரீரங்கம் போறோம். பள்ளிகொண்ட பெருமாளைப் பார்த்திருக்கயா நீ?"

அகிலா தலையாட்டினாள்.

"நேர்ல பார்த்ததில்ல. படத்துல பார்த்திருக்கேன்."

"அற்புதமான கோயில். பல அதிசயங்களைக் கண்ட ஸ்தலமும் கூட."

அவன் சொல்ல அவள் கண்களில் பரவசம் மின்னியது.

"உன்னால் பிரயாணம் பண்ண முடியுமா அகிலா? உன் வைராக்கியத்தைக் கொஞ்சம் தளர்த்திக்கக் கூடாதா? கொஞ்சம் பழச்சாறாவது சாப்டக் கூடாதா?"

"மாட்டேன் சுந்தரம். ஒண்ணு அவனோட அந்தர்ஜனமாகணும் இல்ல அஸ்தியாகணும் என் காதலுக்கு அவன் ஏதாவது ஒரு பதில் சொல்லியே ஆகணும்."

சுந்தரம் அவளுக்காகவே ஒரு வசதியான டூரிஸ்ட் காரை வாடகைக்கு அமர்த்திக் கொண்டு தஞ்சாவூருக்கு கிளம்பினான்.

இருபத்தி ஏழாவது நாள் ஸ்ரீரங்கத்தை அடைந்தபோது அகிலாவின் உடம்பை மின்சாரம் தாக்கினாற்போலிருந்தது. வா வா என்று யாரோ அழைப்பதுபோல் காதுக்குள் ஒலித்தது.

திருவரங்கம்!

பாடல் பெற்ற ஸ்தலம், பல அற்புதங்கள் நிகழ்ந்த திருக்கோயில், காவிரியை புனிதப் பாற்கடலாக்க அரங்கன் பள்ளிகொண்ட அழகிய ஸ்தலம். ஆதியில் வட பாரத அயோத்தியில் இராமபிரானின் குலதனச்சொத்தாக விளங்கி, பிறகு இலங்கை வேந்தன் விபீஷணனின் அன்பளிப்பாக மாறி, தென்பாரத காவிரிக்குள் பிரதிஷ்டை ஆன ஆதிமூலப் பரம்பொருள் தன் அருளை ஜாதி மதபேதமின்றி வாரிச் சொரிந்து பல அற்புதங்கள் நிகழ்த்திய இடம். திருமங்கை மன்னன் தன் வாழ்நாள் லட்சியமாக கொள்ளை அடித்து கட்டிய பெருமைமிகு கோயில் ஏழு பிரகாரங்களுக்குள் தெற்கு முகமாய் சயனித்தபடி உலகைக் காக்கும் கடவுள்! வடக்கே வால்மீகியால் எழுதப்பெற்ற இராமாயணம், கம்பரால் தமிழில் எழுதப்பெற்று அரங்கேறிய திருத்தலம், பெரியாழ்வார் பாசுரம் பாடிய பூலோக வைகுண்டம், சூடிக்கொடுத்த சுடர்க்கொடி நாச்சியார் ஆண்டாள் திருப்பாவை பாடிய அரங்கம். அவளை அந்த அரங்கன் மணமுடித்து தன்னோடு ஐக்கியப்படுத்திக் கொண்ட மணவரங்கம், நான்காம் வருணத்து பாணன் ஆலயப்பிரவேசம் செய்து பள்ளி கொண்டவனால் ஆட்கொள்ளப்பட்டு பாணாழ்வார் என்று பெருமை பெற்ற க்ஷேத்திரம். திகழ் சக்கரம் எனப்பட்ட வைணவகுரு ஸ்ரீராமானுஜர் வாழ்ந்து சமாதியடைந்து இன்னமும் அருள்பாலித்துக் கொண்டிருக்கும் திருத்தலம். இந்த அரங்கன் சாதாரணமானவன் இல்லை, ஜாதி சமய ஒருமைப்பாட்டுக்கு முன்னோடியானவன். பக்தியை மட்டுமே

ஆராதித்து ஏற்பவன். நாலாம் வருணத்து பாணனின் பக்தியை ஏற்ற அதே அரங்கன் டில்லி பாதுஷாவின் - மகள் பேகத்தின் காதலைக்கூட ஏற்ற கருணை வள்ளல். ஆண்டாளானாலும், மீராவானாலும் பேகமானாலும் உண்மைக் காதல் அவனால் அங்கீகரிக்கப்படுமெனில் அகிலாவுக்கும் அவன் நிச்சயம் ஒரு பதில் சொல்லுவான்.

"உள்ள போலாமா அகிலா?" ராஜகோபுரத்திற்கு வெளியில் நின்றபடி யோசனையிலாழ்ந்து விட்டவளை சுந்தரத்தின் குரல் கலைத்தது. புகுந்த வீட்டிற்குள் நுழையும் மணமகளைப் போல ஒருவினாடி தேகம் படபடத்தது. வலது காலை எடுத்து வைத்து ராஜகோபுரத்தை வணங்கியபடி கடந்தாள்.

நெருக்கியடித்த கும்பலோடு அரங்கனைப் பார்த்த வினாடி அவள் தேகம் காலோடு தலை நடுங்கிக் குழைந்தது.

ஆழ்வார்களின் பாசுரங்கள் எல்லாம் உள்ளே எதிரொலித்தது.

சுந்தரம் மெய்சிலிர்த்து நின்றான். கரியநிறம் கொண்ட இந்த அரங்கனின் மீதுதான் எத்தனைபேருக்கு தீராத காதல்!

"திருவரங்கா... நாங்கள் வந்திருக்கிறோம்! உன்னைத் தேடி ஏராள நம்பிக்கையோடு வந்திருக்கிறாள் இவள். ஆண்டாள் சூடிக்கொடுத்த மாலை உனக்கு பிரியமான மாலை என்பது நிஜமானால் இதே உனக்காக நான் சூடிக் கொண்டு வந்திருக்கும் பாரிஜாதமாலைதான் இந்தப் பெண். நான் சூடியதை மன்னித்து மறந்து இதை ஏற்றுக்கொண்டு கருணை காட்டு அன்பனே. ஆண்டாள் மீராவுக்குப் பிறகு அகிலா என்று சரித்திரம் பேசும்படி செய்!"

சுந்தரம் கண்மூடி. விழிநீர் கசிய நின்றிருந்தான். ஐந்து நிமிடம் கழித்து அவன் கண்திறந்தபோது அருகில் அகிலாவைக் காணவில்லை. கும்பல் நெருக்கித் தள்ளியது. யாரோ, அவனைப் பிடித்துத் தள்ளினார்கள் "அகிலா...! எங்க இருக்க..." சுந்தரம் குரல் கொடுத்தபடி வெளியில்

வந்தான். கூட்டத்தில் கண்கள் அவளைத் தேடிக்களைத்தது. எங்கே போய்விட்டாள்...? கூட்டம் நெருக்கித் தள்ளியதில் திணறிப்போய் அவனை விட்டு விலகிச் சென்று விட்டாளா?

சுந்தரம் ஒவ்வொரு பிரகாரமாய், ஒவ்வொரு சந்நிதியாய் சுற்றி அவளைத்தேடினான். நடந்து நடந்து கால்கள் களைத்தன. அகிலாவை எங்கும் தென்படவில்லை. எங்கே போய் விட்டாள்? ஒருவேளை அவனைதேடி விட்டு தங்கும் விடுதிக்கு சென்று அவன் அங்கு வருவான் என்று காத்திருப்பாளோ?

இப்படி நினைத்தவன் சிறிதும் தாமதிக்காமல் விடுதி நோக்கி நடந்தான். அங்கும் அகிலாவைக் காணாதபோது அவன் முகம் கவலையில் ஆழ்ந்தது. அதை மறைத்து கொண்டு எங்கும் போயிருக்க மாட்டாள், இதோ வந்து விடுவாள் என்று தனக்குத்தானே சொல்லிக் கொண்டு மீண்டும் கோயிலை நோக்கி நடந்தான். கோயிலில் நடை சார்த்தப்பட்டுவிட்டது. இனி மாலை நாலுமணிக்கு மேல்தான் அரங்கனை தரிசிக்க முடியும் என்றார்கள். மீண்டும் ஒவ்வொரு பிரகாரமாய் நடந்தான், பார்க்கும் முகமெல்லாம் அகிலாவாய்த் தெரிய, கிட்டே போய் ஏமாந்தான். ஒருவேளை இப்போது விடுதிக்கு வந்திருப்பாளோ என்ற சந்தேகம் மறுபடியும் தோன்ற மீண்டும் விடுதிக்கு வந்தவன் முகம் ஏமாற்றத்தில் சுருங்கியது. எங்கேதான் போனாள்...?

கோயிலுக்கும் விடுதிக்கும் நடந்து நடந்து முட்டி தேய்ந்தது.

"என்ன சார்... யாரைத் தேடறீங்க இப்டி?" விடுதிப் பையன் கேட்டான்..

"எங்க சார் உங்க சம்சாரத்தைக் காணும். கூட்டத்துல அவங்க காணாம போய்ட்டாங்களா? அவங்களைத்தான் தேடறீங்களா?" இன்னொருவர் கேட்க சங்கடத்தோடு தலையாட்டினான்.

"எங்கயும் போயிருக்க மாட்டாங்க. ஒருவேளை இந்த இடம் தெரியாம எங்கனா அலையறாங்களோ என்னவோ... லாட்ஜ்

பேர் நினைவிருந்தா யாரைக் கேட்டாலும் சொல்லிடுவாங்க. கவலைப்படாதிங்க வந்துருவாங்க.''

நேரம் மெல்ல மெல்ல சாய்ந்தது. மறுபடியும் கோவிலுக்குப் போய்த் தேடினான். அரங்கன் சந்நிதியில் கண்களால் துழாவினான். எங்கே அவள்? அவனிடமே கேட்டான். உன்னை அடைய வந்தவளை இப்படி அலைக்கழிக்கலாமா? அவள் எங்கே இருக்கிறாள் என்று எனக்கு சொல்ல மாட்டாயா?

கண்களில் நீர் பெருக அரங்கனின் முன்னால் கைகூப்பி நின்று கொண்டிருந்தவன் கழுத்தில் பட்டர் ஒரு பூமாலையைப் போட சிலிர்ப்போடு கண் திறந்தான்.

''என்னமோ உங்களுக்கு ஒரு மாலை போடணும்னு தோணித்து. உங்களுக்கு அரங்கன் அருள் இருக்கு!''

பட்டர் புன்னகையோடு சொல்லிவிட்டு நகர சுந்தரம் அந்த மாலையைக் கழற்றி பத்திரமாய் சுருட்டி எடுத்துக்கொண்டு வெளியில் வந்தான். வெளி மண்டபத்தில் சோர்வோடு ஒரு தூணில் சாய்ந்து அமர்ந்தான். அகிலாவைக் காணாத கவலை ஒருபக்கம் அரிக்க தன் கழுத்து தேடிவந்த அரங்கன் மாலையை பரவசத்தோடு தடவிய அவன் கைகளில் ஏதோ உறுத்த, உறுத்திய இடத்தை உற்றுப் பார்த்தவன் விழிகள் நிலைகுத்தி நின்றது.

❋❋❋

26

"என்னடா சொல்ற சுந்தரம்..'' அம்மா பதறினாலும் சுந்தரம் அமைதியாக அவளைப் பார்த்தான். முதலியார் பிரமித்துப் போய் அமர்ந்திருந்தார். நிச்சயம் இது நடக்கும் என்று நம்பியது நிஜம்தான். ஆனால் இவ்வளவு சீக்கிரமே இறைவன் அவளை ஆட்கொள்ளுவான் என்று நினைக்கவில்லை.

"நீ சொல்றது நிஜம்தானாடா சுந்தரம்?'' என்றவர் குரல் லேசாய் நடுங்கியது.

"இதோ இந்த தாலி மேல சத்தியமா நிஜம்ப்பா! அகிலாவை திடீர்னு காணல கூட்டத்துல எங்கயாவது காணாம போயிருப்பான்னு நினைச்சு கோவிலுக்கும் லாட்ஜுக்குமா நடையா நடந்தேன் நேரமாக ஆக, உடம்பும் மனசும் சோர்ந்து போய் அந்த அரங்கன்கிட்டயே எங்கே அகிலான்னு புலம்ப ஆரம்பிச்சேன். அப்பொதான் பட்டர் என் கழுத்துல ஒரு மாலையைப் போட்டார். அதுலதான் இந்தத் தாலி... நான் அகிலா கழுத்துல கட்டின தாலி இருந்தது. அரங்கன் கழுத்துல இருந்த மாலைல எப்டி இந்த தாலி...! அப்டின்னா அவளை அவன் ஏற்றுக்கொண்டுவிட்டான்னுதானே அர்த்தம்...! இந்த சந்தேகத்தை யார் தீர்த்து வைப்பா? யார்கிட்ட போய் கேட்பேன்? நடந்ததைச் சொன்னாலும் யாராவது நம்புவாங்களா? தெய்வத்துகிட்ட. சேர்றதுன்னா என்னமோ பெரிய அதிசயம் நடக்கும், கண்ணைப் பறிக்கற ஒளியோட அரங்கன் வந்து அகிலாவைக் கூட்டிட்டு போவான், அல்லது அகிலாவைகிட்ட வரச் சொல்லி ஏதாவது அசரீரி கேட்கும், அகிலா அரங்கன்கிட்ட போய் திடீர்னு மறைஞ்சு போய்டுவா இப்டியெல்லாம்தான் நான் கற்பனை பண்ணி வெச்சிருந்தேன். ஆனா கண் மூடி கண்திறக்கறதுக்குள்ள கிட்ட இருந்தவ காணாம போனதும் நானே குழம்பிட்டேன்.

அவ அரங்கனோட சேர்ந்திருப்பான்னுகூட எனக்கு தோணல. அரங்கன் மேல சார்த்தியிருந்த இந்த மாலையை எனக்கு போட்ட அந்த பட்டரைத்தேடி கோயில் பூரா பைத்தியக்காரன் மாதிரி அலைஞ்சேன். அங்க இருந்த அத்தனை பட்டரையும் நீங்களா எனக்கு மாலை போட்டீங்கன்னு கூட. கேட்டுட்டேன். ஆனா குறிப்பிட்ட அந்த பட்டர் மட்டும் அங்க இல்லவே இல்ல. அடையாளம் சொல்லி கேட்டப்பொ எல்லாருமே எங்களுக்கு தெரிஞ்சு இந்த அடையாளத்துல யாரும் இங்க இருக்காப்போல தெரியலன்னுட்டாங்க.. எனக்கு உடம்பு சிலிர்த்துப் போச்சு.

மாலை போட்ட அந்த பட்டர் வேற யாருமில்ல, அந்த அரங்கனேதான்னு என் புத்திக்கு உறைச்சுது. எனக்கு நடந்த இந்த அதிசயத்தை சொன்னா யாரும் நம்பமாட்டான்னு அங்க யார்கிட்டயும் நான் சொல்லலை. நேரா புறப்பட்டு இங்க வந்துட்டேன்''

முதலியார் கண்மூடி. அப்படியே அமர்ந்திருக்க சுந்தரத்தின் தாய் பதற்றத்தோடு அவனைப் பார்த்தாள்.

''நான் நம்ப மாட்டேண்டா சுந்தரம்! இந்த கலியுகத்துலயாவது ஒரு பொம்மனாட்டியை தெய்வம் தூக்கிட்டு போறதாவது! அங்க வேற ஏதோ ஒரு விஷயம் நடந்திருக்கு. நீ அதை சொல்ல பயப்படற, இல்ல அவமானப்படற இதான் உண்மை. என்ன நடந்துதுன்னு எங்ககிட்டயாவது சொல்லிடுடா. பெண் எங்கன்னு அவங்க வந்து கேட்டா நாங்க என்னடா பதில் சொல்லுவோம்? நீ சொல்ற கதையெல்லாம் கேட்டா அவங்க நம்புவாங்களா? ஒத்துக்குவாங்களா? ஊரும் உலகமும் தப்பா பேசுமேடா...! பொண்டாட்டியை என்னமோ பண்ணி காணாம அடிச்சுட்டான்னு பழி சொல்லுமே! அவங்களுக்கெல்லாம் என்னடா பதில் சொல்லுவ?''

சுந்தரம் எவ்வித பதிலும் சொல்லாமல் மௌனமாய் நின்றான். முதலியார் கவலையோடு அவனைப் பார்த்தார்.

"நான் சொன்னதை நீங்க நம்பறீங்களாப்பா?" சுந்தரம் அவரைப் பார்த்து கேட்டான்.

"நான் நம்பலாம். நம்பாம இருக்கலாம், ஆனா உலகம் நம்பளை சந்தேகமா பார்க்கப்போறதை நம்பளால தடுக்க முடியாதுடா சுந்தரம்."

"அவளுக்கு உதவுன்னு சொன்னதே நீங்கதானேப்பா."

"அதெல்லாம் சரிதாண்டா சுந்தரம். இப்பவும் எனக்கு எந்த சந்தேகமும் இல்ல, கைக்குழந்தையா என்னிக்கு முதல் முதலா அகிலாவைப் பார்த்து இந்தக் கையால அவளைத் தூக்கி கொஞ்சினேனோ அன்னிக்கே எனக்கு புரிஞ்சு போச்சு. அது சாதாரண குழந்தையில்லன்னு. அதே மாதிரிதான் அவளும் வளர்ந்தா. ஆண்டவனையே காதலிச்சா. அவ பக்திக்கும் காதலுக்கும் இப்பொ அங்கீகாரமும் கிடைச்சு அவ அந்த அரங்கனோட ஐக்கியமாயிருப்பாங்கறதுல எனக்கு எந்த சந்தேகமும் இல்ல. என் கவலையெல்லாம் இதை நடராஜய்யரும் நம்பணுமேன்னுதான். அவர் நம்பாட்டி ரொம்ப பிரச்சனையாய்டும் சுந்தரம்."

"நீங்க வாங்கப்பா என்னோட ரெண்டு பேருமே அவரைப் போய் பார்ப்போம். விஷயத்தை சொல்லுவோம். அவர் என்னை நம்பினா நம்பட்டும் இல்லாட்டி என்ன செய்யணும்னு நினைக்கறாரோ அதை செய்யட்டும். நல்லதோ கெட்டதோ எதுக்கும் என்னை அர்ப்பணிச்சுக்க நான் தயாராய்ட்டேன்."

"கடவுளே! என்னங்க இவன் இப்டி சொல்றான்... இதுக்கா தவமிருந்து இவனை நாம பெத்தோம்? சாமியைக் காதலிக்கறதா...? என்னாங்க அபசாரம் இது! அப்டி, ஒரு பொண்ணை தெரிஞ்சேவா நீங்களும் இவனுக்கு கட்டி வெச்சீங்க? எப்டிங்க என்னை ஏமாத்த உங்களுக்கு மனசு வந்துச்சு? இந்த உண்மையை எல்லாம் ஏன் எங்கிட்ட சொல்லாம மறைச்சீங்க? பெத்தது ஒரு பிள்ளை, அது நல்லபடியா ஒரு பொண்ணோட வாழ்ந்து குடித்தனம் பண்ணி

குழந்தைகளை பெத்துக்கறதைப் பார்க்க முடியாம ஏன் இப்டி செஞ்சீங்க...? அந்த மவராசிக்கு என்ன ஆச்சோ எங்க போனாளோ...? இனிமே இவன் கதி என்னங்க? இவனுக்கு இனிமே யார் பொண்ணு குடுப்பாங்க? இந்த ஜென்மத்துல ஒரு பேரக்குழந்தையை கொஞ்சுவேங்கற நம்பிக்கையை இப்டி சிதறடிச்சுட்டீங்களே! நான் உங்களுக்கு என்ன கெடுதல் செய்தேன்? ஏன் எனக்கு இப்டி ஒரு தண்டனை?"

முதலியாரம்மா முகத்தில் அறைந்துகொண்டு அழ முதலியாரும் சுந்தரமும் அவளை சமாதானப்படுத்தத் தெரியாமல் ஸ்தம்பித்து நின்றார்கள். பிறகு அவள் தன் துயரம் தீர அழட்டும் என்று விட்டுவிட்டு நடராஜனின் வீட்டுக்கு கிளம்பினார்கள்.

முதலியாரையும் மாப்பிள்ளையையும் பார்த்துவிட்டு பரபரப்பாக எழுந்தார் நடராஜன், அகிலாவின் அம்மா விளக்கேற்றிவிட்டு ஸ்லோகம் சொல்ல ஆரம்பித்திருந்தாள்.

"சிரமப்பட வேண்டாம். உங்க பூஜையை முடிச்சுட்டு எழுந்தா போதும்" சொல்லியபடி முதலியார் ஒரு நாற்காலியில் அமர்ந்தார்.

"அகிலா எப்டி இருக்கா...? ஊர்லேர்ந்து எப்பொ வந்தேள்? அகிலா வரலையா உங்களோட?" நடராஜன் புன்னகையோடு கேட்க சுந்தரம் அப்பாவைப் பார்த்தான்.

"தெய்வ தரிசனம் எல்லா இடத்துலயும் நல்லபடியா நடந்துதா? எந்தெந்த ஊருக்கெல்லாம் போனேள்?"

"எல்லா ஊருக்கும். வடக்கே பூரி ஜெகன்னாதரில் ஆரம்பிச்சு கடைசியா அரங்கனாதர் வரை அற்புதமான தரிசனம்."

"போறுமே எம்பொண்ணுக்கு இதைவிட என்ன சந்தோஷம் வேணும்? ஜென்ம சாபல்யமாயிருக்குமே அவளுக்கு!"

"ஆமா... அவ ஜென்மம் சாபல்யமாய்டுத்துன்னுதான் தோண்றது."

"பிரயாணக் களைப்பா? எங்களைக்கூட பார்க்க வரமுடியலையாமா? சொல்லியிருந்தா நாங்களே அங்க வந்திருப்போமே".

"இனிமே அவளைப் பார்க்கணும்னா ஸ்ரீரங்கம்தான் போகணும் அங்கிள்."

சுந்தரம் சொல்ல நடராஜன் புருவம் சுருக்கி அவனைப் பார்த்தார். காமாட்சி ஸ்லோகத்தை நிறுத்திவிட்டு திரும்பினாள்.

"என்னாச்சு...?"

"ஸ்ரீரங்கத்துல என்ன ஆகணுமோ, சில பேருக்கு என்ன ஆச்சோ, அதான் ஆச்சு அங்கிள்"

"என்னப்பா சொல்ற...?"

"கடசில உங்க பொண்ணு ஜெயிச்சுட்டான்னு சொன்னா நீங்க நம்புவேளா மாட்டேளோ... ஆனா அதான் நடந்தது. பாடிப்பாடி தெய்வத்தை பக்தி செய்த பாணாழ்வாருக்கு என்ன நடந்துதோ அதான் உங்க பொண்ணுக்கு நடந்தது. சூடிக்கொடுத்த அந்த சுடர்க்கொடி நங்கைக்கு என்ன நடந்துதோ அதுதான் உங்க பொண்ணுக்கும் நடந்தது."

நடராஜனின் முகம் வியர்த்தது. விழிகள் விரிந்தது. "என்னப்பா சொல்ற நீ..." என்றவர் குரலும் தேகமும் நடுங்கியது.

"உங்க பொண்ணு அந்த ஸ்ரீரங்கநாதனோட ஐக்கியமாய்ட்டா அங்கிள்! அதுக்கு ஒரே சாட்சி என் கழுத்துல விழுந்த அரங்கனோட மாலைல இருந்த அவ தாலிதான். நான் அவளுக்கு கட்டின தாலி."

சுந்தரம் இன்னும் வாடாமல் இருந்த அந்த மலர் மாலையையும் தாலியையும் நடராஜனின் கையில் கொடுத்தான். அவர் கைகள் நடுங்கியது. பிரமிப்பில் முகம் குழம்பிச் சிவந்தது. பேசமுடியாது வாயடைத்துப் போயிற்று.

காமாட்சி வேகமாய் எழுந்து வந்து அவர் கையிலிருந்த தாலியை வாங்கிப் பார்த்தாள்.

"அடிப்பாவிப் பெண்ணே... இப்டி செய்வயாடி நீ...? தாலி கட்டின புருஷனுக்கப்பறம்தான் தெய்வம்கூடன்னு நினைக்கற பூமிடி இது... நான் நம்ப மாட்டேன் மாப்ள... என் பொண்ணு என்ன தப்பு பண்ணினான்னு உண்மையைச் சொல்லிடுங்கோ. உங்களை விட்டுட்டு அவ எங்க போனா..? அல்லது அவ ஏதாவது தப்பு பண்ணிட்டான்னு ஒரு கோபத்துல நீங்க அவளை விரட்டி விட்டுட்டேளா? எதுவாயிருந்தாலும் மறைக்காம உள்ளதைச் சொல்லுங்கோ. தப்பு யார் மேலன்னு எனக்கு தெரிஞ்சாகணும். எம் பொண்ணு இப்பொ எங்க இருக்கான்னும் தெரிஞ்சாகணும். நீங்க சொல்ற கதையெல்லாம் நான் நம்ப மாட்டேன்."

"காமாட்சி... என்ன பேசற நீ..?" நடராஜன் அதட்டல் போட மேலும் ஏதோ சொல்ல வந்தவள் கண்ணீரோடு வாயை மூடிக் கொண்டாள்.

"இது கலியுகம் அங்கிள். புராணக்கதைகளை நம்பற உலகம் இது. ஆண்டாளும் மீராவும் வாழ்ந்து அவனோட சேர்ந்தது உண்மைன்னா அகிலாவும் அவனோட சேர்ந்துட்டாங்கறதும் உண்மைதான். இதை யார் நம்பினாலும் நம்பாட்டாலும் நான் நம்பறேன். பரவசப்படறேன் பெருமைப்படறேன். எனக்கு இதை நிரூபிக்க வழி தெரியல. அவளை நான் ஏதோ செய்துட்டேன்னு உங்களுக்கு சந்தேகம் வந்தா தாராளமா என்னை போலீஸ்ல பிடிச்சு குடுங்கோ நீங்க... இதுக்கான தண்டனையை நான் அனுபவிக்க தயாரா இருக்கேன்."

"என்ன சுந்தரம் இப்டி சொல்ற? நான் உன்னை சந்தேகப்படறதா? அழுகிப் போய்டமாட்டேன் அப்டி பட்டா...? அகிலாவை பெத்தவன்ப்பா நான். அவ பிரேம பக்தி இந்த ஊருக்கே தெரியும். இந்த கலியுகத்துல ஆண்டாளுக்கு நடந்தது எம் பொண்ணுக்கு நடக்குமான்னுதான் நான்

சந்தேகப்பட்டேன். நடக்காதுன்னு நினைச்சுதான் அவளை உனக்கு கல்யாணம் பண்ணி வெச்சேன். ஆனா தெய்வத்துக்கு ஏது கலியும் கிலியும்? அதுக்கு, எந்த யுகமார்ந்தா என்ன? பரிபூரணமான பக்திதானே அவனுக்கு முக்கியம்? பெத்த தகப்பன் எனக்கில்லாத நம்பிக்கை உங்க ரெண்டு பேருக்கும் இருந்திருக்கே. அதை நினைச்சுதான் நான் இப்பொ கூனிக் குறுகி நிக்கறேன். நல்லகாலம் எங்கிட்டேர்ந்து அவளைக் காப்பாத்தி அந்த பரந்தாமன்கிட்ட அவளை சேர்க்கவும் சேர்த்துட்ட நீ! இதே வேற யாராவதார்ந்தா...? நினைச்சுப் பார்க்கவே நடுங்கறதே! நான் நம்பறேன் சுந்தரம். அகிலா அந்த அரங்கனோட காலடில சந்தோஷமா சௌக்யமா தெய்வாம்சமா இருப்பான்னு நம்பறேன்."

நடராஜய்யர் மாலையையும் தாலியையும் கண்ணில் ஒற்றிக்கொண்டு கண்ணீர்விட சுந்தரம் நன்றியோடு அவரைப் பார்த்தான்.

"நான் நம்ப மாட்டேன்..." காமாட்சி அடிவயிற்றிலிருந்து தீனமாய் அலறியபடி வயிற்றைப் பிடித்துக் கொண்டு சுருண்டு அமர்ந்தாள். "இந்த பெத்த வயறு பதர்றது மாப்ள. இதுகிட்ட உண்மையைச் சொல்லுங்கோ. எம்பொண்ணு எங்கே...? உங்க ரெண்டு பேருக்கும் நடுல என்ன நடந்தது? என்ன மனஸ்தாபம் உங்களுக்குள்ள?"

"நான் சாதாரண மனுஷன் மாமி. உங்க பெண்ணை மாதிரி தெய்வசக்தி எனக்கு கிடையாது. எனக்கு தெரிஞ்ச உண்மையை எல்லாம் நான் சொல்லிட்டேன். நீங்க வணங்கற எல்லாக் கடவுள் மேலயும் சத்தியமா, நான் சொன்னதுதான் நடந்தது. இதுக்கு மேலும் உங்களுக்கு சந்தேகம் இருந்தா அதை உங்க பெண்தான் தீர்த்து வைக்கணும்."

"என் பொண்ணா... அவளைத்தான் காணலையே, அவ எங்கேர்ந்து வந்து தீர்த்து வைப்பா?"

"அவ இப்பொ உங்க பெண் இல்ல மாமி. இந்த லோகத்துக்கே தாய். இந்த பிரபஞ்சம் முழுக்க பரவியிருக்கற தெய்வீக சக்தி! அவகூட கொஞ்சநாள் சேர்ந்து இருக்கற பாக்கியம் எனக்கு கிடைச்சிருந்தது. உங்க சந்தேகத்தை தீர்த்துவெச்சு அதுமூலம் என்னை சந்தேகத்துக்கு அப்பாற்பட்டவனா அவ நிரூபிச்சுடுவாங்கற நம்பிக்கை எனக்கிருக்கு."

"அதான் எப்டி...?"

"ஒருமுறை நான் அவளைக் கேட்டேன். 'நீ விரும்பற அந்த கிருஷ்ணனோட நீ சேர்ந்துட்டன்னா அதை நான் எப்டி தெரிஞ்சுக்கறது அகிலா'ன்னு. அதுக்கு அவ சொன்னா, 'எனக்கு செம்பருத்திப் பூக்கள்னா ரொம்ப பிடிக்கும் சுந்தரம். என் கிருஷ்ணனுக்குகூட நான் அந்த பூவாலதான் ஆசையா மாலை தொடுத்து போடுவேன். அதனால அது மூலமாவே நான் உங்களுக்கு தெரியப்படுத்தறேன்'னு சொன்னா. 'எப்டி தெரியப்படுத்துவ'ன்னு கேட்டேன். 'தெரியல. ஆனா அது மூலமாதான் சொல்லுவேன்'னு சொன்னா."

"அப்பொன்னா கேளுங்கோ அவகிட்ட! இல்ல... உண்மையிலேயே சர்வலோக மாதாவா ஆகியிருந்தா அந்த செம்பருத்திப் பூவாலயே பதில் சொல்லட்டும்."

"கேக்கறேன். ஆனா இப்பொ இல்ல. முறைப்படி கேக்கறேன். எனக்கு ஊர் உலகத்தைப்பத்தி கவலையில்ல, நீங்களும், உங்க குடும்பமும் நம்பினா போறும்."

"முறைப்படின்னா எப்டி...?"

"ஒரு சின்ன பூஜைக்கு ஏற்பாடு பண்ணுங்கோ! இங்கயே உங்க வீட்ல வெச்சே அவகிட்ட கேக்கறேன். பானு அக்கா, சரளா எல்லாரையும் கூப்டுங்கோ. எல்லார்க்கு முன்னாலயுமே கேட்டுடறேன். அகிலா என்னைக் கை விட்டுடமாட்டா. உங்க சந்தேகத்தை தீர்த்து வைப்பா."

"அவ பதில் சொல்லாட்டா...?"

"என்னை என்ன வேணா செய்ங்கோ, கல்லால அடிச்சு கொன்னாலும் சந்தோஷமா செத்துப்போகத் தயாரா இருக்கேன்."

"அப்டின்னா வர வெள்ளிக்கிழமையே பூஜைக்கு ஏற்பாடு பண்ணிடறேன்."

"வெள்ளிக்கிழமை அம்மாவைக் கூட்டிட்டு நாங்களும் வந்துடறோம்."

சுந்தரம் எழுந்தான். மாமனாரிடம் சொல்லிக் கொண்டு கிளம்பிச் சென்றான். அவர்கள் போனதும் நடராஜன் மனைவியைப் பார்த்தார்.

"நீ பேசினதெல்லாம் உனக்கு சரின்னு தோண்றதாடி காமு? இருபத்தோரு வருஷமாச்சு, நாம இந்தாத்துக்கு வந்து, அன்னிலேர்ந்து முதலியாரையும் அவர் குடும்பத்தையும் நமக்குத் தெரியும். பானு கல்யாணத்துக்கு அவர் பண்ணின உதவியை எல்லாம் மறந்துட்டயா? உத்தம மனுஷன்டி அவர்! அவர் மனசை இப்டி நோகவெச்சு அனுப்பிட்டயே! எப்டி மனசு வந்துது உனக்கு? சுந்தரம் முகத்தைப் பார்த்தயோன்னோ? அதைப் பார்த்தா பொய் சொல்ற முகமாவா தெரியறது உனக்கு? அகிலா என்ன ஆனான்னு நீ சந்தேகப்படு, தப்பில்ல. ஆனா. சுந்தரம் தப்பு பண்ணியிருப்பான்னு மட்டும் சந்தேகப்பட்டுடாதே, காமாட்சி. அவன் தன் சந்தோஷத்துக்காக அகிலாவை கல்யாணம் பண்ணிக்கல. வேற யாருக்காவது அவளை. நாம பண்ணிக்கொடுத்து அவளை கஷ்டப்படுத்திடக்கூடாதேன்னுதான், தானே அவளைப் பண்ணிண்டான்னு உனக்கு தெரியுமா? அவ அந்த கடவுளை அடைய இவன் எவ்ளோ உதவியிருப்பான்னு உனக்கு தெரியுமா? அவளுக்காக எல்லா தெய்வத்துகிட்டயும் இவன் எவ்ளோ மனசுருக வேண்டிண்டு இருப்பான்னு தெரியுமா உனக்கு? ஒரு பூஜைப் பூவை பாதுகாக்கறா மாதிரி உன் பொண்ணை விரல்நகம்கூட, படாம பாதுகாத்து அவளை அந்த

பகவான்கிட்ட சேர உதவியிருக்கான்னு உனக்கு தெரியாதுடி, எனக்குத் தெரியும்.''

''எனக்கும் தெரியும்னா.'' காமாட்சி கண்ணீரோடு சொல்ல நடராஜன் திகைப்போடு அவளைப் பார்த்தார்.

''என்னடி சொல்ற நீ...? எல்லாம் தெரியும்னா ஏன் இப்டியெல்லாம்...?''

''நீங்க மொதல்ல சொன்ன எதுவுமே எனக்குத் தெரியாதுதான். எம்பொண்ணுக்கு ஏன் குழந்தை பிறக்கலன்னு நேத்திவரை புலம்பி இருக்கேன். அவ பகவானைக் காதலிச்சது எனக்குத் தெரியும். ஆனா இன்னும் காதலிக்கறாங்கறதுதான் தெரியாது. சுந்தரம் இப்பொ வந்து சொன்னப்பறம்தான் எனக்கு சுரீர்ங்கறது. சுந்தரம் பொய் சொல்லலைங்கறதும் புரியறது. அகிலாவைப் பெத்த வயிறுன்னா இது! என் மனசு வேணா முரண்டு பண்ணலாம். ஆனா அந்த கர்ப்பப்பை இதெல்லாம் நிஜம்னு சொல்றதே. அப்பறமும் நம்பாம எப்டி இருக்கறது! என் வயத்துல பொறந்து தெய்வத்தை காதலிச்சு தெய்வத்தோடயே சேர்ந்து என் வயறை கர்ப்பக்கிருகம் மாதிரி புனிதமாக்கிட்டுப் போய்ட்டாங்கற இந்த உண்மை நமக்கு மட்டும் தெரிஞ்சா போதுமா? நாம மட்டும் நம்பினா போதுமா? எல்லார்க்கும் தெரிய வேண்டாமா? சுந்தரத்தோட பெருமையும் உத்தம குணமும் உலகத்துக்குத் தெரிய வேண்டாமா? அதுக்காகத்தான் பூஜைக்கு ஏற்பாடு பண்றேன்னு சொன்னேன். நாம் இருக்கறது ஒண்டுக்குடித்தனம். அகிலாவை குழந்தைலேர்ந்து பார்த்தவா எல்லாரும். அவ இப்பொ எங்கேங்கற சந்தேகம் யாருக்குமே இருக்கக்கூடாதுன்னு நான் நினைக்கறது தப்பா? அகிலாவையும் சரி, சுந்தரத்தையும் சரி, எந்த நாக்கும் தப்பா பேசிடக்கூடாது! அதுக்காகத்தான் இந்த பூஜை!''

காமு நிறுத்த, நடராஜன் வியப்போடு அவளைப் பார்த்தார். அவள் சாதாரணத் தாயாகத் தெரியவில்லை. கிருஷ்ணனைச் சுமந்த தேவகிக்கும், ராமனைச் சுமந்த கோசலைக்கும், ஏசுவைச்

சுமந்த கன்னிமேரிக்கும், அகிலாவைச் சுமந்த இவளுக்கும் ஒரு வித்யாசமும் இல்லை! இதுநாள் வரை இவள் சாதாரணத் தாய்தான். ஆனால் அகிலா அரங்கனைச் சேர்ந்த வினாடி முதல் இவள் புனிதமடைந்து விட்டாள்! அதனால தான் இவள் பேச்சில்கூட அன்பும் காருண்யமும் வெளிப்படுகிறது போலும்.

நடராஜய்யர் மனைவியைப் பார்த்து கைகூப்பினார்.

"என்னாச்சு...?" அவள் பதறினாள்.

"இது சாதாரண வயறில்லடி காமு. ஒரு பாரிஜாதப். பூவைப் பெற்றெடுத்த புண்ணியவதி நீ! அந்த அரங்கனுக்கே மாமியாராய்ட்ட!.. தெரியுமோ? நகை நட்டு, சீர் சினத்தி, ஜானவாசம், பட்ட வேட்டின்னு எதுவுமில்லாம உன் பெண்ணை அவன் ஜாம் ஜாம்னு கூட்டிண்டு போய்ட்டான்!"

அவர் சொல்லச் சொல்ல காமுவின் முகம் சந்தோஷத்திலும் பரவசத்திலும் மின்னியது. ஸ்வாமி அலமாரியைத் திரும்பிப் பார்த்தாள். எப்டிடி இருக்க அகிலா என்று மெல்லிய குரலில் கேட்டாள்.

***

வெள்ளிக்கிழமை கணபதி ஹோமத்திற்கான எல்லா ஏற்பாடுகளும் செய்தாள். ரெண்டு நாள் முன்னரே போய் பானுவின் வீட்டில் அனைவரையும் அழைத்துவிட்டு வந்தார். சரளாவுக்கும் ரகுராமுக்கும் தந்தி கொடுத்து வரச் சொன்னார்.

வியாழனன்று இரவு பானுவும், சரளாவும் தங்கள் குழந்தைகளோடு வர வீடு கலகலப்பாயிற்று.

"திடீர்னு என்ன மாமா பூஜை?" ராஜாராமனும் ரகுராமனும் கேட்க எல்லாரையும் உட்காரவைத்து நடந்த விஷயத்தை எல்லாம் அவர்களிடம் சொன்னார். அனைவரும் நம்பமுடியாத ஆச்சர்யத்தோடு அவரையே பார்த்தார்கள்.

பானு மூச்சு விடக்கூட மறந்து போனாள் "நிஜம்மாவாப்பா?.. நிஜம்மாவாப்பா" என்றாள்.

"நா நம்பறேம்மா. நீங்கள்ளாமும் நம்பணும்னுதான் இந்த பூஜைக்கே ஏற்பாடு பண்ணியிருக்கு. நாளைக்கு பூஜைல சுந்தரத்தோட கேள்விக்கு அகிலா நிச்சயம் பதில் சொல்லுவா."

"அப்டி. எந்த பதிலும் அவகிட்டேர்ந்து வராட்டா?..." பானு சந்தேகம் கிளம்ப ராஜாராமன் மனைவியை முறைத்துப் பார்த்தான்.

"நல்ல வார்த்தையா பேசினா என்ன உனக்கு?"

"சந்தேகம் கேட்டா, தப்பா?"

"இதோ பார் பானு. நீ அகிலாவோட கூடப்பிறந்தவ, அவளைப் பத்தி நன்னா தெரிஞ்சும் இப்டி சந்தேகப்படறது சரியில்ல. அவ பதில் சொன்னாலும் சொல்லாட்டாலும் சுந்தரத்தை நாம் நம்பணும். அவன் உத்தமன்கறதுல எனக்கு எந்த சந்தேகமும் இல்ல."

"சாரி, நான் யாரையும் புண்படுத்த நினைக்கல. தோணினதைச் சொல்லிட்டேன்."

"இதை விடுங்கோ. செம்பருத்திப் பூ இருக்கா நாளைய பூஜைக்கு?"

"மாதவப் பெருமாள் கோயில்ல இருக்கே. அந்த பூவையெல்லாம் பறிச்சுதானே கிருஷ்ணனுக்கு மாலை சார்த்திட்டு வருவா அகிலா. அவ கல்யாணமாகி போன பிறகு பூப்பறிக்கவே ஆளில்லன்னு அந்த அர்ச்சகர் சொல்லுவார், அடிக்கடி... புதராட்டம் வளர்ந்து நூத்துக்கணக்குல இருக்கும் பூ! பூஜைக்கு முந்தி போய் பறிச்சுண்டு வந்தா ஆச்சு."

"எனக்கு ரொம்ப த்ரில்லிங்கா இருக்குப்பா! நம்ம அகிலாவா...? இப்பொ தெய்வத்தோடன்னு பிரமிப்பா இருக்கு! இந்தாத்துல ஆடி விளையாடி வளர்ந்து எப்பவும் அமைதியா புன்னகை மாறாம பூஜையும், வீட்டு வேலையுமா

இருந்த என் தங்கை அகிலாவா இப்பொ சர்வலோக மாதாவா ஆயிருக்கான்னு நினைச்சா உடம்பெல்லாம் மின்சாரம் பாய்ஞ்சாப்போல இருக்கு."

சரளா தேகத்தை சிலிர்த்துக் கொண்டபடி சொன்னாள். மறுநாள் பூஜையை நினைத்தபடி, ஒருவரும் தூங்கவில்லை, தூக்கமும் வரவில்லை, அகிலாவைப் பற்றியே பேசியபடி இரவைக் கழித்தார்கள். அவளைப் பற்றின ஒவ்வொரு சின்னச் சின்ன சம்பவத்தையும் சொல்லிச்சொல்லி பரவசப்பட்டார்கள். தூங்காமலே மூன்று மணிக்கு எழுந்தார்கள். பெண்கள் குளித்துவிட்டு பூஜைக்கான ஏற்பாடுகளைச் செய்ய ஆரம்பிக்க ஆண்கள் வெளி வராந்தாவில் வந்து உட்கார்ந்து கொண்டார்கள்.

பானு வீட்டைத் துடைத்து, ஈரம் காய்ந்ததும் கூடத்தில் மாக்கோலம் போட, சரளா அம்மாவுக்குத் துணையாக ஈரப்புடவையோடு ஹோமகுண்டலத்தில் போடவும் நிவேதனத்திற்கும் கொழுக்கட்டைகள் செய்து கொடுத்தாள்.

நாலு மணிக்கு சுந்தரம் அப்பா அம்மாவோடு குளித்து முடித்து தயாராக வந்துவிட்டான். பானு அனைவருக்கும் காப்பி கொடுத்தாள். ஐந்து மணிக்கு அம்பி சாஸ்திரிகள் வந்து சேர்ந்தார். நடராஜய்யர் ராஜாராமனை கோயிலுக்கு அனுப்பினார் செம்பரத்தம் பூக்களுக்காக. நானும் வரேன் என்று அவனோடு சுந்தரமும் கிளம்பிப் போனான். இருட்டு பிரியாத நேரத்தில் சில்லென்ற சுகந்தக்காற்று முகத்தில் மோத, கோயிலின் பின்பக்கமிருந்த செம்பருத்திச் செடியை நெருங்கினார்கள்.

"என்ன சுந்தரம் இது, செடில ஒரு பூவைக்கூட காணுமே..." ராஜாராமன் சொல்ல சுந்தரம் திகைத்து நின்றான். மருந்துக்குக்கூட ஒரு பூ இல்லை...!"

❋❋❋

27

"பூ கிடைச்சுதா...?" கோயில் வாசலிலிருந்த வாச்மேன் கேட்க உதடு பிதுக்கினார்கள். அவன் சிரித்தான்

"எப்டி சாமி கிடைக்கும்? இப்பதானே உன் சம்சாரம் வந்து எல்லா பூவையும் பறிச்சுக்கிட்டு போவுது...!"

"யார் பானுவா...?"

"அட பானு இல்ல சார். அந்த கடசி பொண்ணு இருக்கே இந்தய்யாவோட சம்சாரம்... அதான் எப்பப்பாரு கோயில்லயே குந்திட்டிருக்குமே, அந்த பொண்ணுதான் வந்துட்டு போவுது"

"எ..ன்.ன...?" சுந்தரம் சற்று உரக்கவே கேட்க, ராஜாராமன், சட்டென்று அவனை அழுத்தி அமைதிபடுத்தினான். "வாங்கோ சுந்தரம்" என்று அழைத்துக் கொண்டு நடந்தான்,

"எனக்கு ரொம்ப ஆச்சர்யமார்க்கு சுந்தரம். அகிலா தெய்வமாய்ட்டா! நிச்சயம் வந்து பூஜைல நம்பளோட எப்டியாவது பேசுவா பாருங்கோ."

"மாமா பூ எங்கன்னு கேட்டா...?"

"அதைப்பத்தி இனிமே நாம் எதுக்கு கவலைப் படணும்? பூவால சேதி சொல்றேன்னு சொன்னவ பூவெல்லாம் கொண்டு போய்ட்டான்னு சொல்லிடுவோம் வாங்கோ."

அவர்கள் வீட்டுக்கு வந்தார்கள்.

"நீங்க அந்தப்பக்கம் போனேளா, இந்தப் பக்கம் கோயில் வாச்மேன் ஒரு கூடைப் பூவைக் கொடுத்துட்டு போறான். முந்தாநாள் பூ வேணும்னு சொல்லி வெச்சிருந்தேன். ஞாபகமா கொண்டு வந்துர்க்கான்."

நடராஜய்யர் சொல்ல ராஜாராமனும் சுந்தரமும் ஒருவரை ஒருவர் பார்த்துக் கொண்டார்கள். அகிலா பறித்துச் சென்றதாக

வாச்மேன் சொல்கிறான், அங்கு. அவன் கொண்டு வந்து கொடுத்ததாக இவர் சொல்கிறார் இங்கு! எது உண்மை எது பொய்...! அல்லது எல்லாமே அகிலாவின் விளையாட்டா...?

சாஸ்திரிகள் சுக்லாம் பரதரம் சொல்லி பூஜையைத் துவங்கினார். மஞ்சளில் பிடித்துவைத்த பிள்ளையாரைப் பார்த்தபடி அமர்ந்தான் சுந்தரம்.

பூர்ணாகுதி முடிந்த கையோடு நடராஜய்யர் சுந்தரத்தின் கையைப் பிடித்துக் கொண்டு ஸ்வாமி படங்களுக்கு முன் நின்றார்.

"என் கண்மணி அகிலாண்டேஸ்வரி! நீ சௌக்யமாக்கயா தாயி...? நீ எப்படியிருக்க, என்னன்னு எல்லோர்க்கும் எப்டியாவது சொல்லுவன்னுதான் அப்பா இந்த பூஜைக்கு ஏற்பாடு பண்ணியிருக்கேன். வாம்மா! வந்து. ஏதாவது செய்! நீ அரங்கனோட சேர்ந்துட்டங்கறதை எல்லார்க்கும் சொல்லு."

சுந்தரம் கண்ணில் நீர் வழிய ஸ்ரீரங்கநாதனின் படத்தைப் பார்த்தான் "அகிலா... உனக்கு நினைவிருக்கா? நீ அவனோட சேர்ந்துட்டா எப்டியாவது எனக்கு செம்பருத்திப் பூவைக் கொண்டு தகவல் சொல்றேன்னு சொன்னயே... இப்பொ சொல்லு அகிலா. எல்லார்க்கும் முன்னால் சொல்லு. உன்னைப் பெத்தவா உன்னோட பிறந்தவா உன்னைத் தெரிஞ்சவா எல்லாரும் உன்னைப் பத்தி தெரிஞ்சுக்க துடியா துடிச்சுண்டிருக்கா. எல்லார்க்கும் நீ நல்லபடியா இருக்கற செய்தியைச் சொல்லுவாயா...?"

சுந்தரம் கேட்டு நிறுத்த, அந்த இடம் குண்டூசி விழுந்தால் சத்தம் கேட்குமளவுக்கு அமைதியடைந்தது. குடித்தனக்காரர்கள், மெல்ல மெல்ல விஷயம் பரவிய அக்கம்பக்கத்தினர் எல்லாம் விழிபிதுங்க என்ன நடக்கப்போகிறதென்று அறியும் ஆவலில் வீட்டுவாசலில் கூடியிருந்தனர். அகிலா கடவுளைக் காதலிக்கும் விஷயம் எல்லோருக்கும் ஏற்கனவே தெரியும். அப்போது பைத்தியக்காரப்பட்டம் சூட்டிய அதே மனிதர்கள்

இன்று விஷயம் கேள்விப்பட்டு இதயம் துடிக்க உண்மையை அறிய கூடியிருந்தார்கள். சுந்தரம் அகிலா அடிக்கடி பாடும் மீரா பஜனை மெய்யுருகப் பாடினான். 'சொல் அகிலா, சொல் அகிலா' என்று அவன் மனம் உச்சஸ்தாயியில் மௌனமாய் அலறியது.

"இங்க யாரு சுந்தரம்?"

வாசலில் குரல் ஒன்று கேட்டது. ரகுராம் எழுந்து போனான். கூட்டத்தை விலக்கி கேட்டவர் யாரென்று பார்த்தான்.

"ஸ்ரீரங்கத்துலேர்ந்து வரேன். இந்த மாலையை அவர்கிட்ட சேர்த்துடணும்னு எனக்கு உத்தரவு" என்றவர் கையில் ஒரு செம்பருத்தி மாலை.

சுந்தரத்திடம் அவரை அழைத்து வந்தான் ரகுராமன், சுந்தரம் கழுத்தில் செம்பருத்தி மாலையைப் போட்டார் அந்த பட்டர். சுந்தரம் திகைத்து நிற்கும்போதே வந்த வேகத்தில் கூட்டத்தில் நுழைந்து வெளியேறினார் அவர்.

"இவர்தாம்ப்பா... இவரேதான் அன்னிக்கு அரங்கன் மாலையை எனக்கு போட்டதும் இவரேதான். அவரை நிறுத்துங்க யாராவது." சுந்தரம் சிலிர்ப்போடு கத்த ரகுவும் ராஜாராமனும் இன்னும் சிலரும் வாசற்பக்கம் ஓடினார்கள். ஒரு நிமிடத்தில் அவர் காணாமல் போயிருந்தார். ஆளுக்கு ஒரு திசையில் தேடிச் சென்றும் ஆளைப் பிடிக்கமுடியவில்லை. சோர்வோடு வீடு திரும்பினார்கள். செம்பருத்தி மாலையோடு சுந்தரம் பிரம்மித்துப் போய் அமர்ந்திருந்தான் மாலையை அவன் கரங்கள் பரவசத்தோடு தடவின. மறுபடியும் கைகளில் ஏதோ உறுத்த மாலையை அவசரமாக கழற்றினான். மாலைக்குள் அகிலாவின் தோடும் மூக்குத்தியும் ஜொலித்தது.

கைநடுங்க அவற்றை எல்லோரிடமும் சுட்டிக்காட்ட காமாட்சி தள்ளாடியபடி அமர்ந்து ஸ்வாமி படங்களைப்பார்த்து கை கூப்பினாள். குடித்தனக்காரர்கள் தன்னை மறந்து "ரங்கனாதா"

என்று தலைக்கு மேலே கைகளை உயர்த்தினார்கள். முதலியாரம்மா சாஷ்டாங்கமாக கீழே விழுந்து "என்னை மன்னிச்சுடு தெய்வமே" என்று கதற ஆரம்பித்தாள்.

நடராஜய்யர் சுந்தரத்தைக் கட்டி அணைத்துக் கொண்டார்.

"அவ பக்திகூட பெரிசில்ல சுந்தரம். உன் பக்தி இருக்கு பார்... அதுதான் பெரிசு. அவ தெய்வமாய்ட்டான்னா நீ நடமாடற தெய்வம்! உன்னைப் பார்க்கறதே கோடி புண்ணியம்."

"இல்ல மாமா... நான் சாதாரணன். ரொம்ப சாதாரணப்பட்டவன். என்னை கையெடுத்து கும்பிட்டு பெரிய மனுஷனாக்கிடாதீங்க. எனக்கு இனிமேதான் நிறைய கடமைகள் இருக்கு. அகிலாவுக்கு நான் வாக்கு கொடுத்திருக்கேன். இன்னொரு கல்யாணம் பண்ணிக்கிட்டு எங்கம்மாவோட ஆசையை நிறைவேத்தறதா... அதனால உங்க எல்லார்க்கும் ஒரு வேலை கொடுக்கப் போறேன்."

"என்ன வேலை சொல்லுப்பா!"

"எனக்கு ஒரு பொண்ணு பார்த்து தரணும்."

"நாங்க ஏன் பார்க்கணும் சுந்தரம்."

"பின்ன நீங்கள்ளாம் பார்க்காம வேற யார் பார்ப்பாங்க?"

"அகிலா பார்த்துக் கொடுப்பா சுந்தரம். உனக்கேற்ற பெண்ணா பார்த்து உங்கிட்ட கூடிய சீக்கிரமே அனுப்பி வைக்கறாளா இல்லையா பாரு."

"அதானே...! அவளுக்குத் தெரியாததா?" சுந்தரம் செம்பருத்தி மாலையை ஸ்ரீரங்கநாதன் படத்திற்கு முன்னால் வைத்து விட்டு சாஷ்டாங்கமாய் நமஸ்காரம் பண்ணினான்.

முற்றும்

www.ingramcontent.com/pod-product-compliance
Lightning Source LLC
LaVergne TN
LVHW060235051026
849517LV00005B/1629
* 9 7 8 9 3 9 5 5 9 8 0 7 1 *